యద్దనపూడి సులోచనారాణి

అర్థస్థిత

ఎమెస్కో

ARTHASTITHA

by Yaddanapudi Sulochanaarani

అర్థస్థిత

యద్దనపూడి సులోచనారాణి

పునర్ముద్రణ: సెప్టెంబర్, **2022**

మూల్యం : రూ. **90/-**

ISBN : 978-93-85829-83-3

ప్రింటర్స్: రైతునేస్తం ప్రెస్, హైదరాబాద్.

ప్రచురణ

ఎమెస్కో బుక్స్ ప్రై. లి.

1-2-7, బానూకాలనీ,

గగన్‌మహల్ రోడ్, దోమలగూడ,

హైదరాబాద్-500029, తెలంగాణ.

e-mail : emescobooks@yahoo.com

www.emescobooks.com

బ్రాంచ్ ఆఫీసు

ఎమెస్కో బుక్స్ ప్రై. లి.

33-22-2, చంద్రం బిల్డింగ్స్

సి.ఆర్. రోడ్, చుట్టుగుంట

విజయవాడ-520004, ఆంధ్రప్రదేశ్.

ఫోన్ : 0866-2436643

e-mail : emescovja@gmail.com

sahithi.vja@gmail.com

యద్దనపూడి సులోచనారాణి

రచనలు

ఆరాధన	–	60.00
అభిజాత	–	60.00
అభిశాపం	–	75.00
అగ్నిపూలు	–	60.00
అమర హృదయం	–	80.00
అమృతధార	–	80.00
ఆంధ్ర యువకుడా దారి ఇటు	–	50.00
అనురాగగంగ	–	80.00
అర్థస్థిత	–	60.00
ఆత్మీయులు	–	50.00
అవ్యక్తం	–	60.00
బహుమతి	–	50.00
బందీ	–	60.00
చీకటిలో చిరుదీపం	–	80.00
గిరిజా కల్యాణం	–	90.00
జాహ్నవి	–	80.00
జీవనగీతం	–	60.00

అర్ధస్థిత

సాయంత్రం అవుతోంది.

ఆకాశం మేఘావృతం అయివుంది. భారీ వర్షాగమనం సూచనగా గాలి రయ్యిన పరుగు దీస్తూ వస్తోంది.

ఆకాశంలో ఉరుములు దండోరా వేస్తున్నాయి. వుండి వుండి మెరుస్తున్న మెరుపులు వాన రాకకి సంతోషంతో వెలిగించి విసురుతున్న మతాబుల్లా వున్నాయి.

గ్రీష్మతాపానికి ఒడిలి సొమ్మసిల్లిపోయిన ప్రకృతి భగవంతుడి కటాక్షంగా వస్తున్న ఈ జీవన ధారని చూసి, ఆపద గడిచి గట్టెక్కించినందుకు అంజలి ఘటిస్తున్న సజలనయన స్త్రీ మూర్తిలా వుంది.

సంపన్నుల సౌకర్యానికి, పరువు ప్రతిష్టలకి ప్రతిబింబంగా వున్న ఆ వీధిలో అత్యంత వైభవం వుట్టిపడుతున్న యిళ్ళ తలుపులు, కిటికీ రెక్కలని తోయటానికి విశ్వప్రయత్నం చేసి సాధ్యంగాక గాలి పరదాలని తోసుకుంటూ పరుగులు దీస్తోంది. ఆ వీధికంతటికీ తన ప్రత్యేక శైలిగా ఆర్కిటెక్చర్‌తో కన్పిస్తున్న "పూజా నిలయం" భవంతి పై అంతస్థులో, పడకగదిలో టేబుల్ దగ్గర నిలబడి ఫోన్‌లో మాట్లాడుతోంది ఒక యువతి. ఆమెకి కాస్త దూరంలో గుమ్మానికి గాలికి రెపరెపలాడుతున్న పరదాని చేత్తో పక్కకు పట్టుకుని ఆ యింటి నౌఖరు స్థూలకాయురాలైన తాయారు యజమానురాలు ఫోన్ పెట్టేసి యిటు తిరిగే క్షణం కోసం ఓపికగా వేచి చూస్తున్నదానిలా ఎదురుచూస్తోంది.

తాయారు యిప్పటికి యిక్కడికి యిది నాలుగోసారి రావటం, క్రింద డ్రాయింగ్ రూమ్‌లో ఒకరు యజమానురాలి కోసం వేచి చూస్తున్నారని చెప్పటానికి. టేబుల్ దగ్గర నిలబడి మాట్లాడుతున్న యువతి పక్కనుంచి కన్పిస్తున్న ముఖంలో ఒంటిరాయి వజ్రపుపుడక వుండి వుండి మెరుస్తోంది. ఆమె చుట్టుపక్కల ఏదీ గమనించనట్టు ఫోన్‌లో మాట్లాడుతోంది.

ఆమె కంఠస్వరం ఆమెలాగానే అత్యంత లలితంగా వుంది. "మిసెస్ మాథుర్! మీరు అలా ఖంగారుపడి ఆవేశపడవద్దు. మీ అమ్మాయితో మీరు అలా తర్కానికి దిగకండి. ఆమె ప్రేమ వ్యవహారం మీకసలు తెలియనట్టే వుండండి. తెలుసు. తెలుసు! మీ బాధ నాకు అర్థం అవుతోంది. అవును! అతను మీ నిషాకి తండ్రి వయసువాడని అన్నారు మీరు. ఆ! ముకుందంగారింట్లో పార్టీలో మీరే మీ ఫ్యామిలీ ఫ్రెండ్ అని నాకు పరిచయం చేశారు. నాకు గుర్తున్నాడు. నో! మిసెస్ మాథుర్! ప్లీజ్.... మీరింత డీలాపడకూడదు. ప్లీజ్! కంట్రోల్ యువర్ సెల్ఫ్. మీరు ప్రాబ్లమ్స్‌ని చాలా ధైర్యంగా ఎదుర్కొంటారని మాకందరికీ తెలుసు" ఆమె కంఠం కరుణతో, మరింత అనునయంగా మారింది. "మిసెస్ మాథుర్! ఈ ప్రపంచంలో యిద్దరి వ్యక్తుల మధ్య ప్రేమ ఎప్పుడు, ఎందుకు, ఏ విధంగా ప్రారంభం అవుతుందో చెప్పలేం. అయ్యో! మీవారు అలా అమ్మాయిని చంపేస్తానని బెదిరించకూడదు. నేనూ, అభిజిత్ రాత్రి తప్పకుండా మీ ఇంటికి వస్తాం. అభిజిత్ ఏదో ఒక మార్గం చూస్తాడు. మీరు ఖంగారుతో మనసు పాడుచేసుకుని మీ అమ్మాయిని తిట్టవద్దు. నో మిసెస్ మాథుర్! మీ పరువు ప్రతిష్టలుకన్నా మీ అమ్మాయి నిషా మీకు ముఖ్యం. నేను కూడా నిషాతో మాట్లాడుతాను."

తాయారు పరదా వదిలేసింది. యజమానురాలు స్నేహితురాలితో ఏదో కుటుంబ సమస్య ఆంతరంగికమైనది చర్చిస్తోంది. ఆ సంభాషణ ఇప్పుడే ముగిసేట్టు లేదు. ఆ యింట్లో పని వాళ్ళకి యజమానురాలిని ఎప్పుడు మాట్లాడించాలో, ఎప్పుడు మాట్లాడించకూడదో బాగా తెలుసు. క్రమశిక్షణ తు.చ తప్పితే వుద్యోగం వూడి గేటు బైటికి పోవడమే శిక్ష. బ్రతిమలాటలు, క్షమార్పణలు, కన్నీళ్ళు ఏ మాత్రం పనిచేయవు. తాయారు యిక లాభం లేదన్నట్టు వెనక్కు తిరిగి మెట్లు దిగి క్రిందకు వచ్చింది.

అక్కడ విశాలంగా సాధ్యమైనంత సింపుల్‌గా, చాలా కళాత్మకంగా వున్న పెద్ద డ్రాయింగ్‌రూమ్‌లో, కిటికీ దగ్గర యిటువైపు వీపు పెట్టి ఒక యువకుడు నిలబడి బయట వాన రాకని తదేకంగా చూస్తున్నాడు. నిశ్శబ్దంగా, నిశ్చలంగా నిలబడి వున్న అతను హఠాత్తుగా చూస్తే, ఆ డ్రాయింగ్ రూమ్‌లో అలంకరించిన ఆ సోఫాలు, పూలకుండీలు, బీరువాలు, వాటితో అలంకారంగా అమరిపోయిన ఒక మూర్తిలా వున్నాడు.

తాయారు బొడ్లోనుంచి చిన్న అల్లిక సంచీ తీసి దానిలోని మసాలా వక్కపొడి పలుకులు నోట్లో వేసుకుంటూ ""ఇదుగో! అమ్మగారు ఫోన్‌లో మాట్లాడటం ఇంకా అవలేదు. ఇప్పుడప్పుడే అయ్యేట్టు లేదు కూడా" అంది. ఆ కంఠం ఖంగున రాజదర్బారులో ఫర్మానా చదువుతున్నట్టు వుంది.

అతను వాన సందడి చూడటం వదలలేనట్టుగా భుజంమీద నుంచి తలతిప్పి తాయారుని చూసి మెల్లగా యిటు తిరిగాడు. అతని వయస్సు 18, 20 సం॥ మధ్య వుండవచ్చు. అతని శరీరంలో, ముఖంలో, యవ్వనాగమన సార్వభౌమత్వం యిప్పుడిప్పుడే తన సామ్రాజ్యం స్థాపించుకుంటోంది. ముఖం తేటగా వుంది. అందమైన అతని చెక్కినట్టున్న పెదవులకంటే చురుకైన అతని కళ్ళే ఎక్కువగా మాట్లాడేట్టున్నాయి. పొడుగరి అవటం వల్ల వయసుకి మించిన పెద్దరికం వుంది. ముఖం చూడగానే బాల్యఛాయలు ఇంకా తారట్లాడుతున్న పసితనం కన్పిస్తోంది. ఆ వయసులో ఆ పిల్లల్లో సహజంగా వుండే "ఈ ప్రపంచం అంతా నాదే. ఐ డోంట్ కేర్ ఫర్ ఎనీబడీ" అన్నట్టుగా లేడతను. ఈ ప్రపంచం ఏమిటో అర్థం అయిన వ్యక్తుల్లో వుండే సీరియస్‌నెస్, యీ లోకంలో తనకంటూ ఒకచోటు కావాలంటే మనిషి ఎంత కష్టపడాలో తెలిసిన మనిషిలా వున్నాడు. అతని క్రాఫ్ అందంగా వుంది. ఒక్క మాటలో చెప్పాలంటే ఆ శరీరం అతనికి దేవుడు ఇచ్చిన కానుకలా వుంది. అతని కళ్ళకి వున్న అతి మామూలు కళ్ళజోడు కూడా అతని ముఖానికి ఒక విశిష్టమైన అందం తెచ్చింది. కుడి చెంపమీద ఒకటి రెండు మొటిమలున్నాయి కెంపులు అంటించినట్టుగా. అతను తాయారు ముఖంలోకి సూటిగా చూశాడు.

తాయారు మెట్లమీద కూర్చుంటూ "నువ్వు యింకా అరగంటన్నా ఎదురుచూడాల్సిందే" అంది.

అతను జవాబు చెప్పలేదు. టైమ్ చూసుకున్నాడు.

తాయారు వక్క నములుతూ అంది "కూర్చో! ఎంతసేపు అలా నిలబడి వుంటావు. నువ్వు రాగానే కూర్చోమని చెప్పానా లేదా? వచ్చినవాళ్ళని కూర్చోబెట్టబోతే, మా అయ్యగారు చూశారంటే నా ఉద్యోగం వూడుతుంది."

అతని కాళ్ళ నొప్పులకంటే, తన ఉద్యోగం భద్రంగా వుండాలి అనే యావ కన్పిస్తోంది. వచ్చినప్పటినుంచీ యీ కుర్రాడు అలా నుంచునే వున్నాడు.

ఈ యింటి యజమానులు వారి సేవలో ఆలస్యం అయినా సర్దుకుంటారుగాని, అతిథి సేవలో అవకతవక జరిగితే అస్సలు సహించరు.

అతను మళ్ళీ కిటికీ వైపు తిరిగాడు.

గాలి ఉధృతం మరింత వేగం అయింది.

అతను వాచీ చూసుకున్నాడు. ఇటు తిరిగాడు. చేతిలో ఫైల్ అక్కడ టీపాయ్ మీద పెట్టాడు. వెనక్కి తిరిగి గుమ్మంవైపు నడిచాడు.

"ఇదుగో! వెళ్ళిపోతున్నావా?" అడిగింది.

అతను జవాబు చెప్పలేదు. ఆగలేదు.

"ఇదిగో! నీ పేరన్నా చెప్పు" తాయారు లేచి అల్లిక సంచీ బొడ్లో దోపుకుని స్థూలకాయంతో గుమ్మం దగ్గరకి వచ్చేసరికి అతను గేటు దాటుతూనే వున్నాడు.

"అయ్యో! నువ్వు బంగారంగానూ! పేరైనా చెప్పకుండా పోతున్నావే" అంటూ లోపలికి తిరిగి వచ్చింది. టీపాయ్ మీద ఫైల్‌ని చూసి-

"ఇక్కడ పెట్టిపోతే ఏమిటిట? అమ్మగారికి ఇవ్వాలా? మాటే బంగారంలా దాచుకుని వెళ్ళాడు" సణుక్కుంటూ ఫైల్ చంకన పెట్టుకుని మళ్ళా మెట్లెక్కి పైకి వచ్చేసరికి యజమానురాలు, టేబుల్ దగ్గర కూర్చుని ఉత్తరం వ్రాసుకుంటోంది.

"ఎవరో కుర్రాడు మీ కోసం వచ్చి అరగంట చూసి వెళ్ళాడమ్మా" అంటూ ఫైల్ ఆమె టేబుల్‌మీద పెట్టింది.

"ఎవరు?" ఉత్తరం వ్రాయటంలో లీనమైన ఆమె ఫైల్ వంక చూడలేదు.

"ఏమో! పేరు కూడా చెప్పలేదు."

"సరే తాయారూ!" అనేసింది ఆమె.

తాయారు వెళ్ళబోయి ఆగింది. "టీ తీసుకురానమ్మా?"

"తీసుకురా!"

తాయారు శబ్దం కాని అడుగులతో వెళ్ళిపోయింది.

ఇంతలో ఫోన్ మోగింది.

ఆమె కుడిచేత్తో వ్రాస్తూనే ఎడంచేత్తో ఫోన్ తీసింది.

"ఎస్!" అంది.

"పూజా!" అవతలనుంచి మంద్ర గంభీర స్వరం విన్పించింది.

ఆ కంఠం వినగానే ఆమె ముఖంలోకి కాంతి నిండిన సోయగం వచ్చింది. కుడిచేయి అప్పటిరకూ వ్రాస్తున్న పెన్‌ని అప్రయత్నంగా వదిలేసింది.

"ఊ!" కుర్చీలో వెనక్కి ఆనుకుంటూ అంది. ఆ పలకటంలో వెన్నెల సొగసు, గులాబీల మృదుత్వం వుంది.

"ఏం చేస్తున్నావు?"

"నాన్నకి ఉత్తరం రాస్తున్నాను."

"నేను పంపిన అబ్బాయిని చూశావా? నీకు ఎలా అన్పించాడు?"

"అబ్బాయా! ఎవరు?"

"చెప్పానుగా ఫోన్‌లో. ఫైల్ పంపాను."

"ఓ! అతను నన్ను కలవలేదు. నేను మిసెస్ మాథుర్‌తో ఫోన్‌లో మాట్లాడుతుంటే వెళ్ళిపోయాడుట. మిసెస్ మాథుర్ వాళ్ళ నిషా గురించి చాలా వర్రీడ్‌గా వుంది. తండ్రి వయసు ఆయనతో పెళ్ళంటోందిట."

"పూజా! నేను నిన్ను అతన్ని చూడమని చెప్పాను."

"సారీ!"

"ఓహ్! నన్నివాళ చాలా డిజప్పాయింట్ చేశావు."

"సారీ అన్నానుగా! అతను అంత త్వరగా వెళ్ళిపోతాడని అనుకోలేదు."

"..........." అవతల నుంచి మౌనమే సమాధానం అయింది.

"అభిజిత్ ప్లీజ్!"

"ఓ. కె. విజిటర్స్ వున్నారు. వారితో మాట్లాడుతూ మధ్యలో వచ్చాను. వుంటాను."

"ఒక అరగంట ముందు వస్తావా మిసెస్ మాథుర్ దగ్గరకి వెళదాము."

"పూజా! ఈ సాయంత్రం నాకు ఒక పనిష్మెంట్ యిస్తున్నావా?"

"అభిజిత్! ప్లీజ్! ఆమె నీ ప్రొడక్ట్‌ని ప్రమోట్ చేస్తున్న ముఖ్య వ్యక్తి అని మర్చిపోకు."

"ఓ. కె. ఓ. కె" అతను ఫోన్ పెట్టేశాడు.

ఆమె ఫోన్ పెట్టేసిన తర్వాత కూడా యింకా అలాగే వెనక్కి ఆనుకుని కూర్చుంది. ఆమె చుట్టూ సుమధురమయిన ఆనందం జలతారు తెరలా ఆవరించినట్టుగా వుంది. మనసులో నిండయిన తృప్తి. దానివలన శరీరానికి ఏదో చెప్పలేని హాయి.

తాయారు టీ తెచ్చి ఆమెకి ఎదురుగా పెట్టింది.

"తాయారూ! వచ్చిన అబ్బాయిని కూర్చోమని చెప్పలేదా? అంత త్వరగా ఎందుకు వెళ్ళిపోనిచ్చావు?" టీ కప్పు తీసుకుంటూ అడిగింది.

"అయ్యయ్యో! కూచోమని ఒక్కసారా! పదిసార్లు చెప్పాను. అసలు కూర్చోనే లేదు. చాలా విసుగ్గా నిలబడ్డాడు. మీ కోసం అక్కడికీ నాలుగుసార్లు వచ్చి తొంగిచూశాను. మీరేమో ఫోన్‌లో మాట్లాడుతున్నారు" అంటూ పురాణం విప్పింది.

"సరేలే" అంది.

తాయారు వెళ్ళిపోయింది.

పూజ టీ కప్పు తీసుకుని వరండాలోకి వచ్చింది. గాలి లేసు పరదాలని తన్నేస్తూ, కిటికీ రెక్కలని, తలుపులని వూపేస్తూ ఈల చప్పుడుతో పరుగులు తీస్తోంది. చెట్ల కొమ్మలు కూడా వూగుతున్నాయి. ఒకటీ అరా పెద్ద పెద్ద చినుకులు టప్ టప్‌మనే శబ్దంతో రాలుతున్నాయి.

పూజ పైట కొంగు గాలికి తెరచాపలా రెపరెపలాడుతూ తనని బంధించిన పిన్‌ని వదిలించుకోవడానికి సతమతమవుతోంది. పూజ బయట ప్రకృతిని గమనిస్తోంది. మనసు ప్రశాంతంగా వుంటే యీ ప్రకృతిలో క్షణం క్షణం కలిగే మార్పులు ఆనందంగా గమనించవచ్చు. పూజ మనసు ఎప్పుడూ ప్రశాంతంగానే వుంటుంది. ఇప్పుడూ అలాగే వుంది. ఆమె మనసులో తృప్తినిండిన ఆనందం.

ఇంతలో హఠాత్తుగా గదిలో నుంచి మళ్ళీ ఫోన్ మోగసాగింది.

పూజకి ఆ ధ్వని అర్థమయింది. అభిజిత్ మళ్ళీ ఎందుకు పిలుస్తున్నాడు?

రెండడుగుల్లో వచ్చినట్టుగా ఫోన్ దగ్గరికి వచ్చి తీసింది.

"పూజా!" అవతలి నుంచి అతను పిలిచాడు.

"నువ్వే అనుకున్నా" చెప్పటంలో ఆమె సంతోషం.

అది వినగానే అతని గొంతులో మెత్తని నవ్వు. "ఫోన్ తీసుకుని త్వరగా వరండాలోకి రా! చాలా త్వరగా రావాలి."

"ఏమైంది?" ఆదుర్దాగా అడిగింది.

"రమ్మంటున్నానా?" అతని గొంతులో అసహనం.

ఆమె వెంటనే కార్డ్‌లెస్ ఫోన్ తీసుకుని వరండాలోకి వచ్చింది.

"వచ్చాను" అంది.

"నాకు కన్పిస్తున్నావు. ఛప్పున పిట్టగోడ దగ్గరకి వచ్చి బస్‌స్టాప్ వైపు చూడు."

అతని ఆదేశం అక్షరాలా పాటించింది. పిట్టగోడ దగ్గరకి వచ్చి వంగి ఇంటికి కుడివైపు వీధి చివర వున్న బస్‌స్టాప్ వైపు చూసింది.

"చూశావా?" అతనడిగాడు.

"చూస్తున్నాను."

"అక్కడ ఏం కనిపించింది?"

"కూరగాయలు అమ్మే బండి, అడుక్కునే ముష్టివాడు."

"ఇంకా?"

"బస్‌స్టాప్ దగ్గర మనుషులు."

"వాళ్ళందరికీ కాస్త ఎడంగా, మామూలు ఫ్రేమ్ కళ్ళద్దాలు పెట్టుకున్న ఒక కుర్రాడు నిలబడి వున్నాడు చూడు."

పూజ చూసింది. అవును.... 18-20 సం॥ల మధ్య వయసుగల అబ్బాయి అతను. గాలికి అతని క్రాఫ్ దట్టమయిన పైరులా అలలుగా కదులుతోంది. అతను అటు వైపు మెయిన్ రోడ్డుకి రాబోయే బస్సుకి అభిముఖంగా నిలబడి వున్నాడు. పక్కనుంచి కళ్ళజోడు పెట్టుకున్న ముఖం కాస్త కనిపిస్తోంది. అతనిలో పూజకి ప్రత్యేకత ఏం కనిపించలేదు.

"సరిగ్గా చూశావా?"

"ఆ! పక్కనుంచి ముఖం కనిపిస్తోంది."

"హి యీజ్ సిద్ధార్థ."

పూజ వింటోంది.

"పూజా! రాబోయే సంవత్సరాల్లో యీ కుర్రాడు అతి త్వరలోనే మన ఎడ్వర్టయిజింగ్ శాఖలో అందరికంటే వున్నతమయిన పదవి అందుకుంటాడు."

"నాకేం సందేహం లేదు."

"ఎలా చెబుతున్నావు? నువ్వు అతనితో మాట్లాడలేదుగా?"

"నువ్వు గతంలో చెప్పిన వ్యక్తులంతా నీ జోస్యాన్ని నువ్వు అన్నదానికంటే ముందే ఋజువుచేశారు."

"ఇతను వాళ్ళందరికీ మించినవాడు. హి యీజ్ వెరీ వెరీ టాలెంటెడ్."

"అర్థం అయింది. లేకపోతే నువ్వు అతన్ని నేను చూసి తీరాలని యింత పట్టుపట్టవు."

"థ్యాంక్‌గాడ్! నువ్వు అతన్ని మిస్ అయావనుకుని డిజప్పాయింట్ అయ్యాను. నీకు చూపించేశాను. అతన్ని అపాయింట్ చేస్తున్నట్టు లెటర్ టైప్ చేయమని చెబుతాను...." అతను మధ్యలో ఆగిపోయాడు.

పూజ బస్‌స్టాప్ వైపు చూస్తోంది.

ఇంతలో బస్ వచ్చింది. అప్పటికే కిక్కిరిసి వున్న బస్సు క్షణం ఆగింది. జనం తోసుకుంటూ దిగారు. క్రిందనున్నవారు ఎక్కటానికి అవస్థ పడుతున్నారు. బస్సు కదిలింది. అతను చివర్లో ఏదో విధంగా బస్సు కమ్మీ దొరకపుచ్చుకున్నాడు. ఒక పాదం ఫుట్‌బోర్డ్ మీద ఆనింది. రెండో చెయ్యి, కాలు గాలిలో యీదుతున్నాయి. అతని పాదానికున్న హవాయి చెప్పు వూడి రోడ్డు మీద పడిపోయింది. బస్సు వెళ్ళిపోయింది.

హవాయి చెప్పు అడుగు భాగం అరిగి తినేసినట్టు వుంది. స్ట్రాప్ దగ్గర పెట్టిన పిన్ వూడినట్టు నిడివి వుంది.

"పూజా!" అభిజిత్ పిలిచాడు.

"ఊ!"

"చూశావుగా అతని కండిషన్. హి నీడ్స్ మనీ! ఐ నీడ్ టాలెంట్! సో! ఉయ్ బోత్ నీడ్ యీచ్ అదర్. అతని అపాయింట్ ఆర్డర్ మీద సంతకం చేస్తున్నాను డియర్. ఓ. కె వుంటాను."

"త్వరగా వస్తావు కదూ?"

"తప్పదుకదా! మిసెస్ మాథుర్ నా ప్రొడక్ట్ చీఫ్ ప్రమోటర్ కదా?" అతని గొంతులో మళ్ళీ మెత్తని నవ్వు. ఫోన్ పెట్టేశాడు.

అప్పటికే వాన జల్లు ఎక్కువయింది. పూజ వరండాలోకి వచ్చింది. తమ యింటి గేటుకి కాస్త కుడిపక్కకి సరిగ్గా ఎదురుగా ఆరంతస్థుల బిల్డింగుంది. దానికి పై భాగంలో "పూజా ఇండస్ట్రీస్ ప్రయివేట్ లిమిటెడ్" అనే అక్షరాలున్నాయి. దానిలైట్లు రాత్రివేళ ఎంతదూరానికయినా కనిపిస్తూ వుంటాయి.

పూజ ఆ బిల్డింగ్‌ని యిష్టంగా కళ్ళారా చూస్తున్నట్టు చూసింది.

8 సం॥ల క్రితం ఆఫీసు కోసం ఈ బిల్డింగ్ కట్టిన తర్వాత అభిజిత్‌కి, తనకీ ఏ క్షణంలో కావాలంటే ఆ క్షణంలో ఒకరికి ఒకరు కన్పించే అదృష్టం కలిగింది.

దాదాపు 10 సం॥ల క్రితం ఇదంతా దుబ్బు, తుప్పలతో, కొండలతో ఎగుడు దిగుడుగా, అడవిలా వుండేది. అభిజిత్ ఇది కొని ప్లాట్స్‌గా విభజించి అమ్మకానికి పెట్టాడు.

సహజంగా చాలావరకూ అతని భాగస్వాములూ, వారి బంధుమిత్రులే కొనటంతో ఖరీదయిన యిళ్ళు వచ్చేసినాయి. ఇది త్వరలోనే డబ్బున్నవారి ప్రత్యేక కాలనీగా మారిపోయింది.

కాలనీ మొదట్లో ఈ వీధి మొదలయ్యే చోటు మెయిన్‌రోడ్డుకి ఆనుకుని బస్‌స్టాప్ వుంది. నాలుగయిదు చిల్లరమల్లర దుకాణాలున్నాయి. అందువలన యిక్కడ యీ ప్లాట్‌ని తీసుకోవడానికి మెంబర్స్ ఎవరూ యిష్టపడకపోవటంతో అభిజిత్ తనే యింటి కోసం తీసుకున్నాడు. ఇంటికి ఎదురుగా ఆఫీసు స్థలం. అందులో కట్టిన 6 అంతస్థుల భవనంలోకి అన్ని విభాగాలు వచ్చేసినాయి.

పూజ ఎదురుగా వున్న ఆఫీసు బిల్డింగ్ చూసింది. ఇక్కడ తను నిలబడితే, అటు ఆఫీసు బాల్కనీలోకి అభిజిత్ వస్తే తనకి కనిపిస్తాడు. ఇదివరకు ఆఫీసుకి, యింటికి 20 కి. మీ దూరం వుండేది. వాన ఉధృతంగా మారుతోంది. ఎడమవైపు ఎదురుగా పార్కులో పిల్లలు వానలో తడుస్తూ కేరింతలు కొడుతూ పరుగులు తీస్తున్నారు. వారి నవ్వులు గాలిలో తేలి వస్తున్నాయి. పూజ ఒక్క నిమిషం సర్వం మరిచినదానిలా వారినే గమనిస్తూ స్తంభానికి ఆనుకుని చిత్తరువులా నిలబడింది. వాన గాలి తోపుకి వచ్చి తన మీద పడి తడవటం కూడా గమనించలేదు.

వానలో పరుగుదీస్తున్న పిల్లలంతా రంగు రంగు సీతాకోకచిలుకల్లా చూడముచ్చటగా వున్నారు. అభిజిత్‌కి పిల్లలంటే చాలా ఇష్టం. ఈ పిల్లల పార్కుని అతనే ఆర్కిటెక్ట్ ఇంజనీరుని దగ్గర పెట్టుకుని ఎంతో అందంగా, రకరకాల ఆటలకి సౌకర్యాలు చేశాడు.

పూజ మనసులో ఎక్కడో అట్టడుగున మారుమూల దాగివున్న అశాంతి పొగలా, వలయారూపంగా లేచి వస్తోంది. ఆమె ఆంతర్యం తలపుల మధ్యనుంచి దూసుకొచ్చిన అది నిట్టూర్పు రూపంగా బైటికొచ్చింది.

తనకి, అభిజిత్‌కి వివాహం జరిగి 18 సం।। దాటింది.

కానీ పిల్లలు కలగలేదు. కారణం తనకి తెలియదు.

ఈ ప్రసక్తి తమ యిద్దరి మధ్యా అతను ఎన్నడూ రానివ్వడు. పిల్లలు లేని వెలితి యిద్దరూ ఫీలవుతున్నారు.

ఈ దురదృష్టాన్ని అదృష్టంగా మార్చుకోవాలని ఎన్నెన్నో ప్రయత్నాలు చేశారు. కానీ వైద్య శాస్త్రం తమని కరుణించలేదు.

ఈ శూన్య ఫలితాన్ని మౌనంగా స్వీకరించటం తప్ప మరో మార్గం లేదని ఇద్దరికీ అర్థమైపోయింది. కొంతమందికి కొన్ని అదృష్టాలు దక్కవు. అదంతే! ఇద్దరికీ యీ ప్రాణప్రదమైన, అపురూపమైన ఆనందం ఎదుటివారికి అందివ్వలేకపోయామే అనే వ్యధే ఎక్కువగా వుంది. పూజ ఎంత వద్దని తోసేసినా, ఈ అశాంతి అప్పుడప్పుడూ అలజడి కెరటంగా పొంగి తన ఆత్మ తీరాన్ని తాకుతూనే వుంటుంది. ఈ ఒక్క బాధనే ప్రాణంగా వుండే ఎదుట వారితో పంచుకోకుండా ఎవరికివారే దిగమింగుతున్నారు. గత 5 సం॥ నుంచీ అభిజిత్ వ్యాపార విస్తరణని మరింత విస్తృతం చేసి తలమునకలు అయేంత పనిలో మునిగిపోతున్నాడు.

సహజంగా అతని ఏకాగ్రతకి ఫలితంగా వ్యాపారం కోటికి పడగలెత్తుతోంది. ఇంత తీరికలేని పనుల్లో అతను పూజని హాలిడేకి తీసుకువెళ్ళటం ఒక ముఖ్యమైన భాగంగా మలుచుకున్నాడు. అతను సహజంగా నవ్వుతూ, సరళమైన జీవితం యిష్టపడే మనిషి. ఖాళీగా వుండటం యిష్టం లేక సందడిలోకి తను వెళ్ళిపోతూ, భార్యని చెయిపట్టి లాక్కువెళుతున్నాడు. తనకి అదృష్టం, అనురాగం, ఆత్మీయత, సర్వసుఖాలు బంగారుపళ్ళెంలో పెట్టి అందించిన అభిజిత్‌కి అతనికి అసలైన ఆనందం ఏమిటో అర్థమై కూడా ధాన్ని యివ్వలేని అశక్తురాలు అవుతోంది. ఒక్కోసారి "ఏమిటీ శాపం?" అని వ్యధ కలుగుతుంది. 3 సం॥ నుంచి అభిజిత్ ఫ్యాక్టరీ యానివర్సరీడే నాడు 'కరుణాశ్రమం'కి వెళ్ళి అక్కడ అనాధ బాల బాలికలకి వారికి సంవత్సరానికి సరిపడే అవసరమైన తిండి, మందులు, బట్టలు, ఆటవస్తువులు, ఖర్చులకి ఏర్పాటు చేసి వస్తున్నాడు. ఆ చెక్ తన చేతనే యిప్పిస్తాడు.

ఫ్యాక్టరీ యానివర్సరీడే తమ మేరేజ్‌డే అవటం ఇదివరకు తనకి చాలా ఆనందంగా వుండేది. ఇప్పుడు బాధ మనసుని మెలిపెడ్తోంది. అభిజిత్‌కి యీ ఆనందం యివ్వటం తన ఆత్మధర్మం. కానీ అది నెరవేర్చలేని అశక్తురాలు అయిపోతోంది. తను ఎన్నోసార్లు యీ ప్రసంగం ఎత్తటానికి ప్రయత్నిస్తుంటే, అభిజిత్ వెంటనే "పూజా! మన వర్కర్స్ నూటయాభై కుటుంబాల పిల్లలంతా మనవాళ్ళు కాదా! కరుణాశ్రమంలో అంతమంది బాలబాలికలు మనకి చాలరా; నీకు యింకా కావాలా చెప్పు. మనం మనసు విశాలం చేసుకుంటే "దేవుడి చిరునవ్వులు" అయిన యీ ప్రపంచంలో చిన్నారులు అంతా మనవాళ్ళే" అంటాడు. తను అతని కళ్ళలో దాచేసుకున్న బాధని వెతుకుతుంది. కానీ అతని కళ్ళలో నిజంగానే అలాంటిదేమీ కన్పించదు. నిర్మలమైన మనసుకి, తృప్తి నిండిన జీవితానికి అవి ప్రతిబింబాలుగా వుంటాయి. "నీకు యింకా ఈ ఆలోచనలు వస్తున్నాయి అంటే తప్పు నాదే. నేను యీ వ్యాపారం కొంతయినా వదిలేసి నీతో గడపాలి." "వద్దు వద్దు" తను

అతన్ని వారించింది. అతను బిజీగా వుంటే యీ వెలితి గుర్తుకురాదని తన నమ్మకం. తను సందడిగా క్షణం తీరికలేకుండా వుంటే అతనికి శాంతి. అందుకే పూజ వర్కర్స్ కుటుంబాల దగ్గరకు వెళ్ళి వారి బాగోగులు చూస్తూ వారిచేత కోఆపరేటివ్ సొసైటీ తెరిపించింది. దాని ద్వారా యిళ్ళలో వున్న ఆడవారికి పనులు కల్పించింది. ఈ కాలనీ మహిళామండలి ప్రెసిడెంట్‌గా ఏదో ఒక కార్యక్రమం జరిపిస్తూ వాటితో క్షణం తీరికలేకుండా జీవితం మలుచుకుంది.

"అమ్మగారూ! అయ్యగారు వచ్చేశారు" తాయారు వచ్చి చెప్పింది.

పూజ ఆలోచనలు వదిలించుకుని యీ లోకంలోకి వచ్చినట్టుగా చూసింది.

అప్పటికే మెట్లమీద అభిజిత్ మాట వినిపిస్తోంది.

"పూజా!" పిలుస్తూనే వచ్చాడు.

"ఊ!!" ఎదురువచ్చింది.

"పూజా...." ఏదో చెప్పబోతున్న అతను ఆగిపోయాడు.

"వర్షంలో తడిశావా?"

"లేదు.. లేదు. ఇప్పుడే రెండు చినుకులు పడ్డాయి" అంటూ బెడ్‌రూమ్‌లోకి వెళ్తుంటే అతని చెయ్యి ఆమె భుజం మీద ఆనింది.

"త్వరగా బట్టలు మార్చుకుని క్షణంలో వచ్చేస్తాను" అంది.

అప్పటికే అతను భుజం పట్టి మెల్లగా తన వైపు తిప్పుకున్నాడు. ఆ కళ్ళలోకి అతని కళ్ళు దేనికోసమో వెతికినట్లు నిశితంగా చూసినాయి. చిరు జల్లులకి ఒకటి రెండు ముంగురులు నుదుట అతుక్కున్నాయి. ఆరోగ్యం, అందం విరబూసిన పారిజాతంలాంటి ముఖం. ఆ కళ్ళల్లో నీలినీడలు అతని నిశిత చూపుల గేలానికి ఎక్కడ చిక్కుకుంటామోనని భయపడినట్లు త్వరత్వరగా పారిపోతూ అదృశ్యం అయిపోయినాయి. పూజ పెదవుల మీద మనోహరమైన చిరునవ్వు విరిసింది.

అభిజిత్ ఏమీ అనలేదు. మౌనంగా భార్య భుజాల చుట్టూ చేయివేసి పడకగదిలోకి తీసుకొచ్చాడు. పూజ వెళ్ళబోతుంటే భుజాల మీద చేతులు ఆనించి కుర్చీలో కూర్చోపెట్టాడు. తనే వెళ్ళి టవల్ తెచ్చి ఆమె ముఖం అద్ది తుడిచాడు. తల మీద అద్దాడు.

"నన్ను త్వరగా రమ్మని చెప్పి నువ్వు ఆ విషయం మర్చిపోయావంటే...." తగ్గు స్వరంతో అన్నాడు.

"వానని చూస్తున్నాను."

"వానలో తడుస్తున్నావు. అయినా గమనించలేదు. నీకు ఏ విషయంలో పరధ్యాస వస్తుందో నాకు తెలుసు."

పూజ మౌనంగా వుండిపోయింది.

గదిలోకి పార్కులో పిల్లల నవ్వుల్ని గాలి మోసుకువచ్చి గుమ్మరించి వెళ్తోంది. పూజ అతని చూపులు తప్పించుకోవటానికి ప్రయత్నిస్తోంది.

అభిజిత భార్య గడ్డం మునివేళ్ళతో అలఓకగా ఎత్తాడు.

"పూజా! నేను నీకు చాలనా? ఇంకెవరో కావాలా?"

ఆమె వద్దన్నట్టు తల తిప్పింది.

"మనకు పిల్లలు పుట్టలేదంటే అసలు దోషం నాదేనేమో అనిపిస్తుంది. పిల్లలు పుట్టిన తర్వాత భార్యలు మారిపోతారు బాబాయ్. మన మీద ప్రేమ తగ్గిపోతుంది అని సురేంద్ర ఎప్పుడూ మొత్తుకునేవాడు. మన పెళ్ళి అయిన కొత్తల్లో నేను అదే భయపడేవాడిని. పూజా! భగవంతుడికి నా బలహీనత ఏమిటో అర్థమైపోయినట్టుంది. నీ ప్రేమని నేను ఎవ్వరికీ భాగస్వామ్యం పంచలేను. భగవంతుడు అందుకే ఈ తీర్పు యిచ్చినట్టున్నాడు."

పూజ చెయ్యి మెల్లిగా పైకి లేచింది. అతని తలమీద ఆనింది. మరుక్షణం అతని ముఖం ఆమె ముఖానికి దగ్గరగా వచ్చింది. అతని నుదుట మీద ఆమె పెదవులు ఆనాయి జవాబుగా.

ఆ స్పర్శ అతనికి తృప్తి అయిన అతని శరీరంలోంచి మనసులోకి దూసుకు వెళ్ళింది.

"థ్యాంక్యూ" అన్నాడు.

తాయరు ట్రేలో కాఫీ పాట్, కప్పులు తెచ్చి అక్కడకు వచ్చింది.

అభిజిత్ భార్యని వదిలేసి క్రాఫ్ సర్దుకుని, కోటువిప్పే నెపంతో దూరంగా వెళ్ళాడు.

తాయారు వెళ్ళిపోయింది.

అభిజిత్ టై విప్పుకుంటుంటే పూజ కాఫీ కప్పు తీసుకువచ్చింది.

అతను కాఫీ కప్పు అందుకుని, భార్య భుజం చుట్టూ చెయ్యివేసి తీసుకువచ్చి మంచంమీద కూర్చోపెట్టి, పక్కన కూర్చుని కాఫీ ఆమె పెదవులకి అందించాడు.

"నేను తెచ్చుకుంటాను" లేవబోయింది.

"ఇద్దరం యిది షేర్ చేసుకుందాం" అతని కంఠం అనునయంగా వుంది.

ఇద్దరూ కాఫీ తాగారు.

"మనం మిసెస్ మాధుర్ ఇంటికి వెళ్ళాలి" ఆమె గుర్తుచేసింది.

"నేను రెడీ" అన్నాడు.

"పది నిమిషాల్లో వచ్చేస్తాను" అంది. అతను పూజను వదిలాడు. పూజ డ్రెస్సింగ్ రూమ్‌లోకి వెళ్ళింది.

అభిజిత్ వచ్చి కిటికీ దగ్గర నిలబడ్డాడు.

పార్కులో పిల్లలు ఆడుతున్నారు. వాన తగ్గిపోయింది. ప్రకృతి వానలో తడిసి చిరునవ్వులు నవ్వుతున్న చిన్నారి పిల్లలా వుంది. పిల్లలు యిళ్ళకి పరుగులుదీస్తున్నారు. చుట్టుపక్కల ఇళ్ళ గేట్లు తెరుచుకుంటున్నాయి. 'మమ్మీ! డాడీ' తల్లిదండ్రుల కోసం పిలుస్తూ తమ ఇంటికి వచ్చిన సంకేతంగా హర్షాతిరేకంతో అరుస్తున్నారు. కొంతమంది తల్లిదండ్రులు ఎదురొచ్చి కౌగలించుకుని ముద్దాడి లోపలికి తీసుకువెళుతున్నారు.

అభిజిత్ దవడ ఎముక బిగిసింది.

అతని చూపులు తన ఇంటి గేటు మీద అరక్షణం నిలిచాయి. అవి అలా ఎప్పుడూ తెరుచుకోవు.

ఆ చిన్నారి పలకరింతలు, ఆ లేలేత స్పర్శ కోసం, ఆ పిలుపు వినగానే కళ్ళలో తళుక్‌మనే ఆనందం కోసం తమ సర్వస్వం వదులుకోవటానికి తను, పూజ సిద్ధంగా వున్నారు. కానీ ఆ అదృష్టం తమకి దక్కే అవకాశం లేదు. ఫ్యాంటు జేబుల్లో చేతులుంచుకుని అతను నిట్టూర్పు అణచుకున్నాడు.

ఇంతలో టేబుల్ మీద ఫోన్ మోగింది.

అతను భుజం మీద నుంచి తిరిగి చూశాడు. ఆలోచనలు వదిలించుకుని గదిలోకి తిరిగొచ్చాడు. ఫోను తీయగానే అవతల గొంతు విని "యస్ మిసెస్ మాధుర్! మేం మర్చిపోలేదు. పూజ రెడీ అవుతోంది. మీ యింటికే బయలుదేరుతున్నాం" అని పెట్టేశాడు.

ఫోన్ పెట్టేయగానే పక్కన వున్న ఫైలు కన్పించింది. దాన్ని అతను ఇష్టంగా తీసి చూశాడు. లోపల ఒక డ్రాయింగ్ వున్న పేజీ వుంది. అది ఆడవాళ్ళు వంట చేసేటప్పుడు కట్టుకునే ఆప్రెన్. దానికి 4 జేబులు వున్నాయి. ఒకదానికి యారోమార్క్స్ యిచ్చి దారం, సూది మొదలైనవి రెండో జేబు దగ్గర చిన్న పిల్లల పిన్నీసులు మొదలైనవి, మూడోదాని దగ్గర మగవారి బటన్స్, నాల్గవ దాని దగ్గర యింటి తాళంచెవులు అని వేసివున్నాయి. అభిజిత్ యింకా దాన్నే కుతూహలంగా, శ్రద్ధగా చూస్తున్నాడు. సిద్ధార్థ ఇంటర్వ్యూకి

రాగానే తన ఫ్యాక్టరీలో తయారయిన సరికొత్త జూట్ మెటీరియల్ చూపించి యిది కామన్ ఫ్యామిలీలోకి వెళ్ళాలి అని నా వుద్దేశ్యము. ఏ రకంగా అయితే సులువుగా, చీప్‌గా కుటుంబాలలోకి పంపగలవో డిజైన్ వేయి. ఓన్లీ టు మినిట్స్ టైమ్ అన్నాడు. అతను కుర్చీలో కూర్చుని పేపరు, పెన్ సరిగ్గా పెట్టుకోవటానికే ఒక్క నిమిషం పట్టింది. మరో అరనిమిషంలో డ్రాయింగ్ పూర్తి చేసి తన ముందుకు నెట్టాడు. తను చూస్తున్నకొద్దీ ఆశ్చర్యం వేసింది. వంటయింట్లో ఆడవారికి వంట చేసేటప్పుడు వేసుకునే ఆప్రాన్ చాలా తక్కువ ధరలో యివ్వచ్చు.

"ఇది ఎందుకు వేశావు?" తలెత్తుతూ అడిగాడు.

"మధ్యతరగతి కుటుంబాల్లో యిది చాలా అవసరం సార్! చాలామంది ఆడవారు యిలాంటి సదుపాయం చేసుకోవాలని తెలియక అగ్నిప్రమాదాలకి గురవుతున్నారు. మీ ప్రాడక్టు వంటింట్లోంచి ప్రారంభమై ఆడవారిని ఆకట్టుకుంటే మిగతా యింటి అలంకరణ కోసం డిమాండ్ అదే వస్తుంది" అతని మాటలు సూటిగా వున్నాయి. చెప్పగానే మళ్ళా సీరియస్‌గా మౌనంగా వుండిపోయాడు.

అభిజిత్ గడ్డం క్రింద బొటనవేలుంచుకుని దాన్ని తదేకంగా చూశాడు.

"ఏదైనా రైటప్ వ్రాయి" అతని ముందుకు జరిపాడు.

సిద్దార్థ అరసెకను దాన్ని తదేకంగా చూశాడు. తర్వాత పెన్ తీసుకుని స్ట్రోక్ యిచ్చినట్టే వ్రాశాడు.

మీ ఆదాయం మీద పొదుపు!

అదే మాకు సదా గమనింపు!!

మీ శ్రేయస్సే మా వ్యాపార ధనస్సు!

మీ సుఖ సంతోషాలు మా విజయ రథచక్రాలు!

అభిజిత్ వైపు వ్రాసిన కాగితాలు తోసి మళ్ళా నిటారుగా సీరియస్‌గా కూర్చున్నాడు.

అభిజిత్‌కి సంతృప్తిగా అన్పించింది. ఫైల్ మూసి అతనికిచ్చి తమ ఇంటికి వెళ్ళి మేడమ్‌గార్కి యివ్వమని ఆదేశించాడు.

సిద్ధార్థ వేసినదాంట్లో స్త్రీల ఉపయోగం, రక్షణకి ప్రాధాన్యత వుంది. ఇంత చిన్న వయసులో అంత ఆలోచన, శ్రద్ధ, వారి అవసరం, వెంటనే స్ఫురించిన జాగ్రత్తకి అభిజిత్ ముగ్ధుడయ్యాడు. నిజానికి స్త్రీలని మెప్పిస్తే గృహాలకి సంబంధించిన ఏ ప్రాడక్ట్ అయినా

త్వరగా విజయం సాధిస్తుందనేది తన నమ్మకం కూడా. ఈ విషయంలో తనకీ, సిద్ధార్థకీ ఏకాభిప్రాయం మొదటిక్షణంలోనే కుదిరింది. అతని టాలెంట్ విషయంలో ఎలాంటి సందేహము లేదు. కానీ ఆ టాలెంట్ ఎక్స్‌ప్రెషన్ మొదట్లోనే పువ్వు గురించి పరిమళం తెలుసుకున్నట్టుగా ఒక మానవత వుంది. తెలివితేటలుంటే వ్యాపారము ఎంతయినా విస్తరించవచ్చు. కానీ దాని పునాది మానవత మీద వుండి తీరాలి.

అభిజిత్ ఆ డ్రాయింగ్ చూసినకొద్దీ మగ్ధుడవుతున్నాడు.

"నేను రెడీ" పూజ వచ్చింది.

"పూజా! ఇది చూశావా?" అతను ఫైలు చూపిస్తూ వుత్సాహంగా అన్నాడు.

పూజ ఫైలు ఠక్కున మూసేసింది. "ముందు మనం వెళ్ళాలి" అంటూ గుర్తుచేసింది.

ఇంతలో మళ్ళీ ఫోను మోగింది. అభిజిత్ తీశాడు. "వాట్?" అతని ముఖం ఆందోళనగా అయింది. "ఎప్పుడు? ఎక్కడ? నేనిప్పుడే వస్తున్నాను" అంటూ పెట్టేశాడు.

"ఏమైంది?" అంది పూజ.

"ప్రభాకర్‌కి యాక్సిడెంటయ్యిందట. బ్లడ్ ఎక్కించాలట. అతనిదీ నాదీ ఒకే గ్రూప్. పద వెళదాం."

"అభిజిత్! ప్లీజ్! నువ్వు లయన్స్ క్లబ్‌వాళ్ళకి బ్లడ్ డొనేట్ చేసి 20 రోజులు కూడా కాలేదు" పూజ అతన్ని వారిస్తున్నట్లు అంది.

"ఏం ఫర్వాలేదు రా!" అతను గబగబా ఆమె చెయ్యి పట్టుకుని తనతో లాక్కెళుతున్నట్టే గుమ్మం దాటాడు.

* * *

దారిద్ర్యరేఖకి దిగువుగా వున్న కుటుంబాలు నివసించే వీధి అది. అక్కడ ఇళ్ళన్నీ యిరుకుగా సందులు, గొందుల మధ్య ఈ మహానగరములో ఈ మాత్రం జానెడు జాగా దొరకటమే మహా అదృష్టం అన్నట్టు వున్నాయి. చిత్రంగా మెయిన్ సిటీలో మధ్యతరగతివారు నివసించే వీధుల్లో పేరుకుపోయి కుళ్ళి కంపుకొడ్తున్న చెత్తా చెదారం అక్కడ మచ్చుకి కూడ లేవు. ఎవరింటిముందు వారు జాగా శుభ్రంగా వూడ్చి వుంచుకోవటంతో ఆ బస్తీ అంతా నీటుగా అద్దంలా వుంది. ఇరుకుగా వున్న ఆ సందులో పిల్లలు వాననీటిలో ఆడుతున్నారు. అక్కడ పిల్లలతోపాటు కుక్కలు, మేకలు, ఆవులు సహజీవనం సాగిస్తున్నట్టు రోడ్డుమీద తిరుగుతున్నాయి. వీధులో నాలుగో యింట్లో వున్న ఒకే ఒక గదిలో 60 సం॥

పైబడినట్టున్న ఒక ముసలామె బక్కెట్‌లో వున్న తడి బట్టలు తీసి ఇంట్లోనే పైకి కట్టిన వాసం మీదకి ఆరవేయటానికి ఎగిరెగిరి ప్రయత్నం చేయటంతో కాలుపట్టుతప్పి వెనక్కి వెల్లకిలా దభీమని పడింది. పడ్తుండగానే "అమ్మో సిద్ధూ చచ్చిపోయాన్రా!" అంటూ ఆర్తనాదం ఆవిడ గొంతులోంచి పెద్దగా వచ్చింది. గదికి పెరటి వైపు వున్న చిన్న వరండాలో కాలి వేలుకి తగిలిన దెబ్బని తడి బట్టతో శుభ్రంగా తుడిచి పట్టీ వేస్తున్న సిద్ధార్థ ఆ పనిని వదిలేసి ఖంగారుగా గదిలోకి వచ్చాడు. అక్కడ వెల్లకిలా పడిన ఆమెని చూసి ఒక్కంగలో పరుగెత్తుకొచ్చి ఆమెని భుజం చుట్టూ చేయివేసి లేవదీశాడు.

భయంతో ఆవిడకి ఆయాసం వచ్చింది.

సిద్ధార్థ వెళ్ళి గ్లాసుతో నీళ్ళు తెచ్చి ఆవిడ చేత తాగించాడు.

"నా ప్రాణం ఎక్కడ పోతుందోనని నా భయం. నేను చచ్చిపోతే నిన్ను చూసే దిక్కు లేదు కదరా! నువ్వు త్వరగా పెళ్ళి చేసుకుంటే...."

అతని కళ్ళలో ఆవిడ పురాణానికి విసుగు.

అతని కాలి కట్టు చూసింది.

"కాలి వేలికి ఏమైందిరా?" ఆరా తీసింది.

అతను జవాబు చెప్పలేదు.

అల్మారా దగ్గరకి వెళ్ళి అక్కడ పాత చీర కట్టిన బుట్టని తీశాడు. అది బోర్లించాడు. అందులోనుంచి పాత జల్లెడ, సగం కాలిన కొవ్వొత్తులు, పాత చెప్పులు, చిల్లుపడిన రెండు ఇత్తడి గిన్నెలు, మేజోళ్ళు, ఇంకా కొంత పనికిరాని సామాను నేలమీద దొర్లాయి. అతను వాటిలోంచి వెతికి ఒక హవాయి చెప్పు తీసి వూడిన దాని స్ట్రాప్‌కి పిన్ పెడుతున్నాడు. గదిలో మూల అతను వదిలిన స్లిప్పర్స్ రంగు తెలుపయితే యిది ఎర్రగా వుంది. అతను రెండింటినీ కాళ్ళకి వేసుకుని చూశాడు.

"ఏమిట్రా చెప్పు పోయిందా?" ముసలమ్మ అడిగింది.

అతను జవాబు చెప్పలేదు.

"నేనిలా అరిచి చస్తుంటాను. ఒక్కదానికీ జవాబు చెప్పవు."

అతను ఆవిడ కేకలు పట్టించుకోలేదు. వెళ్లి బుట్టలోకి సామానెత్తి దాన్ని పదిలంగా మూలకి పెట్టి పాత చీర కప్పాడు.

"అంకుల్!" ఇంతలో గుమ్మంలోంచి పిలుపు విన్పించింది.

అతను తిరిగి చూశాడు. అక్కడ సాలుగైదేళ్ళ కుర్రాడు నిలబడి వున్నాడు. వాడి ఒంటికి బొడ్డు క్రిందకి జారుతున్న లాగూ తప్ప చొక్కా లేదు. చంకలో పలక, పుస్తకం వున్నాయి.

వాడు సిద్ధార్థ తిరిగి చూడగానే నవ్వాడు.

వాడిని చూస్తున్న అతని ముఖంలోకి చిరునవ్వు వచ్చింది. ఆ చిరునవ్వుతో అతని ముఖంలో అపురూపమైన కాంతి వచ్చి అతని ముఖంలో అసలు అందాలు ప్రజ్వరిల్లినట్లుంది.

లోపలికి రమ్మనట్టు కళ్ళతోనే ఆదేశించాడు.

"నువ్వింకా అన్నం తినలేదు. అప్పుడే వీడు తయారయ్యాడు. ఒరేయ్ ధర్మీ! సిద్ధూ అన్నం తినలేదు. నువ్వు యింటికిపో" అని ముసలమ్మ కసిరింది.

ధర్మీ కళ్ళలోకి నిరాశ వెల్లువలా వచ్చేసింది. సిద్ధూ వైపు చూశాడు. అతను అప్పటికే ముసలమ్మ వైపు కోపంగా చూశాడు. లేచి వెళ్ళి తన తువాలు తెచ్చి ధర్మీ భుజాల చుట్టూ కప్పి తన గది లోపలికి తీసుకొచ్చాడు.

ఇద్దరూ చాపమీద కూర్చున్నారు.

సిద్ధార్థ పుస్తకం తీశాడు.

"సిద్ధూ! అన్నం తిని వెళ్ళరా" ముసలమ్మ అరిచింది.

"నానమ్మా! ఇప్పుడు ఆకలి లేదు. తర్వాత తింటాను" అతను జవాబు చెప్పాడు. ఆ మాటలు తుంచినట్టే వున్నాయి.

"ఏం తింటావు? అలా వదిలేస్తే వారానికి 5 రోజులు పస్తే. అన్నం తిని వెళ్ళవచ్చుగా! ఆ వెధవకి పడుకోవటానికి ఇంట్లో చోటులేదు. అందుకని పుస్తకం చంకనేసుకుని మనింటికి తయారవుతాడు. అది వాళ్ళమ్మ జాణతనం, మనదేమన్నా రాజభవంతా? ఇంటామె వీడిని చూసి అద్దె పెంచమంది. ఎందుకు అనదూ! ఇద్దరం అని చెప్పాం. ముగ్గురం అయితే వూరుకుంటుందా? తింటానికే లేక ఛస్తున్నాం అద్దె పెంచగలిగితే యివ్వగలమా? ఈ ధర్మీగాడు ఒకడు దాపురించాడు నీకు. నువ్వు వాడి మీద ఈగ వాలనివ్వవు."

సిద్ధార్థ లేచి వెళ్ళి గది తలుపులు మూసేసి వచ్చాడు.

ధర్మీ అప్పటివరకూ ఆవిడ కేకలకి భయంగా పెద్దవైన కళ్ళతో చూస్తున్నాడు. సిద్ధార్థ వెళ్ళిపోమంటాడేమోననే సంశయం వాడి ముఖంలో స్పష్టంగా కనిపిస్తోంది.

సిద్ధార్థ మళ్ళా చిరునవ్వు నవ్వాడు. దయ, ప్రేమ వున్న నిండైన నవ్వు అది.

ఆ నవ్వు చూడగానే ధర్మీ రిలాక్స్ అయినట్టుగా కళ్ళని పుస్తకంలోకి తిప్పాడు.

సిద్ధార్థ పాఠం చెబుతున్నాడు. అతని మాటలు లలితంగా వున్నాయి.

చిన్నారి ధర్మీకి ఏ విధంగా అయితే అర్థం అవుతుందో అంత సులభమైన భాషలో చెబుతున్నాడు.

ఇంతలో తలుపు దడదడ బాదుతూ- "సిద్ధూ! నువ్వు అన్నం తిని వెళ్తావా? వెళ్ళవా? నీ కోసం నేను కూర్చున్నానురా! పొద్దున పచ్చి మంచినీళ్లు తాగకుండా ఇంట్లోంచి వెళ్ళి సాయంత్రం వచ్చావు. రాత్రి 7 గంటలు అయింది. వీడిని ముందేసుకుని కూర్చున్నావు. నాకంటే ఆ వెధవగాడు నీకు ఎక్కువ అన్నమాట" ఆవిడ అరుస్తూ సాధించేస్తోంది.

సిద్ధార్థ నిస్సహాయంగా చూశాడు.

పుస్తకంలో పాఠం చూపించి "ధర్మీ.... ! నువ్వు యిది వ్రాస్తుండు. నేనిప్పుడే అన్నం తిని వచ్చేస్తా. నానమ్మ వూరుకోదు" అని చెప్పాడు.

ధర్మీ తల వూపాడు.

సిద్ధార్థ లేచి ధడాలున తలుపు తీశాడు.

ఆవిడ ఇంకా ఏదో అంటూనే వుంది. అతను అది కాస్త కూడా పట్టించుకోలేదు. సరాసరి వంటసామాను పెట్టిన చోటుకి వెళ్ళి పీట వాల్చుకుని కూర్చున్నాడు.

ఆవిడ వచ్చి సిద్ధూ కంచంలో వడ్డించి, తను వడ్డించుకుంటూ-

"ఉన్నది ఒకటే మంచి తువాలు నీకు. అది ఆ వెధవకి కప్పావేమిటి?" అంటూ నిలదీసింది.

ఆ అడగటంలో అసహనం, చిరు ఆగ్రహం ప్రతిధ్వనిస్తున్నాయి.

"కూటికి గతిలేని వెధవకి రాజభోగం మనింట్లో...." కోపంగా అంది.

"కూటికి లేనివాళ్ళంతా వెధవలు అయితే, మనం కూడా వాళ్ళలో ఒక్కళ్ళమేగా?" అన్నాడు.

"నువ్వు ఎప్పుడూ ఇలాగే నా నోరు మూయిస్తావు" అన్నం పెడ్తూ అంది.

సిద్ధార్థ చేయి చాచి అన్నం వద్దని వారిస్తుంటే, అతను భుజాల చుట్టూ కప్పుకున్న చిరిగిన తువ్వాలు జారిపోయింది. అతని ఒంటికి షర్ట్ లేదు.

అది చూడగానే ఆవిడ కళ్ళలో బాధ సుళ్ళు తిరిగింది. ఉన్నది ఒక్కటే షర్టు. అది ఇంటికి రాగానే విప్పి తువ్వాలు కప్పుకుంటాడు. బైట నుంచి వానగాలి చల్లగా వస్తోంది.

ఈ దరిద్రం పోయేది ఎప్పుడో? ఆవిడ అలా కూర్చుండిపోయింది. సంవత్సరాలు గడుస్తున్నా బాధలు అనే జలగలు తమని వదలటంలేదు.

సిద్ధార్థ చెయ్యి కడుక్కున్నాడు.

"తినడం అప్పుడే అయిపోయిందా?" ఆశ్చర్యంగా బుగ్గన చేయి పెట్టుకుంది.

"సిద్ధూ" బైట నుంచి పిలుపు విన్పించింది.

సిద్ధార్థ తువ్వాలు పూర్తిగా కప్పుకున్నాడు.

బట్టతలతో, చామనఛాయగా ఉన్న 50 సం॥ ఆయన లోపలికి వచ్చాడు.

ఆయనను చూడగానే సిద్ధార్థ స్టూలు తెచ్చి వేశాడు.

"ఇంటర్వ్యూకి వెళ్ళి వచ్చావా?" అడిగాడు.

సిద్ధార్థ ముఖంలో సీరియస్‌నెస్ వచ్చింది. తల వూపాడు.

"ఏమన్నారు?"

"నాకేం చెప్పలేదు. ఒక రైటప్ అడిగారు. వ్రాసి యిచ్చాను"

"మా బావమరిదితో ఈ ఉద్యోగం నీకు యిప్పించమని గట్టిగా అభిజిత్‌గార్కి చెప్పిస్తాన్లే."

అతను తలెత్తాడు. ఆ కళ్ళలో చిరాకు, చిరుకోపం స్పష్టంగా కనిపిస్తున్నాయి. "వద్దు" అన్నాడు.

"వద్దా.... ? ఈ రోజుల్లో రికమండేషన్స్ లేకుండా ఉద్యోగాలు వస్తాయా?"

"బాగా చెప్పావయ్యా బసవయ్యా!" ముసలమ్మ అందుకుంది.

"అయినా నువ్వు వాడిని ఎందుకు అడుగుతావు.... ? నువ్వు చేసే సాయం చేయమని చెప్పానుగా...."

సిద్ధూ నాన్నమ్మ వైపు అసహనంగా చూశాడు.

బసవయ్యకి ఆ చూపుల వేడి అర్థమయింది.

"సరే! సరే! వస్తే వస్తుంది, లేకపోతే లేదు. ఏం లేదు సిద్ధూ.... వీళ్ళయితే మంచివాళ్ళు, తెలిసినవాళ్ళు. ఆయనగారి భార్య పూజమ్మగారు కూడా చాలా గొప్ప వ్యక్తి. అంత డబ్బున్నా కాస్తంత కూడా గర్వం లేదు. వర్కర్స్ కుటుంబాల కోసం ఎంతో సాయం చేస్తుంది.... ఆమె నాకు కూడా తెలుసు."

సిద్ధార్థ మాట్లాడకుండా చెక్కిన శిల్పంలా నిలబడ్డాడు.

"ఏదో.... నీ దయవల్ల మాకు సాయం జరిగితే నీ పేరు చెప్పుకుని కడుపునిండా వాడూ, నేనూ అన్నం తింటాం. నువ్వే దేవుడివి అనుకుని రోజూ దణ్ణం పెడతాను బసవయ్యా" అంది ముసలమ్మ.

"అయ్యయ్యో! అంత మాటనకండమ్మా...." సిద్ధార్థకి ఆ మాటలు రవంత కూడా నచ్చలేదని తెలిసి వారించాడు.

"జయ కన్పించడంలేదేమిటి?" ఆవిడ ఆరా తీసింది.

"మా అమ్మ దగ్గరికి వెళ్ళింది. పంపమని ఆవిడ ఒకటే గొడవ"

"అలాగా"

సిద్ధార్థ అక్కడ నుంచి వెళ్ళిపోయాడు.

అతను పూర్తిగా గదిలోకి వెళ్ళిపోయేవరకూ తల తిప్పి అటే చూసింది. తర్వాత వెంటనే తల యిటుతిప్పి, కంఠం తగ్గించి "మీరు వాడి మాటలు అస్సలు పట్టించుకోవద్దు. చెప్పానుగా! వాడు మీ జయకి కాబోయే భర్త! వాడి భవిష్యత్తు మీ చేతిలో పెట్టేశాను. ఇక మీ యిష్టం. ఏం ఉద్యోగము వేయిస్తారో! అంతా మీ అమ్మాయికే సుఖం" అంది.

"అలాగే పెద్దమ్మగారూ! అందుకేగా ఈ తాపత్రయం. ఈ కంపెనీ చాలా మంచిది. అక్కడ వుద్యోగం అంటేనే గౌరవం మాకు. నా తిప్పలేదో నేను పడ్తానులెండి. అవసరం అయితే మా వాడికి వెయ్యో, రెండువేలో లంచం యిస్తాను. ఈ రోజుల్లో డబ్బుకి దొరకనిది లేదు."

"అవునవును. మీ కడుపు చల్లగా... ఆ పని చేయండి."

"వెళ్తాను పెద్దమ్మగారూ! అవునూ...." ఆయన ఆగాడు. "ఎందుకండి ఆ ధర్మిగాడిని మీ ఇంటికి రానిస్తారు? వాళ్ళమ్మ మంచిది కాదు అని చెప్పానుగా?"

"నేనూ మొత్తుకుంటున్నాను. మాన్పించేస్తానులెండి....." ఆ మాట వాగ్దానం యిస్తున్నట్లుగా వుంది. ఆవిడకు ఆ క్షణంలో ఆ ధర్మీగాడిని రెక్కపుచ్చుకుని యీడ్చుకువెళ్ళి బైటకి గిరాటేయాలని వుంది. ఈయనకి, వాడి తల్లికీ పడదు. ఈయన సమర్థుడు. ఉద్యోగం యిప్పిస్తానంటున్నాడు. సిద్ధూకేమో ఆ ధర్మీగాడి మీద ప్రేమ. ఆవిడ ప్రాణం అతలాకుతలం అవుతోంది.

సిద్ధార్థ గదిలోకి వచ్చేసరికి ధర్మీ ముడుచుకుని చాప మీద పడుకుని నిద్రపోతున్నాడు. అతనికి పిల్లికూనలా వున్న వాడిని చూస్తే జాలేసింది. దుప్పటి తెచ్చి వాడికి కప్పాడు.

వెళ్ళి తన పరుపు మీద కూర్చున్నాడు. అల్మరాలో వున్న పుస్తకం తీసి తెచ్చుకుని చదువుకోసాగాడు. అది చదువుతున్నకొద్దీ అతని ముఖం విప్పారింది. కళ్ళు ఆనంద సరస్సులుగా మారుతున్నాయి. చదివిన పేజీనే తిప్పి తిప్పి మళ్ళీ మళ్ళీ చదువుతున్నాడు.

చాలాసేపు అయిన తర్వాత నాన్నమ్మ ఆ గదిలోకి వచ్చింది.

గదిలో చాపమీద దుప్పటి చక్కగా కప్పుకుని ధర్మీ నిద్రపోతున్నాడు. కాస్త అవతలగా పరుపు మీద దుప్పటి లేకుండా సిద్ధార్థ నిద్రపోతున్నాడు. ఆవిడకి ఒళ్ళు మండిపోయింది. పెదవుల మధ్య నుండి శబ్దం రాకుండా ధర్మీని తిట్టి, శాపనార్థాలు పెట్టింది. దుప్పటి విసురుగా లాగి, తీసుకువెళ్ళి మనవడికి కప్పింది. నిద్రపోతున్న సిద్ధార్థ ముఖం ప్రేమగా చూస్తూ "నిన్ను జయకిచ్చి చేస్తే ఇక నా ప్రాణం పోయినా ఫర్వాలేదురా" చేతులు చెంపలకి ఆనించి మెటికలు విరుస్తూ అనుకుంది.

2

రాళ్లూ, రప్పలని, ఒరుసుకుంటూ సుళ్ళు తిరుగుతూ వెళుతోంది నీటి ప్రవాహం. ఆ ప్రవాహం మధ్య ఎక్కడో నల్లటి బండరాయి మీద కూర్చుని ఒడిలో పుస్తకం వుంచుకుని ఒక కుర్రాడు చదువుకుంటున్నాడు. అతను ఈ చుట్టుప్రక్కల ప్రపంచం గురించి ధ్యాసే లేనట్టు పఠనంలో లీనమై చిత్తరువులా వున్నాడు. నీటిపైన వ్రేళ్ళాడుతున్న త్రాళ్ళ బ్రిడ్జిమీద అభిజిత్‌తో నిలబడి వుంది పూజ.

"పూజా! అతనే సిద్ధార్థ. చూడు.... సరిగ్గా చూడు" అభిజిత్ చూపిస్తున్నాడు.

పూజ తొంగి చూస్తోంది. సిద్ధార్థ ముఖం ప్రక్క నుంచి చెంప, ముక్కు రేఖా మాత్రంగానే కనిపిస్తున్నాయి.

"సరిగ్గా చూడు" అభిజిత్ తొందరచేస్తున్నాడు.

పూజ చూస్తోంది. ఎంత ప్రయత్నించినా అతని పూర్తి ముఖం చూడలేకపోతోంది. ఇంతలో హఠాత్తుగా త్రాళ్ళ బ్రిడ్జి వూగిసలాడింది. పూజ కాళ్ళ క్రింద త్రాళ్ళు తెగిపోయాయి. పూజ నీళ్ళ ప్రవాహం వైపు వెళ్ళిపోతోంది.

"పూజా..... !!" అభిజిత్ ఆక్రందనలా అరుస్తున్నాడు.

పూజ అతని వైపు చేయి చాస్తూ దూరం అవుతుంది. శరీరం, మనసు భయంతో వుండ చుట్టుకుపోతున్నాయి. అంత ప్రమాదంలోనూ, అంత భయంలోనూ సిద్ధార్థ వైపుగా

వెళుతోంది. ఆమె శరీరం నీళ్ళ ప్రవాహానికి దగ్గరగా వస్తోంది. ఆమె పెదవుల మధ్య నుంచి ఆర్తనాదంలా వచ్చింది కేక.

"పూజా! పూజా!" ఎవరో తట్టి పిలుస్తున్నారు.

అప్పటికే లేచి కూర్చున్న పూజ ముఖాన చిరు చెమటలు వున్నాయి. కళ్ళు భయంతో పెద్దవి అయి చూస్తున్నాయి.

"పూజా!" అభిజిత్ పిలుస్తున్నాడు. అతని కంఠం నిద్రాభారంతో మత్తుగా వుంది. పూజ కళ్ళ ముందు క్రమంగా నీటి ప్రవాహానికి బదులు తమ అందమైన గులాబీరంగు బెడ్‌రూం కనిపించింది.

"ఏమైంది?" అడిగాడు.

"ఏదో చెడ్డకల" మోకాలిమీద తలదించుకుంటూ అంది.

అతను లేచి కూర్చుని భుజాల మీద చేతులు ఆనించి దగ్గరకు తీసుకున్నాడు.

"బాగా అరిచానా?" సిగ్గుగా, అస్పష్టంగా అంది.

"ఉహు. నాకు మెలకువ వస్తుంటే నువ్వు ఏదో కేకపెడ్తూ లేస్తున్నావు."

అతని కళ్ళు నిద్రతో బరువుగా వున్నాయి.

"రా! పడుకో" వెనక్కు వాల్చి పడుకోబెట్టాడు.

పూజ తల దిండు మీదకి ఆనింది.

"చాలా చెడ్డకల వచ్చింది. చాలా భయంవేసింది" అంది.

"ఏమిటది?" నిద్రమత్తులో అడిగాడు.

పూజ క్లుప్తంగా చెప్పింది.

అభిజిత్ వెంటనే ఆమె భుజాల క్రింద నుంచి చేయి పోనిచ్చి అలవోకగా లేవనెత్తి తలని గుండెల మీద ఆనించుకున్నాడు.

"అభీ! అసలు మనిషికి కలలు ఎందుకు వస్తాయి?" అడిగింది.

"జాగ్రదావస్థలో తర్కంతో అణచివేసిన మన ఆలోచనలు మనం నిద్రలో అప్రమత్తతగా వున్నప్పుడు తిరగబడ్తాయేమో? నాకూ సరిగ్గా తెలియదు. మన సైకియాట్రిస్ట్ పతంజలిని రేపు అడుగుతాన్లే" అతని నిద్రమత్తు ఎగిరిపోయింది. అతని చెయ్యి ఆమె చెవికి వున్న రవ్వల దుద్దుని సరిచేస్తోంది. ఆమె నుదుటికి జారిన జుట్టుని పైకి తోశాడు.

ముక్కుకున్న ఒంటిరాయి వజ్రం తళుకులీనిరది.

"ఇది ఎందుకు తీసేయవు?" అడిగాడు. ఇది ఒక్కటే ఆమెకి పెళ్ళి ముందు వున్న నగ. ఇంతకంటే ఖరీదుది తెచ్చి పుట్టినరోజు బహుమతిగా యిచ్చినా పూజ పెట్టుకోలేదు.

"ఉహు."

"ఎందుకని?"

"నువ్వు నన్ను పెళ్ళి చేసుకుని తప్పు చేశావని నీకు యిది సంకేతం."

"ఊ!" అతని నిద్రమత్తు వదులుతున్న కంఠంతో కోపం గుర్రుమంది.

"ఆ మాట అనవద్దని ఎన్నిసార్లు చెప్పాను" చెవి మెలిపెట్టాడు. అది చక్కలిగింతలా ఆమెలో పులకింత కలగజేసింది.

"అప్పుడప్పుడూ నీకు కోపం తెప్పించటం నాకిష్టం" నవ్వుతూ అంది.

"సారీ" మనస్ఫూర్తిగా అన్నాడు. అతనికి బాగా మెలకువ వచ్చేసింది.

"ఎందుకట?"

"నేను కోపాన్ని జయించానని అనుకుంటాను. అప్పుడప్పుడు నీదగ్గర ఓడిపోతుంటాను."

పూజ నవ్వింది. ఆ నవ్వు మతాబులా అతనిలో మన్మధతాపానికి తగిలింది.

"పూజా! పూజా!" ఆమె మెడ వంపులో ముఖం ఆనించుకున్నాడు.

"నేను చాలా ఆనందంగా వున్నాను. ఏ లోటూ లేదు."

"ఆనందంగా వున్నాను అను! కానీ లోటు లేదు అనకు."

"అంటే?"

"నాకు పిల్లలు లేరు. అది లోటే! నీకు పిల్లలంటే చాలా యిష్టం. కాదని నన్ను మోసం చేయగలవా?"

అతను హతాశుడైనట్టు చూశాడు. అతని కళ్ళు ఆమె కళ్ళలోకే చూస్తున్నాయి.

"అభీ! నా మట విను! నువ్వు యింకో పెళ్ళి చేసుకో" ఆమె కంఠం సీరియస్‌గా వుంద.

అతను ఆమెను పక్క దిండు మీదకి వాల్చేశాడు. ఒక్క నిమిషం పై కప్పుకేసి చూస్తూ " ఆ పని నువ్వే ఎందుకు చేయకూడదూ?" అతని కంఠంలో చిదిమేస్తున్న ఆగ్రహం వుంది.

"నేనా!?" ఆమె నోట్లో మాట పూర్తి కాలేదు. అతను లేచి అమాంతము ఆమె మీదకి ఒదిగి పూర్తిగా ఆక్రమించుకున్నాడు. "నో!నో! ఇంకెవరి నీడ కూడా నీ మీద పడనివ్వను! నీ మీదే కాదు, నా మీద కూడా. మనిద్దరం వేరు వేరు కాదు. ఒకటే! ఆనందం పంచుకున్నట్టే వెలితిని కూడా పంచుకోవాలి మనం. ఆనందం అయినా యిద్దరికీ దక్కాలి. ఒకరు మరొకరికి దానం యిచ్చేది కాదు. అతని ముఖంలో ఆవేశం అడ్డుకట్ట తెంచుకుంది. మనసులో అనురాగం వరదపొంగులా సుళ్ళు తిరుగుతూ వచ్చేసింది.

మరుక్షణం వెన్నెలలా వున్న ఆ తెల్లటి పక్క రతీ మన్మధుల రమ్య సామ్రాజ్యంలా మారింది.

"పూజా! పూజా! డోంట్ లీవ్‌మి!" చాలాసేపు అయిన తర్వాత చిరు ఆయాసంతో అన్నాడతను. అతని ముఖం ఆమె మెడ వంపులో ఒదిగి వుంది. అతని మెడ మీద అలుముకున్న చెమట బిందువులని పూజ చేత్తో తుడుస్తోంది.

"ఎందుకు అభీ? ఎప్పుడూ అలా అంటావు?"

"నాకు తెలియదు. నాకు తెలియకుండా వచ్చేస్తుంది. నువ్వు.... నువ్వు.... నన్ను వుద్ధరించటానికి నన్ను వదిలి వెళ్ళిపోతావేమోనని భయం" అన్నాడు.

అతని వీపు మీద ఆమె కోమలమైన చేయి స్పర్శ పూల చెండులా పాకింది.

"మనిద్దరం వేరు వేరు కాదు కదా! ఒకటే మనసు! రెండు శరీరాలు! అని నువ్వే చెప్పావుగా! నువ్వు లేకుండా నేను లేను."

"థ్యాంక్‌యూ!" అతని ముఖం ఆమె మెడ ఒంపులో నుంచి కదిలి గుండెల్లో ఒదిగిపోయింది. ఆమెతో ఆ సన్నిహితత్వం, ఆ స్పర్శ, ఆ సహజ కౌగిలి వీటితో సేదదీరిన అతని మనసు, శరీరం ఒక యోగాగా దివ్యానుభవంగా మారుతూంది. అతన్ని మానసికంగా మరింత ధృడచిత్తుడిని, శారీరకంగా మరింత బలిష్టుడిని చేస్తుంది.

మరో అయిదు నిమిషాల్లో అతను సుఖనిద్రలోకి ఒరిగిపోయాడు.

పూజ అతనికి మెలకువ రానీయకుండా తల మీద సుతారంగా నిమురుతోంది.

అతని భయం ఆమెకి బాగానే అర్థమైంది! అతనితో సహచర్యం క్షణం క్షణం దివ్యక్షణమే! ఇంత ఆనందం అతని నుంచి అందిపుచ్చుకుంటున్న తను అతనికి కావాల్సిన ఆనందం అందివ్వలేకపోయినందుకు వెలుగు వెంట నీడలా తరుముకొస్తున్న బాధ యీ మధ్య మరీ ఎక్కువ అవుతోంది.

సాయంత్రం హాస్పిటల్‌కి ప్రభాకర్‌కి రక్తం ఇవ్వటానికి వెళ్ళారు. అప్పటికే అతని బావమరిది వచ్చి యిచ్చాడు. ప్రభాకర్ భార్యకి 5వ నెల. అందరూ ప్రభాకర్‌కి కాస్తలో ప్రాణగండం తప్పడం, ఆ పుట్టబోతున్న శిశువు అదృష్టమే అని అభినందించారు. ఒక నిమిషం గాయపడిన ప్రభాకర్ గురించి కాకుండా, వచ్చిన నలుగురి స్నేహితుల భార్యలు ఆమెకు పుట్టబోయే పాప గురించే మాట్లాడారు.

పూజ వారి ఆనందం, నవ్వులు పంచుకుంటోంది. దూరంగా నిలబడి స్నేహితులతో మాట్లాడుతున్న భర్తనే చూస్తోంది. అభిజిత్ కళ్ళలో తను ఎప్పటికీ చూడలేని ఆనందం గుర్తుకు వస్తే మనసు విహ్వలం అవుతోంది. అక్కడ నుంచి పారిపోవాలనిపిస్తుంది. హాస్పిటల్ నుంచి మిసెస్ మాథుర్ ఇంటికి వెళ్ళారు. అక్కడ 10. 30 వరకూ వున్నారు. మిసెస్ మాథుర్ భోజనం చేసి వెళ్ళాలని పట్టుబట్టింది. అభిజిత్ నిషాతో ఆమె గదిలో మాట్లాడుతున్నాడు.

డిన్నర్ ప్లేట్స్ సర్దుతున్న మిసెస్ మాథుర్ ఏడుపు ఆపుకోవటానికి ప్రయత్నం చేస్తూ "పూజా! అభిజిత్ ఒక్కడే నిషాని దారికి తీసుకురాగలడు. వాళ్ళ నాన్న, మాట మొదలుపెడితే పోట్లాడటం తప్ప యింకేం వుండదు. అబ్బాయి ఏ జాతి, ఏ కులం అయినా నేను అభ్యంతరం పెట్టేదాన్ని కాదు. ఇతను తండ్రి వయసువాడు. నేను అసలు ఆ పెళ్ళి వూహించలేకపోతున్నాను."

"అభిజిత్ మీద మీకు నమ్మకం వుంది కదా! అతను నిషా మనసు మార్చగలడనే అనుకుందాం" పూజ నచ్చ చెబుతోంది.

"మా ఆయనతో నేను పడలేకపోతున్నాను" మిసెస్ మాథుర్ ఏడవసాగింది.

"మిసెస్ మాథుర్!" పూజ అనునయించింది. ఇంతలో బయట కారు చప్పుడు వినిపించింది.

మాథుర్ బయటనుంచి వచ్చాడు.

"పూజా! అయామ్ సారీ! క్లయింట్ ఒకడు పట్టుకుని వదలలేదు. అభిజిత్ రాలేదా?"

"వచ్చాడు."

"ఎక్కడ?"

"గదిలో నిషాతో మాట్లాడుతున్నాడు."

కూతురు పేరు వినగానే ఆయన ముఖం గండుపిల్లిలా అయింది.

సరాసరి వెళ్ళి డైనింగ్ టేబుల్ మీద గ్లాసు తీసుకుని గాజుకూజాలో మంచినీళ్ళు పోసుకుని తాగసాగాడు.

క్షణం తర్వాత వచ్చి పూజ కెదురుగా కూర్చుంటూ.....

"ఊ! డాడీ ఎలా వున్నాడు పూజా?" అంటూ యోగక్షేమాలడిగాడు.

"బాగానే వున్నాడు. రేంజ్‌లంగ్ సేఫ్ చేయగలిగితే అదృష్టం అంటున్నారు డాక్టర్లు."

"నువ్వు ఎప్పుడు వెళ్ళి వచ్చావు?"

"రెండు రోజులు అయింది."

"శానిటోరియమ్‌లో వసతులు సరిగ్గా వున్నాయా?"

"ఆ! ఎలాంటి లోపం లేదు. డాడీయే అడ్జస్ట్ అవటం లేదు."

"మేం ఈజీగా అడ్జస్ట్ అయ్యే రకాలం కాదు డియర్" మిసెస్ మాధుర్‌వైపు తీక్షణంగా చూస్తూ అన్నాడు.

ఆవిడ టీ కలిపి తెచ్చి ఆయన ముందు పెట్టింది. ఆయన దానివంక కన్నెత్తికూడా చూడలేదు. ఆ భార్యా భర్తల మధ్య వాతావరణం ఎంత సీరియస్‌గా వుందో పూజకి బాగానే అర్థం అయింది.

"పూజా! నాకు ఒక కొత్త మోడల్ దొరికింది. పేరు సోనాలి. చాలా పర్‌ఫెక్ట్ ఫిగర్! మన డ్రెస్సింగ్ మెటీరియల్ వేస్తే వాటికి చాలా యీస్థటిక్ సెన్స్ వచ్చినట్టు అన్పించింది."

"అలాగా!"

"నీకు ఆ అమ్మాయిని రేపో, ఎప్పుడో చూపిస్తాను."

మిసెస్ మాధుర్‌కి ఎప్పుడూ ప్రొఫెషనల్ థింకింగే!

"ఇల్లు చక్కబెట్టలేని వాళ్ళు వీధి చక్కపెడ్తారుట" మాధుర్‌కోపంగా అన్నాడు.

"నేనేం చక్కబెట్టలేదుట. నా డ్యూటీ యీ ఫ్యామిలీకి చేస్తూనే వున్నాను. ఇల్లు బాగుండాలి, పిల్లలు లక్షణంగా వుండాలి అంటే అందరికీ బాధ్యత వుండాలి."

వారి తగాదా పరోక్షం నుంచి ప్రత్యక్షానికి మారుతుండడం చూసి పూజకి ఇబ్బంది అన్పించింది. నిషా గది తలుపుల్ని చూసింది.

అభిజిత్ వచ్చి మాధుర్‌ని మాటల్లోకి దింపితే కొంత ఉద్రిక్తత చల్లబడుతుంది.

మిసెస్ మాధుర్ కూడా నిషా గదివైపు మధ్య మధ్యలో హైరానాగా చూస్తూ డిన్నర్‌కి రెడీ చేస్తుంది. మాధుర్ అదేం పట్టనట్టుగా వెళ్ళి టి. వి ఆన్ చేశాడు.

నిషా గది తలుపుతు తెరుచుకున్నాయి.

అభిజిత్ వచ్చాడు.

ప్లేట్స్ సర్దుతున్న మిసెస్ మాథుర్ చేస్తున్న పని ఆపేసి అతని వైపు ఆదుర్దాగా చూస్తోంది.

"హలో!" అభిజిత్ మాథుర్‌ని పలకరించాడు.

"హలో!" మాథుర్ అతన్ని చూడగానే టి. వి ఆపుచేసి వస్తూ "సారీ! అయామ్ లేట్" అన్నాడు చెయ్యి అందుకుని కరచాలనం చేస్తూ.

"క్లబ్‌కి వెళ్ళిపోయారేమో అనుకున్నాను" అభిజిత్ చిరునవ్వుతో అన్నాడు.

"అక్కడికి వెళ్ళినా శాంతిలేదు. కార్డ్స్‌లో వందల రాబడిపోయి నష్టం వస్తోంది."

అభిజిత్ డైనింగ్ టేబుల్‌వైపు వచ్చాడు.

మిసెస్ మాథుర్ అతని కోసం కుర్చీ జరిపింది.

ఆవిడ చూపులు అభిజిత్ ముఖాన్ని వదలటం లేదు.

"ఏమైంది రాయబారం?" నిషా గదివైపు చూస్తూ అన్నాడు మాథుర్.

అభిజిత్ మాట్లాడలేదు.

"ఏమంది నిషా?" మిసెస్ మాథుర్ యిక ఆగలేనట్టు అడిగేసింది.

"ఈ ప్రసక్తి రాలేదసలు" అన్నాడు అతను.

"రాలేదా?! మరి? ఇంతసేపు ఏం మాట్లాడారు?" హతాశురాలైనట్టు అంది.

అభిజిత్ మౌనంగా గ్లాసులోకి నీళ్ళు ఒంపుకుంటున్నాడు. అతని ముఖం సీరియస్‌గా వుంది.

మాథుర్ వెంటనే– "షి ఈజ్ వెరీ క్లెవర్. రాంగ్ ఫెలో సుమా! మనల్ని నోరెత్తనివ్వదు. మన మాట చెప్పనీయదు" ఆగ్రహంగా అంటుంటే మిసెస్ మాథుర్ చూపులతో కత్తులు విసిరింది.

"మిసెస్ మాథుర్! ఇప్పుడు మనం కొత్త సమస్యలో యిరుక్కున్నాం" అన్నాడు అభిజిత్.

"అంటే?" ఆందోళనగా అడిగింది.

"నిషా తల్లి కాబోతుంది" అతను చెప్పిన ఈ మాటకి అందరూ నిశ్చేష్టులయ్యారు.

"ఈ జటిల సమస్యను చాలా సున్నితంగా, జాగ్రత్తగా ఆవేశపడకుండా పరిష్కరించుకోవాలి."

"నో!" మిసెస్ మాధుర్ ఒక్కసారిగా అరిచింది.

"ఇప్పుడరిస్తే ఏం లాభం? నువ్వు మొదట్లోనే ఎందుకు గమనించలేదు? ఫ్రీడమ్ అంటూ చిలకపలుకులు పలికి నా నోరు ఎత్తకుండా చేశావు. మై ఫాదర్ ఈజ్ కరెక్ట్ ఆడదానికి స్వతంత్రం యివ్వకూడదు."

"షటప్?" మిసెస్ మాధుర్ అరిచింది.

మాధుర్ వెంటనే ఆమె జుట్టు దొరకబుచ్చుకుని తల వెనక్కి విరుస్తూ– "ఇప్పుడేం చేస్తావు? అందరికీ ఏం జవాబు చెబుతావు? ఇదంతా నీ మూలంగానే, నీ అజాగ్రత్తే!" ఆయన భార్యని కొడుతుంటే అభిజిత్ వచ్చి చప్పున విడిపించి దూరంగా లాక్కు వెళ్ళాడు.

పూజ మిసెస్ మాధుర్ భుజాల చుట్టూ చేయి వేసి దగ్గరకు తీసుకుంది. ఆవిడ ఏడుస్తోంది.

"ఆవేశపడితే ప్రయోజనం లేదు."

"మీకేం తెలుసు నా బాధ! మా నలుగురు అన్నదమ్ములందరికీ అది ఒకత్తే సంతానం. దీని మూలంగా నా ఒక్క పరువు కాదు, వాళ్ళందరి పరువులూ పోతాయి. మా బంధువులంతా శత్రువుల్లా పొంచి వున్నారు. ఈ అవమానం మా ఒక్క కుటుంబానిది కాదు. ఛీ! ఈ పిల్ల తొందరపాటు వల్ల మేమంతా వెధవల్లా నలుగురిలో నవ్వులపాలు అవ్వాలి. ఛ! ఛ!" ఆయన ఆవేశంతో అరుస్తూ, ఒంటిమీద గొంగళిపురుగుల్ని పీక్కుంటున్నట్టు ఛీత్కారం చేస్తున్నాడు.

"అభిజిత్! మీకు పిల్లలు లేరు. అది మీ సుకృతం మీరు చాలా అదృష్టవంతులు" అనేశాడు.

అభిజిత్ ముఖంలో ఈ వ్యాఖ్యకి ఎలాంటి మార్పు రాలేదు. "బాగుంది దేని బాధ దానికి వుంది" అన్నాడు ఆయనని అనునయిస్తూ.

మాధుర్ మాటకే ఖంగుతిన్న పూజ, అభిజిత్ వ్యాఖ్యానంతో మారుమూల ఎక్కడో వున్న గాయం పదునైన దానితో పొడిచినట్టయింది. పెదవి మునిపంటితో నొక్కిపట్టింది.

ఇంతలో మాధుర్ "ఎక్కడది? చంపేస్తాను" అంటూ నిషా గదివైపు పరుగుదీశాడు.

అభిజిత్ అదే క్షణంలో ఆయనకంటే వేగంగా వెళ్ళి నిషా గది తలుపులు మూసి గడియ పెట్టేస్తుంటే మాథుర్ తెరవబోయాడు. రెండు నిమిషాల పెనుగులాట తర్వాత ఎట్లాగయ్యితే అభిజిత్ నిషా గది గడియ పెట్టేసి అడ్డంగా నిలబడ్డాడు.

"మాథుర్! ఆవేశపడితే ఏం ప్రయోజనంలేదు" అన్నాడు.

"అవును. ఏం ప్రయోజనం లేదు. నాకు తెలుసు. నేను చావటం ఒక్కటే మార్గం. అది నాకు రాసి వుంది. నేను నా అన్నదమ్ముల ముఖం చూడలేను" ఆయన ఆవేశం జారిపోయింది. దుఃఖం పొంగులా ముంచుకు వచ్చేసింది. ఒక్కసారిగా ఏడవసాగాడు.

"మీరలా బాధపడవద్దు. మనం ఆలోచిద్దాం. నో మాథుర్! మీరసలే బి. పి మనిషి" అభిజిత్ అయనని బలవంతంగా తీసుకువచ్చి టేబుల్ దగ్గర కూర్చోపెట్టాడు.

అప్పటికి మిసెస్ మాథుర్ టాబ్‌లెట్, మంచినీళ్ళు తీసుకుని పరిగెత్తుకు వచ్చింది.

"అభిజిత్! ముందు ఈ మాత్ర మింగించండి" వేడికోలుగా అంది. ఆవిడలో అప్పటివరకూ భర్త పట్ల వున్న కోపం పోయింది. భర్త క్షేమమే ఆమె ధ్యేయం అన్నట్టుంది. ఆమె ముఖంలో ఆయన ఆరోగ్యం పట్ల ఖంగారు, భయం కన్పిస్తోంది.

"మీరు టాబ్లెట్ ఇచ్చి మంచినీళ్ళు తాగించండి...." అభిజిత్ చెప్పాడు.

ఆమె చిన్నపిల్లలా ఆ ఆదేశం పాటించింది.

ఆయన కూడా తిరస్కరించలేదు, కోపగించుకోలేదు. టాబ్‌లెట్ తీసుకుంటూ "నేను చచ్చిపోతే నువ్వూ, నీ కూతురు సుఖంగా వుంటారా?" అన్నాడు.

"అలా అనద్దు" ఆవిడ ఏడ్చేసింది. "మీరు తప్ప మాకు దిక్కెవరూ లేరు. నిషా వల్ల పొరపాటు జరిగింది. దానికి నా అశ్రద్ధ కూడా బాధ్యత వుంది. నన్ను మన్నించండి" ఏడుస్తూ దణ్ణం పెట్టేసింది.

ఆవిడ ఏడుపు, దణ్ణం చూసి ఆయన శాంతించాడు.

"ఇప్పుడేం చేద్దామంటావు?" అన్నాడు.

ఆవిడ అభిజిత్‌ని వేలుపెట్టి చూపించింది. "అతను మనకి చాలాసార్లు కష్టాలలో ఆదుకున్నాడు, సలహా చెప్పాడు, మనల్ని రక్షించాడు. అతనిని అడుగుదాం. ఎలా చెబితే అలా విందాం" అంది.

ఆయన అభిజిత్ వైపు చూశాడు.

అభిజిత్ వారికి సమాధానంగా-

"ముందు మనం నిషాని పిలిచి, మామూలుగా కబుర్లు చెబుతూ భోజనం చేద్దాం" అన్నాడు.

"నిషా వస్తుందా?"

"వస్తుంది. నేను తీసుకురాగలను. కానీ ఒక్క షరతు! మీరు దానికి ఒప్పుకుంటేనే...."

"ఏమిటి?" అంది ఆవిడ.

అతను ఆ భార్యాభర్తల ముఖాలు కలయచూస్తూ చెప్పాడు--- "మీ యిద్దరూ ఆవేశపడకూడదు. అసలు ఈ విషయం ఏం జరగనట్టు మాట్లాడాలి."

"నిషా ఇదంతా వినే వుంటుంది"

"విన్నా ఫర్వాలేదు. నేను నిషాకి చెప్పగలను. మీ యిద్దరూ ఆవేశపడనని మాట యిస్తారా నాకు?"

భార్యాభర్తలిద్దరూ ముఖాలు చూసుకున్నారు.

మాథుర్ సరేనన్నట్టు తల వూపాడు. మిసెస్ మాథుర్ హమ్మయ్య అన్నట్టు చూసింది.

"మాట యిచ్చి తప్పరుగా?" అభిజిత్ అడిగాడు.

"నీకు మాట ఇచ్చి తప్పటమా! అట్లా చేస్తే ఏం జరుగుతుందో నాకంటే యింకెవరికీ చేదు అనుభవం లేదేమో" మాథుర్ భుజాలు కుదిపాడు.

అభిజిత్ నిషా గదిలోకి వెళ్ళాడు.

పావుగంట తర్వాత నిషా అతని వెంట భోజనం టేబుల్ దగ్గరకు వచ్చింది.

నిషాని చూస్తే పూజకి ఆశ్చర్యంగా అన్పించింది. తల్లీ తండ్రి నిషా గురించి చావు బ్రతుకుల సమస్యగా మాట్లాడుకుంటున్నారు. ఆ అమ్మాయికి అదేం పట్టినట్టు లేదు.

"హలో మమ్మీ! హలో డాడీ" అంది.

"హలో డియర్" అన్నాడు తండ్రి.

"హలో డార్లింగ్" అంది తల్లి.

భోజనాలు అయేంతవరకు సినిమాలు, రాజకీయాలూ చర్చకు వచ్చాయి. మాథుర్ సీరియస్‌గా భోజనం చేస్తున్నాడు. మిసెస్ మాథుర్ మధ్య మధ్య భయంగా భర్త వైపు చూస్తోంది. నిషా మాత్రం నవ్వుతూ కబుర్లు చెబుతోంది. భోజనం అయింది. నిషా

గదిలోకి వెళ్ళి తలుపులు వేసేసుకుంది. అందరికీ గుడ్‌నైట్ మామూలుగా చెప్పింది. చివరలో అభిజత్ దగ్గరకు వచ్చి "గుడ్‌నైట్ అంకుల్! థాంక్‌యూ...." అని వెళ్ళిపోయింది.

మాథుర్ దంపతులు కారు వరకూ వచ్చి పంపారు.

"నేను నిషాతో మళ్ళీ మాట్లాడతాను. మీరుగా ఈ విషయం తేవద్దు" చెప్పాడు అభిజిత్.

"మీరెలా చేయమంటే అలా చేస్తాం" అంది మిసెస్ మాథుర్. గుడ్‌నైట్ చెప్పారు.

కారులో వస్తుంటే అభిజిత్ అన్నాడు. "ఒక్కోసారి సమస్యలు చాలా కఠినంగా వచ్చి మనిషిని పిచ్చెక్కిస్తాయి కదూ?"

పూజ తల వూపింది. "ఎవరో ఒకరు రాజీకి వచ్చేస్తే కొంత బాధ తగ్గించుకోవచ్చు" అంది.

"మనిషి ఎప్పుడూ స్వార్థపరుడు. స్వసుఖం వదులుకోవటానికి యిష్టపడడు" అతను పూజని దగ్గరగా తీసుకుంటూ "అబ్బా.... ! క్షణంలో మాథుర్ వాళ్ళ పోట్లాట చూస్తుంటే నాకు మతిపోయినట్టయింది. పూజా! మన పెళ్ళి అయి 18 సంవత్సరాలు దాటింది...."

"వచ్చే సోమవారం నాటికి 19 సం॥ నిండుతాయి"

"అవును! మేరేజ్ డే! ఓహ్.... 19 సం॥ కానీ...."

"కానీ?"

"ఒక్క పోట్లాట కూడా లేదు." చిత్రం కదూ?"

"పిల్లలు లేరుగా...." ఆమె మాట సూటిగా వుంది.

"అదొక్కటే కారణమా?" అన్నాడు.

"నాకు తెలియదు. పిల్లలు లేకపోవడం కూడా ఒక అదృష్టం అని ఈ రోజు మాథుర్ మాటల్లో తెలిసింది" అంది.

ఆ అనటంలో బాధేమిటో అతనికి బాగానే అర్థమయింది.

"సిల్లీ! అలా ప్రతి మాటా పట్టించుకుంటావా?"

"ఏమో! నాకు పట్టించుకోవటమూ, పట్టించుకోకపోవటమూ ఏదో ఒక్కటే తెలుసు. గోడమీద పిల్లిలా వుండలేను."

"నీ ప్రపంచం చాలా చిన్నది పూజా...." అతను స్టీరింగ్ వదిలి అరచెయ్యి చూపిస్తూ "నీ భర్త, నీ ఇల్లు, నీ పనివాళ్ళు. ఇంతే...."

"ఉహు! నా భర్త నాకున్న ప్రపంచం అదే" అంది అతని చేయి మీద చేయి ఆనిస్తూ.

అతను ఆ చెయ్యి ఎత్తి చెంపకి ఆనించుకున్నాడు.

"దేవుడు నాకు ఇంకో ప్రపంచం యివ్వటంలేదు. నేను దురదృష్టవంతురాలినేమో!"

"అదుగో...." అతను నోరు మూసేశాడు. "మళ్ళీ మొదలా... ?" అన్నాడు.

"బాగుంది! దేని బాధ దానికి వుంది" అంది. ఆ మాటలు ఎవరివోలా వున్నాయి.

"అంటే?" అన్నాడు.

పూజ "మాధుర్ మీకు పిల్లలు లేరు. మీరు అదృష్టవంతులు" అన్నప్పుడు ఆయనతో అన్న మాటలు గుర్తుచేసింది.

అతను నిస్సహాయంగా చూశాడు.

అతని చెయ్యి పూజ చేతిని ఎక్కడ వదిలేస్తుందో అన్నంత గట్టిగా పట్టుకుంది.

ఇద్దరూ ఇంటికి వచ్చేశారు.

పడుకున్న వెంటనే అభిజిత్‌కి నిద్రపట్టేసింది.

కానీ పూజకి వెంటనే నిద్రరాలేదు. నిషా గర్భవతి అనగానే తల్లిదండ్రుల మధ్య జరిగిన యుద్ధమే గుర్తుకు వస్తోంది.. మధ్య మధ్యలో హాస్పిటల్‌లో ప్రభాకర్ భార్య గర్భంలో శిశువుని అందరూ పొగడటం కూడా గుర్తుకు వచ్చింది. ప్రతి శిశువూ ఈ ప్రపంచంలో కాలు పెట్టకముందు అదృష్ట దురదృష్టాలు అంటగట్టేస్తారు. ఈ సంఘం నియమించిన నియమావళి పరిధిలో పుడితేనే ఆ శిశువుకి గౌరవం. పూజ మనసు అకలావికలంగా వుండగా కలతనిద్ర పట్టింది. కాస్త నిద్రపట్టిందో లేదో సుళ్ళు తిరుగుతూ ప్రవహించే నీళ్ళు, త్రాళ్ళబ్రిడ్జ్. తనూ, అభిజిత్, దూరంగా దిగువన ఎక్కడో సిద్ధార్థ. అభిజిత్ చెయ్యి నిద్రలో పూజ పొట్ట మీద ఆనింది. పూజకి బలీయంగా ఒక భావన మెదిలించి. "నిజానికి మా జీవితంలో ఒక చిన్న ప్రాణి రాకకోసం అభిజిత్‌కంటే నేనే ఎక్కువ తపిస్తున్నాను. ఆ చిన్నారి చేతుల కోసం, ఆ స్పర్శ కోసం నా మనసు యీ సృష్టివైపు ముఖం ఎత్తి చేతులు చాచి "నన్ను తల్లిని చెయ్యి" అని దీనంగా వేడుకుంటోంది.

తనకి పిల్లలు పుట్టకపోతే అభిజిత్‌కంటే ఎక్కువగా తననే యీ 'శిశుశోకం' కాటేస్తుందేమో? పూజ అభిజిత్ చేతి మీద తన చేయి ఆనించింది.

ఆమె ముఖం కాస్త పక్కకు తిరిగింది. తనకి దగ్గరగా వున్న అతని తలని ఆమె పెదవులు స్పృశించాయి. ఆమె గుండె లోతుల్లో వున్న లోయల్లో నుంచి ఎక్కడ నుంచో 'అమ్మా!' అని వినిపిస్తోంది. సుమధురమయిన ఆ చిన్నారి పిలుపుకి ఆమె మనసు పులకరిస్తోంది. ఆమె అతి నిశ్శబ్దంగా ఆ పిలుపుని మళ్ళీ మళ్ళీ వింటోంది.

3

రాత్రి 9 గంటలు కావస్తోంది. అటు "పూజా ఇండస్ట్రీస్" అని పెద్ద అక్షరాలున్న ఆఫీసు భవనం, ఇటు "పూజా నిలయం" ఇల్లు రోడ్డు కిరువైపులా వున్న యీ రెండూ లైట్లతో ఒకదానితో ఒకట పోటీ పడుతున్నట్లు ధగధగా వెలిగిపోతున్నాయి. ఆఫీసు భవనం గేటుకి "పూజా ఇండస్ట్రీస్ వార్షికోత్సవం" అని బేనర్ వ్రేలాడుతోంది. ఉదయం గేటుకి వ్రేలాడదీసిన దండలు అలిసిసొలిసినట్టు వడిలి వున్నాయి. రోడ్డుకి అటూ ఇటూ బార్లు తీరి కార్లు నిలబడి వున్నాయి. ఇంకా వస్తున్న కార్లని ట్రాఫిక్ పోలీసు దారి చూపిస్తూ దూరంగా తీసుకువెళ్ళి ఎక్కడ పార్కు చేయాలో సూచిస్తున్నాడు.

"పూజా నిలయం"లోకి అతిథులు అనేకమంది రకరకాలవాళ్ళు వస్తున్నారు. దేదీప్యమానంగా వున్న లైట్ల కాంతిలో లోపలికి వస్తున్న ఆహ్వానితుల వేషభాషలు, వారి దర్జా దర్పం ప్రదర్శితమవుతున్నాయి. ఇంటిముందున్న లాన్స్ అంతటా వేస్తున్న గుండ్రటి టేబుల్స్ అప్పటికే చాలావరకూ నిండివున్న అతిథులు విందు ఆరగిస్తున్నారు. యూనిఫారమ్ ధరించిన బేరర్లు చకచకా తెస్తున్న ఆహారపదార్థాలు ఘుఘుమలాడుతున్నాయి. అతిథులుగా వచ్చిన వారివద్ద నుంచి రకరకాల పరిమళ వీచికలు గాలిలో తేలి వస్తున్నాయి. గేటుకి కుడివైపు లాన్‌లోకి వెళ్ళేచోట ప్రత్యేక ద్వారముగా పూలతో, ఆకులతో నిర్మించిన ప్రవేశ ద్వారం దగ్గర పూజ, అభిజిత్ నిలబడి అతిథులని రిసీవ్ చేసుకుంటున్నారు. పూజ ధరించిన సరికొత్త డైమండ్ నెక్లెస్ సెట్ మిలమిలా మెరుస్తూ వచ్చిన ఆడవారు దాని వెల, ఎక్కడ కొన్నదీ వివరాలు అడగకుండా వుండలేనట్టు ఆకర్షిస్తోంది. పూజ ఓపికగా చెబుతోంది.

అతిథులు రావటంలో కాస్త విరామం దొరికింది.

"అభిజిత్! నేను ఇంట్లోకి వెళ్ళి ఈ డైమండ్‌సెట్ తీసేసి వస్తాను. అడిగేవాళ్ళకి చెప్పలేక నోరు నెప్పి పుడుతోంది" అంది పూజ అసహనముగా.

"పూజా! ప్లీజ్! దాన్ని ఇన్‌ష్యూర్ చేయించిన అసలు అధికారి ఇంకా రానేలేదు" అన్నాడు అభిజిత్. అతని కళ్ళలో లీలగా సగర్వమైన ఆనందం.

"శ్రీ జ్యూయలర్స్" పొప్రయిటర్‌కి తను ప్రత్యేకంగా డిజైన్ చెప్పి ఆర్డర్ యిచ్చి చేయించాడు. ఆర్డరిచ్చానని చెప్పినప్పుడే పూజ వద్దని వారించింది. "ఉన్నవే పెట్టుకోను ఇంకా కొత్తవి ఎందుకు?" అంది. "కొన్ని నా ఇష్టాలు వుంటాయిగా" అన్నాడు. పూజ ఇంకేం అనలేదు. ఈ రోజు ఉదయం గుడికి వెళ్ళేముందు పూజ మెడలో తను అది అలంకరించి భుజాలు పట్టుకుని తనవైపు తిప్పుకోగానే అతనికి ఎంతో ఆనందం కలిగింది. ఒక్కక్షణం... పూజ పెట్టుకోవటం వలన ఆ నగకి విలువ హెచ్చిందా? లేక ఆ నగవలన పూజ అందం యినుమడించిందా చెప్పలేక పోయినట్టయింది. గుడికి వెళ్ళటం పూజ యిష్టాల్లోని ప్రధమస్థానం. చిన్నప్పుడు తనకి యీ అలవాటు అస్సలులేదు. పైనుంచి తిరస్కార భావం వుంది. కానీ పూజ సహచర్యంలో తన అభిప్రాయం మారింది. దేవాలయానికి వెళ్ళే మనిషి మనసులో భక్తి ప్రపత్తులుంటే, మిగతా వాతావరణం చిరాకు కానీ అంటవు అని తెలుసుకున్నాడు. ఈ రోజు ఉదయం నుంచి క్షణం విరామంలేదు. ఉదయం గుడికి వెళ్ళినే తర్వాత ఫ్యాక్టరీలో పూజ తర్వాత వర్కర్స్‌తో కలిసి బ్రేక్‌ఫాస్ట్, తర్వాత కరుణాశ్రమానికి వెళ్ళారు. మధ్యాహ్నం వర్కర్స్‌కీ ఆపరేటివ్ సొసైటీ తరఫున లాటరీ తీసే కార్యక్రమం. తర్వాత వర్కర్స్‌కి బోనస్ ప్రదానం. సాయంత్రం అయ్యేసరికి మేరేజ్‌డే విందుకి వస్తున్న అతిథులని ఆహ్వానించటం. పూజ ముఖంలో అలసట కనిపిస్తోంది.

వచ్చినవారితో మాట్లాడుతుంటే మిసెస్ మాథుర్ కంఠం వినిపించింది.

"మెనీ హేపీ రిటర్న్స్ ఆఫ్ ది డే" పెద్ద బొకే తెచ్చి భార్యాభర్తలకి యిచ్చారు.

"థ్యాంక్స్" అభిజిత్ చెప్పాడు.

"నిషా రాలేదా?" పూజ అడిగింది.

"ఉహు! ఇదిగో! ఒక కొత్త అతిథిని తీసుకొచ్చాను. మోడల్ అని చెప్పాను గుర్తుందా? మిస్ సోనాలీ" అంటూ పక్కనున్న అమ్మాయిని పరిచయం చేసింది. "సోనాలీ! మిసెస్ పూజా అభిజిత్! మిష్టర్ అభిజిత్ అంటూ చెప్పింది.

"వాట్ ఎ రేర్ కాంబినేషన్? టు లవ్లీ పర్సన్స్ అండ్ యీక్వలీ లవ్లీ నేమ్స్" అంది సోనాలి.

"థ్యాంక్‌యూ" అన్నాడు అభిజిత్. పూజ నవ్వింది.

సోనాలి శరీరాకృతి, దుస్తులు ధరించిన తీరు చూడగానే మోడల్ అని తెలుస్తోంది.

ఇంతలో వేరే అతిథులు వచ్చారు.

అభిజిత్ వాళ్ళని ఆహ్వానిస్తున్నాడు.

"రండి మిసెస్ మాథుర్" పూజ తీసుకువెళ్ళింది.

టేబుల్స్ దాదాపు నిండివున్నాయి.

పూజ వెతుకుతోంది.

"ఇక్కడ ఖాళీ వుంది" బేరర్ చెప్పి తీసుకువెళ్ళాడు.

పూజ తిరిగొస్తుంటే "హలో పూజా!" అని విన్పించింది.

పూజ ఆవిడ చేయి పట్టుకుంది. "శారదాంబగారూ! ఇంత లేటా?" అంది.

"అనుకోని చుట్టాలు వచ్చారు. సరేకాని.... అభిజిత్ని ఒక్కసారి పిలూ" అందావిడ.

"ఎందుకు?"

"ఆవిడ చేతిలో వెండి డబ్బా తీసి చూపించింది. అందులో హృదయాకారంలో కేక్ వుంది. దాని చుట్టూ బోర్డర్గా పింక్, గ్రీన్ పూల లతలు, ఆకులు, గులాబీలు అమర్చిపెట్టి వున్నాయి. ఎడమవైపు పూజ, కుడివైపు అభిజిత్ అని వుంది.

"ఇదేమిటి?" అంది పూజ.

"మీ మ్యారేజిడేకి నా ప్రత్యేక బహుమతి. స్వయంగా చేశాను. ప్లీజ్! అభిజిత్ని పిలువు."

"ఉండు నేను పిలుస్తాను" ఆవిడ భర్త డా॥ రంగారావు వెళ్ళారు.

"ఒక్క క్షణం పూజా! నేను స్వయంగా మీ యిద్దరికీ యిది తినిపించాలి. నా సరదా నువ్వు తీర్చాలి" ఆవిడ బిగ్గరగా నవ్వింది. ఆవిడది కాస్త అతి ధోరణి. అయినా సహృదయురాలు. అభిజిత్ అంటే చాలా యిష్టం ఆమెకి. పూజ అంటే ప్రాణం.

పూజ టేబుల్ కోసం వెతుకుతోంది.

"ఇది మా ఆయనకి కూడా చూపించలేదు. సస్పెన్స్ అని చెప్పాను" అంది శారదాంబగారు.

"రండి. ఇలా కూర్చుందాం" అంది దారి తీస్తూ.

ఇద్దరూ వెళుతుంటే "పూజా!" అని వినిపించింది.

అభిజిత్ పిలుస్తున్నాడు.

పూజ తిరిగి చూసింది.

రమ్మని చేయి వూపాడు.

పూజ అతన్ని రమ్మని చేత్తో సైగచేసింది.

అభిజిత్ వస్తున్నాడు. ఒక కుర్రాడిని చేయి పట్టుకుని తీసుకువస్తున్నాడు.

పూజ కూర్చుంటూ ఆవిడ చెప్పే మాటలు వింటోంది.

ఆవిడ అభిజిత్ ఎక్కడ త్వరగా మళ్ళీ వెళ్ళిపోతాడో అని బ్యాగ్‌లోనుంచి వెండి చాకు తీసి రెడీగా పట్టుకుంది.

అతను వచ్చాడు. "పూజా" ఏదో చెప్పబోతున్నాడు.

శారందాంబగారు వెంటనే "అభిజిత్! మీరు యిది వెంటనే కట్ చేయాలి" అంది.

"ఏమిటది?" అన్నాడతను.

"మీ వెడ్డింగ్‌డేకి నేను డిజైన్ చేసిన ప్రత్యేక కేకు. చూడండి.... ఈ హృదయాకారం మీ యిద్దరిదీ ఒకటే మనసు అని! ఎడమ వైపు పూజ వ్రాసి కుడివైపు అభిజిత్ అని వ్రాసాను ఎందుకో తెలుసా! మనిషి ఎడమవైపు గుండెవుంటుంది అంటారుగా! మీ గుండెకాయ పూజ కదా! పైన ఈ 19 పువ్వులు పెళ్ళి అయిన మీ సంవత్సరాలు. క్రింద 41 మీరు యింకా చూడాల్సిన సంసారిక వసంతాలు."

"ఊ.... ఊ...." అభిజిత్ ఆసక్తిగా వింటూ చూస్తున్నాడు.

"మమ్మల్నెవరినీ అటువైపు కూడా రానీయలేదండి బాబూ! నేను కూడా యిదే ఫస్ట్ చూడటం" కుతూహలంగా తొంగి చూస్తూ అన్నాడు రంగారావుగారు.

పూజ చిరునవ్వుతో చూస్తోంది.

"మీరు కట్ చేసి పూజకి తినిపించండి" అభిజత్‌కి వెండి చాకు యిచ్చింది.

"బాగుంది! మా హృదయం నేను కట్ చేసి పూజకి తినిపించనా?" అన్నాడు. అభిజిత్ నిస్సహాయతని కావాలని తెచ్చుకుంటూ.

ముగ్గురూ నవ్వేశారు.

"మీరు కట్ చేయాలి తప్పదు" అంది చాకు అందిస్తూ.

"తప్పదంటే అంతేమరి. శారదాంబగారి మాట మాకు రూలు" అభిజిత్ అందుకుని "పూజా! నువ్వు కట్ చెయ్యి నా హృదయం" అంటూ ఇచ్చాడు చిరునవ్వుతో.

"ఉహూ! మీ కోసమే తెచ్చారావిడ" అంది పూజ.

"ఇద్దరి కోసం తెచ్చానమ్మాయి" అంది ఆవిడ.

పూజ నవ్వుతూ తీసుకుని కట్ చేసింది. కేక్‌ని మధ్యకి కట్ చేయలేదు. పూజ అన్నంతవరకూ చేసింది.

అది తీసి అభిజిత్‌కి అందివ్వటానికి తల ఎత్తింది.

అభిజిత్ పక్కకి ఒదిగి అటుతిరిగి నిలబడిన కుర్రాడి భుజాలు చుట్టూ చేయివేసి యిటుతిప్పి తీసుకువస్తూ "సిద్ధార్థ! మీ మేడమ్! "పూజా! సిద్ధార్థ" అంటూ చెప్పాడు.

పూజ చిరునవ్వు నవ్వింది.

అతను మొహమాటంగా నమస్కరించాడు.

పూజ అభిజిత్‌కి కేక్ అందించింది. అభిజిత్ మునిపంటితో కొద్దిగా కొరికి తిని మిగతాది పూజ నోటికి అందించాడు. అతను చాకు తీసుకుని యింకో ముక్క కట్‌చేసి సిద్ధార్థకి యిచ్చాడు. ఆ ముక్కమీద అభిజిత్ అని వుంది. దూరం నుంచి అభిజిత్ అని పిలుస్తున్నారెవరో.

సిద్ధార్థ మొహమాటంగా వద్దని తల తిప్పుతుంటే అభిజిత్ చొరవగా అతని నోటికి అందించేశాడు.

"అబ్బా! తను తినకుండా అతనికిస్తాడేమిటి?" శారదాంబ సణుక్కుంది.

"థ్యాంక్స్ శారదాంబగారు" అనేసి "పూజా! సిద్ధార్థతో మాట్లాడుతూండు. గజకర్ణంగారు వచ్చారు" అని త్వరత్వరగా వెళ్ళిపోయాడు.

పూజ కేక్ కట్ చేయబోతుంటే శారదాంబగారు ఆపేస్తూ "ఉహు! మాకేకాదు... ఇంకెవరికీ పెట్టద్దు. రాత్రికి ఇద్దరూ గుర్తుపెట్టుకుని తినండి" ఆవిడ గొంతు తగ్గించి "నేను 'అమ్మ'ని ప్రశ్న అడిగి వచ్చాను. మీకు సంతానయోగం లేకపోవటమేమిటి? నువ్వు చాలా అదృష్టవంతురాలివని చెప్పింది" అని రహస్యంగా "ఈ కేక్ చాలా నిష్టగా 'అమ్మ'ని ప్రార్థిస్తూ చేశాను. రాత్రికి మీ యిద్దరూ తినాలి సుమా! అమ్మ మాట అబద్ధం అవదు. నువ్వు ఈ సం॥ తప్పక తల్లివి అవుతావు" అంది. పూజ చెంపలు ఆ మాటకు ఎర్రగా కందినాయి. "మీరు భోజనం చేయుండి" బేరర్‌ని పిలిచింది. అప్పటికే "పూజా" అంటూ యింకో ఇద్దరు ఆడవాళ్లు వచ్చారు. వస్తూనే ఆమె పూజ గడ్డం పుణికి బహుమతి చేతుల్లో పెడుతూ "నిండు నూరేళ్ళు యిలాంటి విందులకి మమ్మల్ని పిలవాలి మీరు" అంది.

"ఇదేమిటి? బహుమతులు వద్దని అభిజిత్ చెప్పాడు కదా" అంది.

"అది పరాయి వాళ్ళకి! అయినా ఇది ఖరీదయినది కాదు. స్వయంగా నా చేతులతో ఎంబ్రాయిడరీ చేసిన చీర. చిన్న కానుక" అంటూ చేతుల్లో పెట్టేసింది.

పూజ బేరర్‌ని పిలిచి వాళ్ళ నలుగురికీ వడ్డించమని చెప్పింది.

దూరం నుంచి ఒక అతిథి నమస్కారం చేశాడు. పూజ ఆయనకి నమస్కారం చేసి ఇటు తిరిగింది. సిద్ధార్థ అక్కడికి కాస్త దూరంలో అటువైపు ముఖం పెట్టి చూస్తున్నాడు. అతను ఆ నిలబడిన తీరు యీ వాతావరణంలో ఇమడలేక యిబ్బంది పడుతున్నట్లుగా వుంది. పూజకి అర్థం అయింది. అతనివైపు ఒక అడుగు వేసి దూరంగా వున్న టేబుల్ చూపిస్తూ "అదుగో! ఆ టేబుల్ ఖాళీగా వుంది. అక్కడ కూర్చుందామా?" అంది.

అతను ముఖం ఇటు తిప్పాడు. ఆమె మొట్టమొదటిసారిగా అతన్ని చూస్తోంది. పూజ కళ్ళు క్షణంసేపు అతని ముఖం మీదనే నిల్చాయి.

నూతన యవ్వనం, పసితనం కలనేతగా కలిసిపోయి వున్న ముఖం! ఆ ముఖంలో ఏదో ఆకర్షణ! ఏదో ప్రాణముద్రిక ఛాయలు. క్షణంలో సగంసేపు తనెక్కడున్నదీ, ఏం చేస్తోందీ అర్థంకాలేదు. పూజ మరుక్షణంలో తెప్పరిల్లింది.

ఇద్దరూ లాన్‌లో దూరంగా వున్న గుండ్రటి టేబుల్ వైపు నడుస్తున్నారు. ఆమె ఒక అడుగు ముందు, అతను ఒక అడుగు వెనక! చుట్టూ అతిథులు కోలాహలం. నవ్వులు, కబుర్లు, కొంతమంది పూజని విష్ చేస్తున్నారు. కానీ పూజ యిదేం వినటంలేదు.

శరీరం అంతా ఏదో విద్యుత్తరంగాల అలల అలజడికి లోనవుతోంది.

రాత్రివేళ వీస్తున్న చిరుగాలికి ఆమె పైటకొంగు వెనక్కి రెప రెపలాడ్తోంది. అడుగులు మెల్లగా ముందుకు పడ్తున్నాయి. దూరంగా అద్వితీయమైన కాంతిపుంజంలాటి వర్తమానం వైపు తను వెళుతోంది. తనతో యీ అబ్బాయి తోడుగా వస్తున్నాడు.

పూజకి అర్థంకావటంలేదు. ఎన్నడూ అనుభవం లేదు! ఏమిటి యీ భావ విద్యుత్తరంగాల ప్రకంపన!?

తను, సిద్ధార్థ! ఒకరి పక్కన ఒకరు! ఎంతో దూరం నడుస్తున్నారిద్దరూ! దూరంగా వున్న టేబుల్ ఎన్నో కాంతి సంవత్సరాల దూరంలా వుంది. చుట్టూ జనం! సందడి! సువాసనభరితమైన గాలి! ఈ ప్రపంచం నుంచి యింకో ప్రపంచంలోకి ఏదో శక్తి తన అడుగులని నిర్దేశిస్తోంది. కాదు-కాదు! అటు పయనించమని నిర్దయగా శాసిస్తోంది.

ఏమిటీ భావ వైకల్యం? ఏమిటీ ఆనందం! ఏమిటీ ఖంగారు? తడబాటు! అయోమయంగా అయిపోతోంది తన స్థితి. తన వునికిని కోల్పోతోంది. అతికష్టం మీద టేబుల్ దగ్గరకి రాగానే చెయ్యి చాచి దాని అంచును పట్టుకుని తనని తాను నిలవరించుకుని, కళ్ళు మూసుకుని గట్టిగా గాలి తీసుకుని వదిలింది. ఒక్క అరసెకను నిలబడి కళ్ళు తెరిచింది. ఎదురుగా మంచినీళ్ళ గ్లాసు కళ్ళకి అభిముఖంగా వుంది.

తనకి బాగాలేదని అతనికి అర్థమైనట్టుంది. మంచినీళ్ళ గ్లాసు అందిస్తున్నాడు.

"నీ పేరు?" గ్లాసు అందుకోకుండానే అడిగింది.

"సిద్ధార్థ" పుట్టుకతోనే మగసిరిని వరంగా తెచ్చుకున్న కంఠం అది.

పూజ మంచినీళ్ళు అందుకోలేదు. అతన్నే చూస్తోంది.

అతనేం భయపడటంలేదు. ఆమె గ్లాసు అందుకోవటం కోసం సూటిగా ఆమె ముఖాన్నే చూస్తున్నాడు.

అతి సాధారణమైన కళ్ళజోడులో నుంచి తేటగా వున్న అతని నయన ద్వయంలో నుంచి వస్తున్న నిర్మల కాంతి, ఆమె మనో ద్వారాలని తెరిచివేసి యోగనిద్రలో వున్న మనసుని లేపుతోంది.

"పూజా!" ఎవరో పిలుస్తున్నారు.

ఉలికిపడిన పూజ ఈ లోకంలోకి వచ్చింది. ఒక్కక్షణం తను అచేతనంగా నిలబడిన విషయం అర్థం చేసుకుంది.

"థ్యాంక్యూ!" గ్లాసు తీసుకుంది. "ఉదయం నుంచీ పని! కళ్ళు తిరిగినట్టు అయింది" అస్పష్టంగా అంటూ గ్లాసులో నీళ్ళు తాగి టేబుల్ మీద పెట్టింది.

"పూజా! ప్లీజ్! ఒన్‌మినిట్! ఒక్కఫోటో" స్నేహితురాలు వచ్చి చేయి పట్టుకుని లాక్కెళ్ళింది.

"ఒక్క నిమిషం" పూజ సిద్ధార్థకి చెప్పింది.

ఫోటో తీయించుకోవటం అవగానే సిద్ధార్థ కోసం టేబుల్ వైపు తిరిగి చూసింది. అక్కడ సిద్ధార్థ లేడు. ఆ ప్రదేశం ఖాళీగా వుంది. పూజ సిద్ధార్థ కోసం చుట్టూ చూస్తోంది. వెళ్ళిపోతున్న అతిథులు పూజ దగ్గర గుమ్మిగూడి వీడ్కోలు చెబుతున్నారు.

పూజ కళ్ళు సిద్ధార్థ కోసం జలరాశిలో మీనాల్లా యీదుతున్నాయి.

అభిజిత్ వచ్చాడు. "ఏమిటి పూజా?" అన్నాడు.

"సిద్ధార్థ..." అంది.

"వెళ్ళిపోయాడు."

"వెళ్ళిపోయాడా!"

"అవును. నాకు చెప్పే వెళ్ళాడు. పూజా!" అతను భార్య చుట్టూ చేయి వేశాడు. "బాలరాజుగారి కుటుంబంతో ఒక్క ఫోటో" అప్పటికే ఆయన కుటుంబం అంతా అక్కడికి వచ్చేసింది.

పూజ అభిజిత్‌తో కలిసి ఫోటో కోసం నిలబడింది. కానీ ఆ సహజమైన చిరునవ్వు రావటంలేదు. మనసు యింకా ఆ దివ్యకాంతిపుంజం వైపు అడుగులో అడుగు వేస్తూ వెళుతున్న అనుభూతి వదలటం లేదు. ఏదో గొప్ప ఆనందం కళ్ళ ముందు కనిపించి మాయమైనట్లు భావన.

"పూజ బాగా అలిసిపోయినట్టుంది" అన్నారు బాలరాజుగారు.

"అవును" అన్నాడు అభిజిత్.

"పూజా! దాదాపు అందరూ వచ్చి వెళ్ళారుగా! వెళ్ళు ఇక విశ్రాంతి తీసుకో" అంది శారదాంబగారు.

"ఫర్వాలేదు" అంది పూజ.

"ఉహు! యూ ఆర్ డెడ్ టైర్డ్. పద" అభిజిత్ భార్యని యింట్లోకి తీసుకువెళ్ళాడు.

4

"పూజా! ఏమిటీ? ఒంట్లో బాగాలేదా? ముఖం అలా వుందేమిటి?" గదిలోకి రాగానే పూజని మంచం మీద కూర్చోపెట్టి అడిగాడు అభిజిత్.

పూజ మౌనంగా వుండిపోయింది.

అతను వెళ్ళి గాజు కూజాలో నుంచి గ్లాసులో మంచినీళ్ళు పోసి తీసుకువచ్చాడు. "చాలా అలసిపోయావు. తప్పు నాదే అనిపిస్తోంది" ఆమె తల మీద చేయి ఆనించి గ్లాసు అందించాడు. "కానీ ఈ రోజు అంతా గ్రాండ్ సక్సెస్. అనుకోకుండా కొత్త ఎగ్రిమెంట్ సైన్ చేశాను. పూజా! నాకు చిత్రంగా వుంది. మన వర్కర్స్ కో ఆపరేటివ్ సొసైటీ నివేదిక నువ్వు చదువుతుంటే యీ సొసైటీలో అంత మంచి మెంబర్స్ చేరారా? అనిపించింది. క్రితం ఏడాదికి ఆరురెట్లు పెరిగారు. చూస్తుంటే యిది కొద్ది కాలంలోనే ప్రత్యేక సంస్థగా

చేయాల్సి వచ్చేట్టుంది. కంగ్రాచ్యులేషన్స్ డియర్. ఈ రోజు నాకు చాలా తృప్తిగా వుంది" అతను చెబుతూనే వెళ్ళి కోటు విప్పి టై లూజ్ చేసుకుంటూన్నాడు.

పూజ కళ్ళు వాల్చి అతను చేతిలో పెట్టిన నీళ్ళగ్లాసు వైపు చూస్తోంది. ఆ నీళ్లు కొద్దిగా కదిలి స్థిరంగా నిల్చాయి. అక్కడ హిమాలయాల్లోని మానస సరోవరం కనిపిస్తోంది. దాని మీద పడిన చంద్రబింబములా సిద్ధార్థ ముఖం! కళ్ళజోడులోంచి అతని కళ్ళు ఆమె కళ్ళలోకి సూటిగా, రెప్పవాల్చకుండా చూస్తున్నాయి. పూజ చూపులు మరల్చుకోలేకపోతోంది. మళ్ళీ అదే విద్యుత్తరంగ భావ వీచిక! మనసు 'యోగముద్ర' నుంచి విడివడుతూ చైతన్యం పొంది కదలికకి గురి అవుతున్నట్టుగా! ఇంకో జీవితంలోకి కళ్ళు తెరుస్తున్నట్టుగా.

"పూజా!" అభిజిత్ చేయి ఆమె భుజం మీద ఆనింది. పూజ కొద్దిగా నిటారుగా అయింది. "ఏమిటి ఆలోచిస్తున్నావు?" అడిగాడు.

కళ్ళెత్తి భర్త ముఖంలోకి చూసింది. తనకి కలిగిన యీ విచిత్ర భావన భర్తకి చెప్పాలని ఆమె మనసు వేగిర పడుతోంది. కానీ అప్పటికే అభిజిత్ ఆమె పక్కన కూర్చుని ఆమెని తన వైపు తిప్పుకున్నాడు.

"అభీ!" ఆమె పెదవులు చిగురుటాకుల్లా కదిలాయి.

అతను ఆమె పెదవుల మీద చూపుడువేలు ఆనించి ఆపుచేశాడు. తనివిదీరా మనసు యిష్టం చేతిలో బందీ అయిపోయిన వ్యక్తిలా ఆమె ముఖం చూస్తున్నాడు.

"పూజా!" కళ్ళలోకి వెతుకుతున్నట్టు చూస్తున్నాడు. ఆమె ప్రకృతిలా రోజు, రోజు, పూటకో అందంగా వుంటుంది అతనకి, ఈ రోజు ఎన్నడూ లేనంత అందంగా కనిపిస్తోంది. అతను వివశుడైనట్టు చూస్తున్నాడు. అతనికి అది చెప్పాలని మరీ మరీ అనిపిస్తోంది. కానీ అతను ఎప్పుడూ, ఏనాడూ ఆమెని సౌందర్యపరమైన వ్యాఖ్యలు చేయడు. అతనికి ఆ ఆనందం అనుభవం చెందటమే తప్ప వ్యక్తం చేయటంరాదు. ఇప్పుడూ అంతే చేస్తున్నాడు. ఆ క్షణంలో పూజ భగవంతుడు తన కోసం ప్రత్యేకంగా యిచ్చిన వరంలో యింకో కొత్త అందం ధగద్ధగాయమానంగా కనిపిస్తూ అతన్ని వివశుడిని చేస్తోంది. ఆమెపట్ల అతనికి పవిత్రమైన భావన! ఈ సౌకుమార్యం, సంస్కారాన్ని మరింత ప్రాణప్రదంగా కాపాడుకోవాలనే జాగ్రత్త రెట్టింపు అగుునట్టుగా అనిపిస్తుంది. ఆమె శరీరాన్ని అతడు అతి నాజూకైన పూలమాలని చేతుల్లోకి తీసుకున్నట్టు.తీసుకున్నాడు. అతని మనసు విరగబూసిన ప్రకృతిని చూసిన పురుషుడిలా పరవశం అవుతోంది. సంతోషం వెన్నెల్లా మనోహరంగా అతనిని ఆవరించుకుంటోంది. అంతలోనే "పూజకి పిల్లల్ని యివ్వలేకపోయిన నేను చాలా

దురదృష్టవంతుడిని!" అనే ఆలోచన వెన్నెల్లో వడగాలిలా వీచింది. ఆ భావన అతని సంతోషపు వెన్నెల మీద కారుమబ్బుగా సగం కమ్మేసింది.

అతను భార్య తలకి తల ఆనించి నిస్సహాయంగా కళ్ళు మూసుకున్నాడు. బయటికి రావాలని ప్రయత్నించిన నిట్టూర్పు సెగ దారిలేక అతని హృదయాంతరాల్లోనే వలయం తిరుగుతోంది.

5

"చూడు రంగమ్మా! ఇప్పటికి నువ్వు నీ పేరు మీద, నీ కొడుకు పేరు మీద రెండు ఖాతాల్లో ఋణం తీసుకున్నావు. మీది ఒకటే కుటుంబము. నీది చూస్తే చిన్న జీతం. నువ్వు చేసిన ఋణం కూడా నీ కొడుకే వాయిదాలు తీరుస్తున్నాడు. ఇప్పుడు నీ చెల్లెలి పేరు మీద మళ్ళీ ఋణం అడుగుతున్నావు. ఇవ్వటానికి నాకేం అభ్యంతరం లేదు. కానీ తీర్చటం ఎలా?" పూజ నిలదీస్తున్నట్టు అడిగింది.

పూజకి రోజులో నాలుగైదు గంటలు ఈ వర్కర్స్ కో-ఆపరేటివ్ సొసైటీ వ్యవహారాలు చూడటానికే అయిపోతుంటాయి. వారిలో చాలా మంది చదువురానివారు. వచ్చినా లోకజ్ఞానం అస్సలు లేని మందమతులు. ప్లానింగ్ అంటే తెలియదు. వచ్చిన డబ్బు ఒక్క రోజులో దులిపేసి రెండో రోజు నుంచి అటు దైవాన్ని, ఇటు తమని తిట్టుకుంటూ బాధపడుతూ కృంగిపోతారు. కష్టాలుతో కలిసి జీవించటం అలవాటయిపోయినవాళ్ళు వాటితో సహచర్యమే సుఖం అని తెలియకుండా నమ్మేస్తారు.

వాటిల్లో నుంచి బయటపడటానికి చిత్రంగా యింట్లోంచి బయటకి రాని ఆడవారే ఎక్కువగా పైట చెంగు బిగిస్తున్నారు. కొంతమంది అప్పులు చేసేసి సైకిలు కొంటామని, ఇల్లు బాగుచేసేయించుకుంటామని అబద్ధాలు చెప్పి ఆ డబ్బుని పెళ్ళిళ్ళకి, విందులకి ఖర్చు చేసేస్తారు. ఒక్కరోజు బంధుమిత్రులతో ఇల్లు సంబరంగా కళకళలాడుతుంది. ఆపైన నెలంతా దాదాపు పస్తులే.

పూజ వారికి యిది మానేయమని నచ్చచెప్పడానికి శతవిధాల ప్రయత్నిస్తోంది. రంగమ్మ యింతే చేసింది. ఆమె ఫ్యాక్టరీలో రంగురంగులుగా డై చేసిన జనపనారని ప్యాక్ చేసే విభాగంలో రోజు కూలీ. కొడుకుది పర్మనెంట్ వుద్యోగం. ఒకే యింట్లో అవిభక్త కుటుంబంగా వున్నా, రెండు కుటుంబాలుగా ఖాతాలు తెరిచి రెండు రకాలుగా ఋణాలు తీసుకున్నారు. ఆ రెండు ఋణాలు మర్యాదల ఆర్భాటానికే ఖర్చు చేసేరు.

మొదటి పెద్ద ఆడపడుచు కూతురు పెళ్ళికి కట్నాలు-కానుకలు. రెండోది మేనల్లుడి భార్యని ప్రసవంకి తీసుకొచ్చి పురుడుపోసి 3 నెలలు అట్టే పెట్టుకుని పంపింది.

"రంగమ్మది భారీ చెయ్యి. మంచి మనసు" అని అందరూ పొగిడే పొగడ్తలే ఆమెకి వ్యసనమైనాయి. రంగమ్మ భర్త తాగుబోతు. పెద్దకొడుక్కి తల్లంటే ప్రాణం. ఎదురు చెప్పలేడు. తీసుకున్న ఋణం రెండు రోజుల్లో అయిపోతుంది. కోడలికి, పిల్లలకి చివరకి తను కూడా కడుపునిండా అన్నం తినకుండా పొదుపు చేస్తుంది. పిల్లలు ఆకలికి మలమలలాడిపోతున్నారు. 5 నెలల గర్భవతి కోడలు లక్ష్మి వచ్చి మొన్న పూజ దగ్గర మొత్తుకుంది.

పూజ రంగమ్మకి నచ్చచెప్పడానికి ప్రయత్నిస్తోంది.

"రంగమ్మా! ఈ బ్యాంక్ నేను పెట్టించింది. ఆపదలో ఆదుకోవడానికి, మీరంతా అనవసర ఖర్చులు మాని అంతో ఇంతో డబ్బు దాచుకుని దానితో కుటుంబ అభివృద్ధి చేసుకోవడానికి అంతేగాని.... ఋణాలు చేసి.... కొంపలు కూల్చుకోవడానికి కాదు."

"ఈ ఒక్కసారికీ యివ్వండమ్మా."

"అలా కుదరదు. ఇప్పటికే నీ కొడుక్కి నువ్వంటే కోపంగా వుంది. నీ ముందు అనలేడు. మనసులో తిట్టుకుంటూనే వుంటాడేమో?"

"ఈ ఒక్కసారికీ...."

"కుదరదు" పూజ ఖచ్చితంగా చెప్పేసింది. అసలు క్రితంసారే తను ఖచ్చితంగా చెప్పాల్సింది. కానీ కొడుకు కూడా వచ్చి బ్రతిమలాడాడు.

రంగమ్మ పూజ ముఖం చూసి యిక లాభంలేదని అర్థం చేసుకుంది.

"అయితే నా కొడుకుని తీసుకువస్తానైండమ్మా?"

"అతనొచ్చినా యిదే మాట."

"పోనీండమ్మా! ఎంతచెప్పినా మీరు వినటంలేదు. వాడినే పోయి అయ్యగార్ని అడుక్కోమంటాను" రుసరుసలాడుతున్నదల్లా పూజ ముఖం చూసి ఖంగు తిన్నట్లు అయింది. "క్షమించండమ్మా! తెలీక అన్నాను" చెంపలేసుకుని వెళ్ళిపోయింది.

ఇంతలో శీఫాలి వచ్చింది.

"రా! రా! నువ్వు ఫోన్‌చేసి చెప్పిన టైమ్ గుర్తుంది" అంటూ పూజ ఆహ్వానించింది.

"పూజా! ఫ్రెండ్సంతా కలిసి బ్యూటీపార్లర్ ఒకటి ఓపెన్ చేద్దామని అనుకుంటున్నాం. నువ్వు మెంబర్‌గా వుండాలి. పూర్తి మోడరన్."

"ఇప్పుడు వున్న వ్యాపకాలు చాల్లేదా నీకు!" పూజ నవ్వుతూ అంది.

"ఏం చేయను? ఏదో ఒక కొత్త వ్యాపకం లేకపోతే నాకు తోచదు. అయినా నా తప్పేముంది? ఆ రియల్ ఎస్టేట్ బిజినెస్‌తో వినయ్‌కి క్షణం తీరదు.

"పిల్లల్ని బోర్డింగ్‌కి ఎందుకు పంపావు?"

"వాళ్ళా! అమ్మో! ఆ కోతులు యింట్లో వుంటే నాకు పిచ్చెక్కుతుంది. క్షణం కూర్చోరు. మా యిల్లు పీకి నా కన్నీళ్ళతో స్విమ్మింగ్‌పూల్ చేస్తారు."

పూజ శీఫాలి అన్న తీరుకి ఫక్కున నవ్వింది. "భర్త బిజీ అంటావు. పిల్లల అల్లరి భరించలేవు. నీకు తోచకపోవటమనేది నువ్వు చేసుకున్న తప్పేమో అని ఎప్పుడయినా ఆలోచించావా?"

"ఉహు! నా జీవితం నా స్వంతం. నేను నా ఇష్టమొచ్చినట్టు సంతోషంగా వుంటాను."

"నీకు నీ సంసారం పట్ల బాధ్యత లేదా?"

"ఉహు! మా అత్తగారు, మామగారు అన్ని బాధ్యతలూ చూసుకుంటారు. నేనంటే వాళ్ళకిష్టం. నన్ను ఏ పనీ చేయనీయరుగా."

"వాళ్ళు నిన్ను కావాలని సోమరిపోతుని చేస్తున్నారు శీఫాలీ!"

"చెయ్యనీ! వాళ్ళు గారాబం చేస్తారు. నేను చేయించుకుంటాను. నాకు బాధ్యతలంటే భయం! వారు వాటి జోలికి నన్ను రానివ్వరు. నాకు అంతా లాభమే...."

పూజ కుర్చీలో వెనక్కి ఆనుకుంది. "మనిషి అయాచిత ఆనందం పొందితే, దాని మూల్యం తప్పకుండా ఎప్పుడో ఒకసారి వడ్డీతో సహా చెల్లించాల్సి వుంటుంది."

"పోదూ! నువ్వెప్పుడూ నన్ను భయపెడ్తుంటావు."

"దేనికి శీఫాలీ!" అభిజిత్ కంఠం విన్పించింది.

పూజ అతన్ని చూడగానే కుర్చీలో నుంచి లేచి ఎదురువచ్చింది.

"చూడు అభీ! పూజ నన్ను ఎట్లా బెదిరిస్తోందో! పూజ మాటలకి నేను ఒక్కోసారి నేనేమైనా తప్పుచేస్తున్నానా అని భయపడిపోతుంటాను."

"ఏమైంది?" కోటు విప్పుతూ అడిగాడు.

శీఫాలీ గడగడ చెప్పింది.

"అదా! పూజకి బాధ్యతలంటే చాలా యిష్టంలే. అదొక గొప్పవరం అంటుంది. ఇంతకీ వినయ్ ఎక్కడ? మొన్న పార్టీకి కూడా రాలేదు. కనీసం ఫోన్‌లో కూడా మమ్మల్ని విష్ చేయలేదు."

"మెడ్రాస్ వెళ్ళాడు."

"ఏమిటీ! నెలకి 20 రోజులు అక్కడే వుంటున్నాడు. ఇంకో ఆఫీస్ అక్కడ ఓపెన్ చేశారా?"

"ఏమో!" భుజాలెగరేసింది శీఫాలీ.

"ఎప్పుడు వస్తున్నాడు? నాకు అతనితో పనుంది."

"నాకు తెలియదు అభీ! ఇంటికి వెళ్ళగానే మా అత్తగారిని అడిగి ఫోన్ చేస్తాను" అంది.

అభిజిత్, పూజ చూపులు కలిశాయి.

"నేను అందుకే కేకలేస్తాను. నీ భర్త ఎప్పుడు వస్తాడో నీకు తెలియదా?" అంది పూజ.

"అందరూ నీ అంత పాజిసివ్‌గా వుంటారా ఏమిటి?" అన్నాడు అభిజిత్ చిరునవ్వుతో.

"అలా చెప్పు అభీ!" అంది శీఫాలీ ఆనందంగా.

"శీఫాలీ బ్యూటీ పార్లర్ తెరుస్తుందిట. నన్ను పార్టనర్‌గా చేరమంటోంది" అంది పూజ.

"నిన్నా?! బ్యూటీ పార్లరా! దానికి అప్పుడు ప్రకృతి చికిత్సాలయం అని పేరు పెట్టాల్సి వస్తుందేమో!" అన్నాడతను.

"అబ్బే! అలా కుదరదు. పూజ ఒట్టి డమ్మీ పార్టనర్ మాత్రమే. పూజ వుందీ అంటే చాలామంది క్లయింట్స్ చేరతారు నాకు."

శీఫాలీ అన్న తీరుకి పూజ, అభిజిత్ యిద్దరూ నవ్వేశారు.

"నువ్వు ముందు మీ అత్తగార్కి మామగార్కి చెప్పావా?" అభిజిత్ అడిగాడు.

"అసలు ఈ సలహా నాకు చెప్పింది వాళ్ళే."

"ఏమని! బ్యూటీపార్లర్ పెట్టుకోమనా?"

"ఉహూ! అది నా స్వంత ఆలోచనే. పూజని భాగస్వామిగా చేర్చుకోమని."

ఇది వినగానే పూజ, అభిజిత్ విషయం అర్థమయినట్టు ముఖాలు చూసుకున్నారు.

"ఓ. కె! పూజ సరే అంటే సరే"

"నాకు తీరదు. ప్లీజ్!" అనేసింది పూజ.

"నువ్వు ఒట్టి డమ్మీ పార్టనర్‌వే!" అంది శీఫాలీ.

పూజ సీరియస్‌గా వూరుకుంది.

"పూజ ఏ పని చేసినా బాధ్యతగా చేస్తుంది. ఇది కుదరదులే. మిసెస్ మాథుర్‌కి చెబుతాను. ఆవిడ ఒప్పుకుంటుంది" అన్నాడు అభిజిత్.

"థ్యాంక్‌యూ! మైడియర్ బ్రదర్! థ్యాంక్‌యూ!" అభిజిత్ బుగ్గన ముద్దు పెట్టేసి వెళ్ళిపోయింది.

"అసలు తల్లీ తండ్రీ గారాబంతో శీఫాలీని పాడు చేశారంటే యీ అత్తగారు, మామగారు వాళ్ళని మించిపోయారు. శీఫాలీ బుర్రలో మట్టికూరటమే పని" పూజ అభిజిత్‌కి దగ్గరగా వచ్చింది.

"అవును. నేనేం పొజిసివ్‌గా ప్రవర్తించాను?" అంటూ నిలదీసింది.

"ఓహ్ అదా!" అభిజిత్ క్షణం ఆగాడు. తర్వాత అన్నాడు.

"ఇదే మరి. నాకు నా భావ ప్రకటన స్వతంత్ర్యం కూడా లేదు. ఎలా నిలదీస్తున్నావో చూడు."

"నేనేదయినా నీకు నచ్చని పనిచేస్తే చెప్పమని, నన్ను నేను వెంటనే మార్చుకుంటానని లక్షసార్లు చెప్పాను" పూజ రోషంగా అంది. పూజ చూపుడు వేలుని తన చేతులతో దించేస్తూ "పూజా! నువ్వు పొజిసివ్ అన్నానేగానీ, అది నాకు నచ్చలేదని అన్నానా?" అడిగాడు.

పూజ ఆలోచించలేదన్నట్లు చూసింది.

"అది నాకిష్టం. ఇంకా చెప్పాలంటే, నువ్వు యింకా ఎంత ఎక్కువగా వుంటే నాకు అంత ఆనందం."

"అంటే?" అర్థం కానట్టు అడిగింది.

"ఉదాహరణకి...." అతను భార్యని భుజాలమీద చేతులు ఆనించి దగ్గరకు తీసుకుంటూ అన్నాడు. "నేను అప్పుడప్పుడూ "పూజా! డోంట్ లీవ్‌మీ" అంటానే నువ్వు

కూడా అనాలి అనుకుంటాను. నువ్వు అలా అంటే నాకు చాలా ఆనందంగా వుంటుంది. అంతేకాదు. నా మీద ఎవ్వరి నీడా పడనివ్వను. అనినువ్వు శపథం చేస్తే కూడా నాకిష్టం. కానీ నువ్వు ఎప్పుడూ అనవు. చెప్పు అన్నావా?"

పూజ నిస్సహాయంగా చూసింది.

"అనలేదు! అనవు! నువ్వు అలా అనకపోవటానికి నా లోపం ఏమిటా అని అప్పుడప్పుడూ ఆలోచిస్తాను. బహుశా మనకి పి...."

"అభీ! ప్లీజ్!" పూజ అతని నోటిమీద చెయ్యి అడ్డుపెట్టేసింది. "అయామ్ సారీ" అంది.

అనుకోకుండా మాటలు సీరియస్ టాపిక్‌లోకి వెళ్ళడంతో గదిలో మౌనమే గంభీరం ఆవహించింది.

ఇంతలో ఫోన్ మోగింది. అభిజిత్ రిసీవర్ తీసుకుని.... "హలో! బాలరాజుగారా! ఒక్క నిమిషం" అని కంఠం తగ్గించి పక్కకు తిరిగి "పూజా! డ్రాయింగ్ రూమ్‌లో సిద్ధార్థ వున్నాడు. అతనితో మాట్లాడుతూండు. నేనిప్పుడే వస్తాను" అన్నాడు.

పూజ వులికిపాటుగా చూసింది.

పూజ వెళుతుంటే అభిజిత్ "అతను ఉదయం వచ్చాడు ఆఫీసుకి. ఏదయినా టిఫిన్ పెట్టి, కాఫీ ఇవ్వటం లాంటిది చూడు" అని హెచ్చరించాడు.

6

పూజ డ్రాయింగ్ రూమ్‌లోకి వచ్చింది. సిద్ధార్థ అద్దాల డోర్ దగ్గర నిలబడి లాన్‌వైపు చూస్తున్నాడు. మళ్ళీ మనసులో ఏదో అలజడి. స్థిర చిత్తంతో అది నిగ్రహించుకుని వస్తుంటే మనిషి అలికిడి గమనించిన అతను యిటువైపు తిరిగాడు.

పూజ పలకరింపుగా చిరునవ్వు నవ్వింది.

అతను నమస్కరించాడు. ఆ మొఖంలో మొహమాటం కన్పిస్తోంది.

"కూర్చో! ఆయన ఫోన్‌లో మాట్లాడుతున్నారు. ఇప్పుడే వస్తారు" తనరన్నా చాలా చిన్నవాడు. ఆ వయసు పిల్లలు పూజకి చాలామంది పరిచయం వున్నారు. ఎవరినీ మీరు అని గౌరవించదు. అలా పిలవాలని వుండదు.

సిద్ధార్థ కూర్చున్నాడు. అదే నిశ్చలత. ఏ మాత్రం తొణుకు బెణుకు కదలికలేని తనం.

పక్కనుంచి కన్పిస్తున్న అతని ముఖంలో చెంపమీద మొటిమలు రక్తం చిందటానికి సిద్ధంగా వున్నంత ఎర్రగా వున్నాయి. పూజకి వాటి బాధ ఎలాటిదో తెలుసు.

చిన్నప్పుడు తనకి కూడా వుండేవి.

ఒక్క నిమిషం అతనితో ఏ రకమైన ప్రసంగం చేయాలో ఆమెకి అర్థంకాలేదు.

అతను అందరి కుర్రాళ్ళా నవ్వుతూ, కబుర్లు చెప్పటానికి ఉత్సాహం కనబరిచే మనిషిలా లేడు. ఈ ప్రపంచానికీ, తనకీ మధ్య ఏదో అడ్డుగోడ కట్టుకున్నట్టుగా మౌనం చాటున కూర్చున్న వ్యక్తిలా వున్నాడు.

పూజ తనే అడిగింది.

"మంచినీళ్ళు కావాలా?"

అతను వద్దు అన్నట్టు తలవూపాడు. అదికూడా చిన్న కదలిక. మళ్ళీ నిశ్శబ్దం.

"కాఫీ తెమ్మని చెబుతాను" లేవబోయింది. మళ్ళీ అతను అదే అనంగీకారం సూచించాడు. ఆ సూచనలో మొహమాటం ఏ మాత్రం లేదు. చాలా నిర్మొహమాటంగా తన అభిప్రాయం అవతలవారికి సూటిగా అర్థం అయేలా సూచన చేశాడు- మళ్ళీ మౌనం.

పూజ అతనివైపు క్షణం చూసింది. తను చూస్తోందని అతనికి తెలుసు.

అతను పట్టించుకోలేదు. లోపలనుంచి అభిజిత్ ఫోన్‌లో మాట్లాడటం విన్పిస్తోంది. అతను అభిజిత్ రాకకోసం వేచి చూస్తున్నాడని పూజకి అర్థం అయింది.

అక్కడున్న ఫైలు తీసి చూసింది.

అతనితో సంభాషణ పెంచటానికి మాటే దొరకటం లేదు. పూజ కూడా మౌనాన్నే ఆశ్రయించేట్టు చేశాడతను.

అంతటా నిశ్శబ్దం! దూరంగా ఎక్కడో తాయారు పనిపిల్ల మీద అరుస్తున్న కేకలు విన్పిస్తున్నాయి. పిచ్చికలు రెండు వచ్చి ఫాన్ మీద వాలి ఒకదాన్ని ఒకటి అరుచుకుని గోల చేస్తున్నాయి. పూజ తలెత్తి వాటి అల్లరి అరుపులని నవ్వు ముఖంతో చూస్తోంది. అతను అటువైపు చూడలేదు. సోఫాలో నిటారుగా కూర్చున్నాడు. ఆ కూర్చోవటంలో మళ్ళా బెరుకుగాని, సందేహంగాని లేదు. శూన్యం వైపు అతని కళ్ళు అలవాటయిన శిక్షణలా నిశ్శబ్దంగా చూస్తున్నాయి. అతని ముఖం చూసిన కొద్దీ చూడాలనిపిస్తోంది. పూజకి అతని పద్ధతి ఆసక్తిగా, విచిత్రంగా కూడా వుంది.

"డ్రాయింగ్స్ వేయటం బాగా వచ్చా?" అడిగింది.

"కొంచెం"

"రచన ఎలా వచ్చింది? ఇంట్లో ఎవరికైనా టాలెంట్ వుందా?"

"లేదు"

ఆ సమాధానాలే చిన్నవి. వాటికితోడు అతను మాట్లాడే తీరు కత్తిరించిన ముక్కల్లా అన్పిస్తున్నాయి.

కాసేపు ఫైల్లు చూసింది. మూసి టీపాయ్ మీద పెట్టింది.

"సిద్ధార్థ చక్కటి పేరు" ప్రశంసగా అంది.

అతనిలో ఎలాంటి ప్రతిస్పందనా లేదు.

"ఈ పేరు మీకు ఎవరు పెట్టారు?"

అతను వెంటనే సమాధానం చెప్పలేదు.

పూజ కావాలని సమాధానం కోరుతున్నట్టుగా అతని వైపే ప్రశ్నార్థకంగా చూస్తోంది.

"నేనే పెట్టుకున్నాను" ఆ సమాధానం కూడా మళ్ళీ సూటిగా కత్తిరించి పడేసిన ముక్కలా వుంది.

పూజ విచిత్రంగా చూసింది. ఇతనే పెట్టుకున్నాడా? అంటే? తల్లిదండ్రులు పెట్టిన పేరు నచ్చలేదా? కుర్చీలో వెనక్కి ఆనుకుని కూర్చుంది. అతన్ని గమనించినకొద్దీ తన మనసు మీద అదుపు తప్పుతోంది. తెలియని విషాదం, ఆనందం ముప్పిరికొంటున్నాయి. కానీ యిద్దరి మధ్యా గడుస్తున్న టైమ్ ముళ్ళు గుచ్చుకున్నట్టు ముఖం ముడుస్తోంది.

పూజకి అభిజిత్ ఎప్పుడు వస్తాడా అన్పిస్తోంది. ఇలాంటి స్వభావం గల కుర్రాడితో అభిజిత్ ఏం పని చేయిస్తాడు? ఉహు! అభిజిత్‌లో ఒక విశేషం వుంది. తమ పని రాబట్టుకోవాల్సిన వ్యక్తుల దగ్గర ముఖ్యంగా టాలెంట్ వుంది అని నమ్మకం కుదిరిన వారిదగ్గర అతనికి భూదేవి అంత ఓర్పు వస్తుంది. తన పంథాలోకి వారిని తెచ్చుకోవాలని అనుకోడు. వారి స్వభావ చిరాకులు గమనించి, వాళ్ళనెప్పుడూ మంచి మూడ్‌లో వుంచుతాడు. అందువల్ల సహజంగా అతని సమక్షంలో ఎదుట వ్యక్తిలోని ప్రతిభాపాటవాలు సహస్ర కిరణాలుగా వెలుగులు విరజిమ్ముతాయి. పూజకి ఇతన్ని గురించి అభిజిత్‌కి చెప్పాలని కూడా అన్పిస్తోంది.

ఇంతలో అభిజిత్ రానే వచ్చాడు.

అతని రాకని గమనించగానే సిద్ధార్థ ముఖంలోకి ప్రసన్నత వచ్చేసింది. లేచి నిలబడ్డాడు. ఆ నిలబడటంలో పై అధికారికి యిచ్చే విలువ, వినయం కంటే ఇష్టమైన వ్యక్తికి కన్పరిచే మర్యాదే ఎక్కువ కన్పిస్తోంది. అభిజిత్ చేతిలో బ్రీఫ్‌కేస్ వుంది.

వస్తూనే అతను సరాసరి సిద్ధార్థ దగ్గరకి వచ్చేశాడు.

అతని భుజం మీద చేయి ఆనించి "అయామ్ సారీ! నేను అర్జెంటుగా ఒక మనిషిని కలుసుకోవాలి. అనుకోని పని. ఒక అరగంటలో వచ్చేస్తాను. నువ్వు కూర్చుని మేడమ్‌తో కలిసి ఆ డిజైన్స్ రెడీ చెయ్యి. మేడమ్‌కి కూడా యిందులో కొంచెం తెలుసు" అతను వెళ్ళటానికి రెండడుగులు వేస్తూ వెనక్కి తిరిగి సిద్ధార్థని చూస్తూ "ఈజిట్ ఓ. కె? యూ డోంట్ మైండ్?" అని అడిగాడు.

సిద్ధార్థ ఓ. కె అన్నట్టు కళ్ళతో తెలియచేశాడు.

అభిజిత్ వెళ్తూ పూజ దగ్గర ఆగి "పూజా! అరగంటలో వచ్చేస్తాను. టేక్ కేరాఫ్ హిమ్" తగ్గుస్వరంలో చెప్పి వెళ్ళిపోయాడు.

పూజ తల వూపింది.

"వస్తాను-బై" అతను పూజని, సిద్ధార్థని కలయచూస్తూ చెప్పి వెళ్ళిపోయాడు.

అభిజిత్ బయలుదేరిన నిదర్శనగా కారు శబ్దం అయ్యింది. సిద్ధార్థ కూర్చున్నాడు.

మళ్ళా అక్కడంతా నిశ్శబ్దం.

పూజ ఫైలు తీసి చూస్తోంది. నాలుగైదు డిజైన్లు బాగానే వేశాడు.

"ఇంటి యజమానురాలు యింటి తాళంచెవులు యీ ఆప్రాన్‌లో ఎందుకు వుంచుతుంది? అవసరం ఏముంది?" అని అడిగింది.

"ఉంచుకోవాలి. ప్రొద్దుట పని టైమ్‌లో పిల్లలు డబ్బులు అడగవచ్చు. భర్త యింకేదయినా అడగవచ్చు. ఎక్కడో పెట్టి మర్చిపోకుండా వుండటానికి యిది. ముఖ్యంగా ఆ సందడి సమయంలో వీలుగా వుంటుంది."

అతను వివరంగా చెప్పినదానికి పూజ కనుబొమలు ఎత్తకుండా వుండలేకపోయింది. ఒకసారి తలెత్తి అతన్ని చూసింది. 18-19 సం॥ మధ్య వయసు వుంటుంది. అతను ఒడిలో పెట్టుకున్న చేతులవైపు కళ్ళు వాల్చి చూస్తూ సమాధానం చెప్పాడు. ఇప్పుడూ అలాగే వున్నాడు.

"అసలు యీ ఆప్రాన్ వేయాలనే ఆలోచన ఎందుకు వచ్చింది?" కుతూహలంగా అడిగింది.

"ఆడవారికి అది చాలా అవసరం"

"ఆ గమనింపు నీకు రావటానికి కారణం?"

అతను మాట్లాడలేదు.

"చెప్పు.... ప్లీజ్" అంది.

ఒక్కక్షణం నిండయిన నిశ్శబ్దం. ఆ నిండుకుండలాటి మౌనం అట్టడుగు నుంచి వచ్చినట్టుగా అతని సమాధానం వచ్చింది.

"మా అక్క స్టవ్ దగ్గర చీర అంటుకుని చచ్చిపోయింది. నేనెప్పుడూ ఆప్రాన్ వేసుకోవాలని దెబ్బలాడేవాడిని" అతని కంఠంలో మాటలాగిపోయాయి. దుఃఖం వాటిని మింగటానికి యత్నిస్తోంది.

పూజ వెనక్కి తగ్గినట్టుగా వెనక్కి ఆనుకుని కూర్చుంది.

"ఐసీ!" అంది. ఈ అబ్బాయి మౌనం పూజకి కాస్త అర్థం అవుతుంది.

"ఎంతమంది అక్కయ్యలు?"

"ఒక్కత్తే"

"అన్నయ్యలు?"

"లేరు"

"అమ్మా, నాన్న?"

అతను మాట్లాడలేదు.

"లేరా?"

తల అడ్డంగా లేరన్నట్టు తిప్పాడు.

"ఇంట్లో ఎవరుంటారు మరి?"

"నాన్నమ్మ, నేను"

"మీ అక్కయ్య, అమ్మా, నాన్న వాళ్ళు?"

"అక్కయ్యకి ఎవ్వరూ లేరు. మా పక్కింటి పూజారిగారి మేనకోడలు. తనకి అమ్మా నాన్న లేరు.'

పూజకి అర్థం అయింది.

"మీ అక్కయ్య ఏం చేసేది?"

"దేవాలయం వూడ్చి కడిగేది"

"పెళ్ళయిందా?"

లేదన్నట్టు తల వూపాడు.

"అక్కయ్య పోయి ఎన్నాళ్ళయింది?"

"నాలుగేళ్ళు"

పూజ కళ్ళు రెప్పపాటుగా మూసుకుని తెరుచుకున్నాయి.

అంటే ఇతనికి 14 సం॥ వయసులో అత్యంత ప్రియమైన వ్యక్తి పోయిందన్నమాట. పూజ మనసు కరుణాంతరంగంగా మారింది.

అతన్నే చూస్తోంది. అతను మళ్ళా అలాగే నిటారుగా కూర్చున్నాడు.

"అక్కయ్య గురించి ఎప్పుడూ ఆలోచనలు వస్తాయా?" అడగొద్దు అనుకుంటూనే అడిగేసింది.

వస్తాయి అన్నట్లు తలవూపాడు.

"నీ పేరు మీ నాన్నమ్మ ఎందుకు పెట్టలేదు?"

"నాకు తెలియదు. బాబిగా అనేది. స్కూల్లో పేరు చెప్పమంటే నేనే చెప్పాను.'

"ఆ పేరే ఎందుకు చెప్పాలనిపించింది?"

"మా అక్క ఎప్పుడూ సిద్ధార్థ-దెబ్బతిన్న పావురం కథ చెప్పేది. నాకిష్టం ఆ కథ. ఆ పేరు నాకు నచ్చింది."

ఇంతలో ఫోన్ వచ్చింది. పూజ లేచి వెళ్ళింది. శీఫాలీ అత్తగారు చేసింది. బ్యూటీపార్లర్‌లో వుండమని బ్రతిమలాడుతోంది. పనిలో వున్నాను తర్వాత మాట్లాడతానని చెప్పింది. తాయారు వచ్చింది. "అమ్మా కాఫీ యివ్వనా?" అడిగింది.

"తీసుకురా! చూడు సిద్ధార్థ కూడా వున్నాడు. ఇద్దరికి కాఫీ తీసుకురా. ఆ అబ్బాయికి తినటానికి ఏదయినా తీసుకురా" అంది తను ముందు గదిలోకి వస్తూ.

సిద్ధార్థ వేసిన డిజైన్స్‌కి యింకా మెరుగులు దిద్దుతున్నాడు.

తాయారు ట్రేలో కేక్స్, యాపిల్ ముక్కలు, స్వీట్స్ కారప్పూస, కజ్జికాయలు, మినపసున్ను వుండలు తెచ్చి అక్కడ పెట్టి వెళ్ళింది.

అతను ఫైలులో దిద్దుతుంటే పూజ కేక్స్, స్వీట్ తీసి అందించింది.

అతను వద్దని తల తిప్పాడు.

"నీకేది ఇష్టమో అది తీసుకో" అంది.

అతను తీసుకోలేదు.

"తీసుకో" అంది.

అతను మునివేళ్ళతో కారప్పూస పలుకులు తీసుకుని నోట్లో వేసుకున్నాడు.

తాయారు కాఫీ కలిపి అతనికి యిచ్చింది.

"వద్దు"

"తీసుకో! ప్లీజ్" అంది.

అతను తీసుకున్నాడు. ఎడమచేత్తో కప్పు పట్టుకుని కాఫీ తాగుతూనే కుడిచేత్తో వ్రాస్తున్నాడు.

పూజ కాఫీ తాగుతూ చూస్తోంది.

అతని తల వంగి వుంది. క్రాఫ్ ఫాన్ గాలికి చిరు అలలుగా కదులుతోంది.

పూజకి ఆ తల మీద ఒక్కసారి చెయ్యి వేయాలనిపిస్తోంది.

అతని తలని దగ్గరకు తీసుకోవాలని గాఢంగా మరీ మరీ అనిపించసాగింది. పూజ విహ్వాలంగా చూస్తోంది. ఇంతలో గదిలో ఫోన్ మోగింది.

పూజ లేవబోతుంటే తాయారు కార్డ్‌లెస్ ఫోన్ తీసుకువచ్చి అందించింది.

పూజ ఫోన్ తీయగానే అవతల నుంచి "హలో... పూజా" అభిజిత్ స్వరం వినిపించింది.

"ఊ!!" అంది.

"సిద్ధార్థ వున్నాడా?"

"ఆ"

"చూడు! ఇక్కడ నా పని అయేట్టులేదు. సిద్ధార్థని వెళ్ళిపోమని చెప్పు. రేపు సరిగ్గా 8 గంటలకి మన యింటికి రమ్మనమను. నువ్వు 7 గంటలకి కారు తీసుకుని సరిగ్గా శారదాంబగారి ఇంటికి వస్తే నేను, బాలరాజుగారు అక్కడ వుంటాం. బాలరాజుగారి కారు రిపేర్ వచ్చిందట. నా కారు కావాలని అంటున్నారు."

"సరే" అంది.

అతను ఫోన్ పెట్టేశాడు.

పూజ అభిజిత్ రాడన్న విషయం సిద్ధార్థకి చెప్పింది. అతను వెంటనే వెళ్ళటానికి లేచాడు.

"రేపు 9 గంటలకి యిక్కడికే రమ్మనారు" అంది.

తల వూపాడు. పూజ ఇంకేదయినా చెబుదామని అనుకుంటోంది. అతను వెళ్ళిపోయాడు.

అతను వెళ్తుండగా కాలనీ మహిళామండలి సెక్రటరీ విజయలక్ష్మి మరో యిద్దరు మెంబర్స్ వచ్చారు.

ఈసారి ఫండ్‌రైజింగ్ ప్రోగ్రాం ఏం చేయాలి అన్న మీమాంస జరిగింది. వాళ్ళు చాలసేపు వుండి మహిళామండలి రాజకీయాలు, సమస్యలు మాట్లాడి వెళ్ళిపోయారు.

పూజ టైమ్ చూసుకుంది. 7-15 అవుతోంది.

తాయారుకి వంట ఏం చేయాలో చెప్పింది. కారు తాళాలు తీసుకుంది. బైటికి వచ్చి గెరేజ్‌లో నుంచి తన వైట్ మారుతీ తీసింది.

కారు బయటికి వస్తుంటే గేటు దగ్గర గూర్ఖా సలామ్ చేసి గేటు వేసుకున్నాడు.

కారు కుడివైపు వీధిమలుపు తిరగబోతుంటే అక్కడ బస్‌స్టాప్ దగ్గర సిద్ధార్థ కూర్చుని కనిపించాడు.

ఆలోచిస్తూ ముందుకు వచ్చేసిన పూజ వ్యూ మిర్రర్ సరిచేసి చూసింది.

సందేహంలేదు. అతనే! బస్‌కోసం చూస్తున్నట్టున్నాడు. పూజ టైమ్ చూసుకుంది. అతను అక్కడ దాదాపు గంటన్నర నుంచి వెయిట్ చేస్తున్నట్టున్నాడు.

పూజ కారు స్లో చేసి రివర్స్ తీసుకుంది.

బస్‌స్టాప్ దగ్గరకి తెచ్చి ఆపి డోర్ తెరిచింది.

అతను చూడగానే లేచి నిలబడ్డాడు. "కమిన్" పిలిచింది.

అతను చూపులతోనే మర్యాదగా తిరస్కరించాడు.

"బస్సు వస్తుంది" అన్నాడు.

"ఎక్కడికి వెళ్ళాలి?" అడిగింది.

చెప్పాడు.

"నేను అటే వెళుతున్నాను. కాస్త పక్కకి తిరగాలి అంతే" అతను చెప్పిన ఏరియా వినగానే అంది.

"ఫర్వాలేదు" అతనిలో మొహమాటం. నిష్కర్షగా తిరస్కరించలేకపోతున్నాడు.

"మీ సర్ వింటే నిన్ను బస్‌స్టాప్ దగ్గర వదిలి వచ్చేశానంటే నన్ను కేకలు వేస్తారు మరి" అంది.

అతని ముఖంలో అభిజిత్ ప్రసక్తి రాగానే ప్రసన్నత వచ్చేసింది.

"రావాలి తప్పదు" అంది.

అతను ఒక్కక్షణం సందిగ్ధంగా రావాలో, తిరస్కరించాలో తెలియనట్టుగా చూశాడు.

పూజ డోర్ తెరిచి పట్టుకుంది.

అతను తప్పనిసరిగా వచ్చి వెనక డోర్ తెరుస్తుంటే పూజ ముందుకు వచ్చి కూర్చోమని ఆదేశించింది. అతను ఆమె ఆదేశం తిరస్కరించలేకపోయాడు. వచ్చి కూర్చున్నాడు. అతనికి డోర్ వేయటం రాలేదు.

పూజ వంగి చెయ్యి చాచి వేసింది.

కారు బయలుదేరింది.

రద్దీగా వున్న వీధులగుండా, పూజ డ్రైవింగ్ బాగా అలవాటయిన వ్యక్తిలా సునాయసంగా వెనక్కి ఆనుకుని కూర్చుని, నడుపుతుంది. ఒక చోట ఎర్రలైటు పడటంతో కారు ఆగింది.

అతను సీరియస్‌గా కూర్చున్నాడు.

పూజకి అతను పక్కన అలా వుంటే ఏదో హాయి! అభిజిత్‌తో ఆ నిశ్చింత అది వేరు. ఇప్పుడు ఏదో అవ్యక్త ఆనందం! మనసుని డోలికగా చేస్తోంది. చాలా ఆహ్లాదంగా వుంది. తన తపస్సు ఏదో ఫలించినట్లుగా! తనలో శూన్యతలోకి ఎన్నో రంగులు ఆవహిస్తూ వచ్చి సెల ఏరు గలగలగా ఆక్రమిస్తున్నట్లుగా!

అతని మెడచుట్టూ చేయివేసి దగ్గరకి తీసుకోవాలనిపిస్తోంది.

"ఇతను నా మనిషి! నా మనిషి! నేను యితనికే పూర్తిగా చెందుతాను" మనసులో ఎక్కడో ఆక్రోశంలా విన్పిస్తోంది.

గ్రీన్ లైటు వెలిగింది.

కారు కదిలింది.

7

అక్కడక్కడా ఒకటీ అరా వీధి లైట్లున్న చిన్న యిరుకు సందులోకి పూజ డ్రైవ్ చేస్తున్న వైట్ మారుతీ కారు వస్తోంది.

"ఇటు కుడివైపు" సిద్ధార్థ చెబుతున్నాడు. అతనికి కారుకి ఎక్కడ దెబ్బతగులుతుందో అని భయాందోళనలుగా వున్నాయి. పూజని మెయిన్ రోడ్డు దగ్గరే తనని దింపమని అర్థించాడు. పూజ వినలేదు. అతని అభ్యంతరాన్ని లక్ష్య పెట్టలేదు. 'ఇంటి దగ్గర దింపి వెళ్తాను. వాన వచ్చేట్లుంది' అంటూ కారుని సందులోకి తిప్పింది. సందులో యిళ్ళ ముందు కూరగాయలు అమ్మిన ఖాళీ బళ్ళు, టీ బండీ, సైకిళ్ళు అడ్డదిడ్డంగా వున్నాయి. ఒక బండి రోడ్డు మధ్యగా ఆపి వుంది.

పూజ హారన్ మోగించింది.

బండి అతను వచ్చి పక్కకు తీసి ఆపి కారు నడిపే ఆమెని, పక్కన కూర్చున్న సిద్ధార్థని సోద్యంగా చూస్తున్నాడు.

కారు ఇరుకుగా ఉన్న సందులోకి మళ్ళి అక్కడ ఆడుకుంటున్న పిల్లల్ని హారన్‌తో పక్కకి తొలగమని, సిద్ధార్థ ఇంటిముందుకొచ్చి ఆగింది. అప్పటికే ఆడుకునే పిల్లలంతా వానరసైన్యంలా వచ్చి మూగుతున్నారు. పూజ వారిని చిరునవ్వుతో స్నేహపూర్వకంగా చూసింది.

వాళ్ళు సంతోషంతో పొంగినట్టు కారు మీద చేతులు వేసి ముట్టుకు చూస్తున్నారు.

ఇంటివైపు వెళుతున్న సిద్ధార్థ ఆగి వెనక్కి తిరిగి చూశాడు.

పిల్లలందరూ నిశ్శబ్దం అయిపోయారు. కారు మీద చేతులు తీసేశారు.

సిద్ధార్థ వాళ్ళనే చూస్తున్నాడు.

"పదండిరా పదండి" వాళ్ళు మళ్ళీ దూరంగా వెళ్ళిపోయారు.

పూజ సీరియస్‌గా వున్న సిద్ధార్థని, అల్లరి మానేసి వెళ్ళిపోతున్న పిల్లల్నీ మార్చి మార్చి ఆశ్చర్యంగా చూస్తోంది.

అతను పూజకి నమస్కరించాడు.

పూజ వెంటనే వెళ్ళిపోలేదు.

"మీ నాన్నమ్మని చూసి వెళతాను" అంది.

అతను ఒక్క నిమిషం మౌనంగా నిలబడ్డాడు.

కళ్ళెత్తి పూజని చూశాడు. ఆ కళ్ళలో అయిష్టం.

పూజ అది గమనించనట్లుగా వూరుకుంది. అలాగే వేచి చూస్తున్నట్లుగా నిలబడింది.

సిద్ధార్థ వెనక్కి తిరిగి వెళ్ళి తలుపు తట్టాడు.

"ఎవరూ?" లోపలి నుంచి కేక విన్పించింది.

"నేను" చెప్పాడు.

"నువ్వా? వచ్చావా? నేను కావాల్సి వచ్చానన్నమాట? నేను తలుపు తీయనురా! ఫో! జన్మలో నీ మొహం చూడను! నేను చచ్చినా నీకు పట్టదన్నావుగా? మళ్ళీ ఎందుకొచ్చావు?"

"నాన్నమ్మా! తలుపు తీయి" సిద్ధార్థ పళ్ళ బిగువున అన్నాడు.

"తీయను. ఛస్తే తీయను. నా మాట నువ్వు విననన్నావుగా! నాకు తెలుసురా! నువ్వు వస్తావు. రాక ఎక్కడికి పోతావు."

"నాన్నమ్మా! తలుపు తీస్తావా లేదా?" పళ్ళు మరింత బిగించి ఆగ్రహం ఆపుకుంటూ అడిగాడు.

"తీయను. నిన్ను నా గుమ్మం ఎక్కనివ్వను. పనికిమాలిన వెధవా! పట్టుమని 18 ఏళ్ళు లేవు. పెద్ద మగాడిలా మాట్లాడావు. ఫో!"

తలుపులు కాస్త తెరుచుకున్నాయి. అతని పుస్తకాలు, బట్టలు వాటి మధ్య నుంచి వచ్చి సిద్ధార్థ, పూజ కాళ్ళ దగ్గర రపీరపీ మని పడుతున్నాయి.

"నాన్నమ్మా!" అతను తలుపుల మధ్య నుంచి ఆవిడకు ఏవో చెప్పబోయాడు.

"నోర్మూసుకో! నిన్ను ఎన్నిసార్లు బయటకు గిరాటు కొట్టినా మళ్ళా 'నాన్నమ్మా' అంటూ వస్తావు" ఆవిడ 'నాన్నమ్మా' అన్నమాట వెక్కిరిస్తూ అంది. "నేను కరిగిపోతానని అనుకుంటున్నావా? ఫో! దిక్కున్నచోటుకి పోరా" ఆవిడ మోయలేక మోస్తూ పెట్టె ఒకటి తెచ్చి బయటికి గిరాటు వేసింది.

ట్రంక్‌పెట్టె శబ్దంతోపడి దానిలో బట్టలు, డైరీలు, ఫోటోలు చెల్లాచెదురుగా పడ్డాయి. ఒక ఫోటో నేలమీద పడి అద్దం భళ్ళున బ్రద్దలైంది.

సిద్ధార్థ చప్పున వెళ్ళి దాన్ని తీసుకుని గుండెలకి గట్టిగా దాచేసుకుంటున్నట్టు అదుముకున్నాడు. దూరంగా పడిన నోట్‌బుక్‌ని గాజుపెంకులు లక్ష్యపెట్టకుండా నడిచివెళ్ళి తీసుకున్నాడు.

అతని మొహం ఎర్రగా కందిపోయింది. పెదవులు దుఃఖం ఆపుకోవడానికి బిగబట్టినా కళ్ళలో నీళ్ళు వుబికివస్తున్నాయి.

కోపం లావాలా పొంగులెత్తి వస్తోంది.

ఆ క్షణంలో అతని మొహం పసితనంతో నిస్సహాయంగానూ పట్టరాని ఆగ్రహంతోనూ కోడెత్రాచు బుసలు కొట్టినట్టు రెండు భావాలూ పోటీపడి పడుగుపేకల్లా కనిపిస్తున్నాయి.

వెళ్ళిపోతున్న పిల్లలు ఈ గోలకి ఆగి వెనక్కి తిరిగొచ్చి భయంగా నిలబడి కళ్ళప్పగించి చూస్తున్నారు.

ఆవిడ తలుపులు ధడాలున తెరిచి బయటకొచ్చి సిద్ధార్థ జుట్టు లంకించుకుని వీపు మీద పిడికిలి బిగించి గుద్దులు వేస్తూ "నీకెంత పొగరురా! నే చెప్పిన మాట నన్నే కాదంటావా? పోరా! ఎందుకొచ్చావు మళ్ళా" కాళ్ళతో తన్నుతుంది, ఆయాసపడుతోంది, ఏడుస్తోంది.

ఆ క్షణంలో అతను ఉన్మత్తురాలయిన పిచ్చిదాని చేతుల్లో చిక్కిన మనిషిలా వున్నాడు.

అనుకోని ఈ గొడవకి నిరుత్తరాలయిన పూజకి క్షణంసేపు ఏం చేయాలో తోచలేదు. తను రావడం పెద్ద పొరపాటు అని సిగ్గు కలుగుతోంది.

ఇంతలో ఒక బట్టతలాయన పరుగున వచ్చాడు. "అనసూయమ్మా! ఇదేంటి? నీకు మతిపోయిందా? ఆ!" అంటూ గద్దించాడు.

"వాడు నా మాట కాదంటే చంపేస్తాను. ఇవాళ చంపి తీరుతాను. దరిద్రగొట్టు వెధవ! చిన్నప్పుడు వీడికి పాల కోసం గ్లాసు పట్టుకుని ముష్టిదానిలా వీధంతా అడుక్కుని తెచ్చాను. వాడి తిండి కోసం పాచిపని చేశాను. పాడు వెధవ. 5 ఏళ్ళప్పుడే అవతలకి గెంటితే నాన్నమ్మా అంటూ తయారయ్యాడు మళ్ళీ. పోరా! ఎందుకున్నావు?" ఆవిడ శివమెత్తినదానిలా అతని జుట్టు పీకుతోంది.

ఆయన ఆవిడని లాగుతున్నాడు. "అవతల పెద్దమనుషులు వచ్చారు చూడవమ్మా. మీకు రోజూ వుండే తగాదాలేగా యివి."

"నాకు పిచ్చెక్కిస్తున్నాడు యీ దరిద్రగొట్టు వెధవ అంటూ సిద్ధార్థని విసురుగా నేలమీదకేసి తోసింది.

అతను ఆ వూపుకి నిలవరించుకునేలోపలే వచ్చి పూజ మీద పడ్డాడు.

పూజ అతన్ని చప్పున పట్టుకుంది.

"సారీ! అయామ్ సారీ" అతని కంపించిపోతున్న పెదవులు అస్పష్టంగా అన్నాయి.

పూజ ఆంతర్యంలో నుంచి అగ్నిశిఖలు ఆడ త్రాచుల్లా లేస్తున్నాయి. అవి ఆ ముసలమ్మని మరు నిమిషంలో కర్కశంతో కాటేసేవే. పూజ చేతులు ఆవిడని కొట్టేవే. ఆమె పెదవులు ఆగ్రహంగా మందలింపులు విసిరేవే!

వచ్చిన వ్యక్తి పూజకి నమస్కరిస్తూ "రండమ్మా! మీరేమిటి యిలా వచ్చారు? నా పేరు బసవయ్య! వాళ్ళు మాకు తెలిసినవాళ్ళే. ఏదో తాతమ్మ, మనవడు తగాదా" అన్నాడు.

అప్పటికి అనసూయమ్మకి అక్కడ కొత్త వ్యక్తి వుందనే స్పృహ తెలిసింది.

"అనసూయమ్మా! పూజమ్మగారు. సిద్ధూకి వుద్యోగం యిచ్చిన యజమానిగారి భార్య. నేను చెప్పలేదూ! మా దొడ్డమనసుగల వ్యక్తని" అంటూ చెప్పాడు.

అనసూయమ్మ పూజని రెప్పపాటుగా ఎగాదిగా చూసింది. రూపురేఖలు, వస్త్రధారణ ఆవిడ గొప్పింటి మనిషని అర్థమైంది. స్పృహ తెలిసింది. బసవయ్య అదిలింపు కూడా పనిచేసింది.

"రండమ్మా!" అంది వినయంగా.

పూజ తప్పనిసరిగా లోపలికొచ్చింది.

బసవయ్య కుర్చీ తెచ్చి వేశాడు.

"నేనే సిద్ధూని మీ దగ్గరకు వుద్యోగం కోసం పంపానమ్మా" అన్నాడు వినయంగా.

అలాగా అన్నట్లు వింటూ ఆ గది చూస్తోంది. పూర్తి పేదరికరేఖకి అట్టడుగు స్థాయిగా వుంది. కిటికీ రెక్కమీద చిరిగిన తువ్వాలు, గూట్లో అల్యూమినియం గ్లాసులు, మూలన చిరిగిన చాప, దండెం మీద వెలిసిన పాత చీర.... పూజకి ఆ ఇంటి ఆర్థికస్థితి అర్థమైంది.

"మంచినీళ్ళు తీసుకుంటారామ్మా?" బసవయ్య వినయంగా అడిగాడు.

"వద్దు"

"మీ దగ్గర వుద్యోగం దొరికిందని సిద్ధూ చెప్పగానే వాడు చాలా అదృష్టవంతుడు అనుకున్నానమ్మా" అన్నాడు.

పూజ వింటోంది. ఆమె గుమ్మంవైపు చూసింది. సిద్ధార్థ గుమ్మం బయట నాన్నమ్మ క్రిందపారేసిన వస్తువులు జాగ్రత్తగా ఏరి పెట్టెలో సర్దుకుంటున్నాడు. పిల్లలు అతనికి దూరంగా పడినవి తీసుకొచ్చి అందిస్తున్నారు. పూజకి వెంటనే వెళ్ళి అతనికి తనూ

సాయపడాలని అనిపించింది.

"కుర్రాడు చాలా మంచివాడండీ! ఏదో తెలియనితనం కాస్త వుంది. వాడితో పెద్ద చిక్కు అస్సలు మాట్లాడడు. అదే బాధ. మనసులో మాట ఏమిటో మనం అర్థం చేసుకోవాలే తప్ప వాడు చెప్పడు. చాలా కష్టపడి చదువుకున్నాడు. వాడితో అసలు ఎవరికీ ఏ రకమైన పేచీ లేదు. ఈవిడగారే అతడిని అప్పుడప్పుడూ విసిగిస్తూ వుంటుంది. ఏదో పెద్దామె కదండీ చాదస్తం. చాలా కష్టపడి పెంచుకుందిలెండి. కోపం వచ్చినప్పుడు యింట్లోంచి పొమ్మంటుంది. రెండు మూడు రోజులు వెళ్ళిపోతాడు. మేమంతా వెతికి తీసుకువస్తాం. ఇవాళ పొద్దున యింట్లోంచి కోపంగా అన్నం కూడా తినకుండా వెళ్ళిపోయాడట. ఆవిడకు ఆదుర్దా. అసలే బి. పి మనిషిలెండి."

పూజ వింది.

"మా అబ్బాయి మీకు పనిచేస్తున్నాడా?" అనసూయమ్మ అడిగింది.

పూజ తల వూపింది.

"నాకు ఇంట్లో ఒక్కమాట చెప్పడు. ఏం పనిలో పెట్టుకున్నారు మీరు?" ఆరాగా అడిగింది.

"బొమ్మలు వేస్తాడు."

"బొమ్మలా?" ఆవిడ మొహం చిట్లించింది. "వాటికి డబ్బులు రావుగా? ఇదివరకు చాలామంది వాడిచేత ఆ చాకిరీ చేయించి పైసా యివ్వకుండా మోసం చేశారు. వెధవ బొమ్మలు."

"అనసూయమ్మా!" బసవయ్య మళ్ళా గద్దించాడు. కళ్ళతో వురిమి వారిస్తున్నట్టు చూశాడు.

"జీతం ఎంతిస్తామని వొప్పుకున్నారు?" ఆరా తీసింది.

పూజకి ఆవిడ అర్థమైంది.

"మీ సిద్ధూనే అడగండి" అంది.

"వాడు చెబితే నాకీ తిప్పలు ఎందుకు? నోరు విప్పడు. అరిచి అరిచి చస్తుంటాను."

"అనసూయమ్మా! అమ్మగారికి కాస్త టీ అయినా కలిపిస్తావా?"

"పాలు ఎక్కడ చచ్చినాయి ఝింట్లో? రెండురోజుల నుంచి వుపవాసం. వాళ్ళని జీతం అడ్వాన్స్ అడిగి తీసుకురారా అన్నాను. వాడు నోరు తెరిస్తేకదా?"

పూజ నివ్వెరపోయినట్టు చూసింది.

బసవయ్య "నేను తెస్తాను టీ" అంటూ గబగబా వెళ్ళబోతుంటే పూజ వారించింది.

"నేను వస్తాను" అంటూ లేచింది.

"కూర్చోండి" అన్నాడు మర్యాదగా.

"ఇంకోసారి వస్తాను" అంటూ బయలుదేరింది.

"చిన్న పిల్లాడు. మీ ప్రాపకంలో యోగ్యుడు అవుతాడు. తప్పులుంటే చెప్పి మచ్చిక చేసుకోండమ్మ" బసవయ్య దణ్ణం పెడుతూ అన్నాడు.

"అలాగే" అంది పూజ.

"కాస్త జీతం మాత్రం సరిగ్గా మొదటి తారీఖు యిచ్చేట్లు చూడండమ్మా! ఇంటామెతో ఛస్తున్నాం. నేను ముసలిదాన్నయ్యాను. నా రెక్కల్లో చాకిరీ చేసే శక్తి వుడిగింతర్వాత నా బిడ్డకి పస్తులే అయిపోతున్నాయి."

పూజ వెనక్కి తిరిగింది.

"అలాగేనండీ! ఈ రోజు నుంచి మీకూ, సిద్ధార్థకీ ఏ లోటూ వుండదు.. సరేనా?" అంది.

ఈ అనునయ వాక్యాలకి ఆవిడ మొహం చిత్రంగా శాంతించింది. కళ్ళలో నీళ్ళు తిరిగాయి. "అలాగేనమ్మా!" బసవయ్యని చూపిస్తూ..... "ఈయన మిమ్మల్ని మాకు చూపించి పుణ్యం గట్టుకున్నాడు. మంచివాళ్ళు, డబ్బున్నవాళ్ళు అని చెప్పారు. నువ్వు, నీ భర్త, నీ పిల్లలు వెయ్యేళ్ళు చల్లగా బ్రతకాలి" అంది నమస్కరిస్తూ.

పూజ మొహంలో ఒక నీలినీడ వేగంగా వచ్చి, అంతే వేగంగా మాయమైంది.

పూజ బయటికొచ్చింది. బసవయ్య వెంటే వచ్చాడు.

అక్కడ ట్రంకుపెట్టె వుంది. సిద్ధార్థ లేడు.

పిల్లలు మూగి తొంగి తొంగి పూజని విడ్డూరంగా చూస్తున్నారు.

"సిద్ధూ ఏడి?" బసవయ్య అడిగాడు.

"వాడు వెళ్ళిపోయాడు" ఒక పిల్ల చెప్పింది.

అక్కడ రక్తపుచుక్కలు పడి వున్నాయి.

"ఏమిటిది?" అంది పూజ.

"సిద్ధూ పాదంకి అద్దం ముక్కలు గుచ్చుకుని తెగి రక్తం వచ్చింది" అన్నాడు ఒకబ్బాయి.

బసవయ్య సిద్ధూ కోసం వెతికివచ్చాడు.

పూజ కారు దగ్గర నిలబడి చూస్తోంది.

బసవయ్య రెండు మూడిళ్ళలో వెతికొచ్చి "లేడమ్మా! వాళ్ళ నాన్నమ్మ తిట్టిందిగా! అందులో మీ ముందు. వాడికి బాగా అవమానం అనిపించి వుంటుంది. ఎక్కడికో వెళ్ళాడు" అన్నాడు.

"వెతుకుదామా!" అంది.

"వద్దు. ఎక్కడికెళ్ళాడో. ఇక తనంతట తనే తిరిగి రావాలి. తప్పక వస్తాడులే! వాళ్ళ నాన్నమ్మని వదలడు. వాడికి ఆవిడ నోరు అంటే కోపం గాని, ఆవిడంటే ప్రాణమే! ఇది వాళ్ళిద్దరి మధ్యా అలవాటే" అన్నాడు.

పూజ తప్పనిసరిగా కారు ఎక్కింది.

"ఉంటానమ్మా!" అనసూయమ్మ నమస్కరించింది.

"ఒరేయ్! దారి యివ్వండి. జరగండిరా" బసవయ్య పిల్లల్ని అదమాయించాడు.

వారు పక్కకి తొలిగారు.

పూజ కారు స్టార్ట్ చేసింది.

కారులో వస్తుంటే పూజకి మనసంతా దిగులుగా, విషాదంగా అనిపించసాగింది.

అభిజిత్ చెప్పినా తను సిద్ధార్థని ఏదయినా తిని తీరాలన్ని బలవంతం చేయలేదు. అతను రెండు రోజుల నుంచి పస్తు!!

పూజకి ఎలాగో అనిపిస్తోంది.

ఆవిడ తిట్లు గుర్తుకువస్తున్నాయి. ఆ తిట్ల వెనక ఆవిడ బాధ కూడా అర్థమవుతుంది.

పూజకి సిద్ధార్థ ఎక్కడ వున్నాడో వెతకటానికి వెళ్ళాలనిపిస్తోంది. టైమ్ చూసుకుంది. 8. 30 కావస్తోంది. తను గంట లేటు.

పూజ శారదాంబగారి ఇంటి వైపు కారు తిప్పింది.

అప్పటికే వర్షం జల్లు ప్రారభం అయి పెద్దదిగా మారుతూ ఎడాపెడా వీస్తోంది.

పూజ కారు పోర్టికోలోకి రాగానే అభిజిత్ పరుగున వచ్చాడు.

"ఏమైంది పూజా! ఇంత ఆలస్యం కారు వానలో ఎక్కడైనా బ్రేక్ డౌన్ అయిందా అని భయపడుతున్నా. ఫోన్ కూడా చేయకపోతే భయం వేసింది"

కాస్త ఆలస్యం అయితే ఫోన్‌లో ఒకరికి ఒకరు సమాచారం అందించుకోవటం అలవాటు.

"చెబుతాను" అంది పూజ.

"ఇంటికి వెళదాం. శారదాంబగారు లేరు. ఫోను వచ్చింది. మరదలుని డెలివరీకి హాస్పిటల్లో చేర్పించారట" కారు డోర్ తీసి కారులో కూర్చుంటూ అన్నాడు అభిజిత్.

పూజ కారు స్టార్ట్ చేసింది.

8

పూజ పడక గదిలో టేబుల్ దగ్గర కూర్చుని వుంది. ఆమె కళ్ళు టేబుల్ మీద పరచిన వర్కర్స్ కో-ఆపరేటివ్ సొసైటీ బ్యాలెన్స్ షీట్‌లో వివరాలని శ్రద్ధగా, జాగరూకతతో గమనిస్తున్నాయి. క్రిందటి సంవత్సరం కంటే యీ సంవత్సరం మెంబర్స్ పెరిగారు. ఇచ్చిన ఋణాలు కూడా ఎక్కువగానే వున్నాయి. కానీ వసూలు అయిన రాబడి 35 శాతం మాత్రమే వుంది. ఇలా అయితే సొసైటీ త్వరలోనే ఆర్థికంగా చిక్కుల్లోకి వెళ్ళే ప్రమాదం వుంది. పూజ కాగితం, కలం తీసుకుని మెంబర్స్‌కి నోటీస్ వ్రాస్తోంది.

ఇంతలో ఫోన్ మ్రోగింది.

పూజ తీసింది.

"పూజా!" అవతలి నుంచి అభిజిత్ పిలిచాడు.

"ఊ!"

"నేను ఇంటికి రావటం ఆలస్యం అవుతుంది. వర్మగారు వస్తే నువ్వు మాట్లాడు. ఆయన మన కంపెనీ షేర్స్ కొనాలని అనుకుంటున్నానని చెప్పారు. ఇద్దరిని అమ్మటానికి ఒప్పించానని చెప్పు. మనం పరిచయము చేద్దాం. డీల్ డైరెక్ట్‌గా ఆయన్నే సెటిల్ చేసుకోమని చెప్పు"

"అలాగే!"

"సిద్ధార్థకి న్యుమోనియాట! బసవయ్య యిప్పుడే ఫోన్ చేశాడు. ఉస్మానియాలో జనరల్ వార్డులో వున్నాడుట. ఒకసారి వెళ్ళి చూసి వస్తాను."

"సిద్ధార్థ కనిపించాడా?" ఆమె కంఠంలోకి ఆతురత వచ్చేసింది.

"ఆ బసవయ్యే చివరకి వెతికి పట్టుకున్నాడు. సికింద్రాబాద్‌లో స్ట్రీట్ చిల్డ్రన్ హోమ్‌లో జ్వరంతో ఒళ్ళు తెలియకుండా వున్నాడుట."

"మైగాడ్!"

"బసవయ్య ఫోన్ చేయగానే సరిగ్గా నేను యిదే మాటన్నాను. వుంటాను. హాస్పిటల్‌కు వెళ్ళి వస్తాను. ఎస్ కమిన్' ఎవరో లోపలికి వచ్చినట్లున్నారు. అభిజిత్ వారిని రమ్మని పిలుస్తూ "ఉంటాను" అని చెప్పి ఫోన్ పెట్టేశాడు.

పూజ చేతిలో పెన్ కాగితాల మీద వదిలేసి కుర్చీలో వెనక్కి ఆనుకుని కూర్చుంది. కళ్ళముందు కాగితాలు, అంకెలు మాయమయినాయి. ఆ రోజు నాన్నమ్మ మాటలకి కందిపోయిన సిద్ధార్థ ముఖమే ఎర్ర మందారంలా కనిపిస్తోంది. ఆ పసి ముఖంలో అశక్తత! అవమానం! అవే గుర్తుకొస్తున్నాయి.

ఆ వయసు పిల్లలు ఈ రోజుల్లో అలాంటి అవమానాలు భరించరు. అతను దారుఢ్యంగా వున్నాడు. చేయి కాస్త ఎత్తాడంటే ముసలామె నోరు యిట్టే మూయించగలడు. కానీ అతను ఆ పనిచేయలేదు. ఆ క్షణంలో అతనికి అసలు తనలో ఆ శక్తి వుందనే గ్రహింపు కూడా లేనట్టుండిపోయాడు. ఏదయినా అవమానం జరిగితే, దిగమింగి కృంగిపోవటమే తప్ప ఎదురు తిరిగి, తిరగబడటం అతనికి తెలియనట్టున్నాడు. పూజ మనసులో వేదన, ఎక్కడో చిన్న స్పందనలా ప్రారంభమైంది. ఆ రోజతను యింటివరకూ రావద్దని ఎంత అంటున్నా తను బలవంతంగా వెళ్ళింది. తన ముందు జరిగిన ఆ గొడవకి అతను ఎక్కువ బాధపడ్డాడేమో! అంతే అయి వుంటుంది. సిద్ధార్థని ఆ సాయంత్రం తర్వాత చూడలేదు. సిద్ధార్థ కోసం ఆ రోజు రాత్రి అనసూయమ్మగారి యింటికి సరాసరి మళ్ళీ వెళ్ళారు. సిద్ధార్థ రాలేదు అని చెప్పింది ఆవిడ. "రాక ఎక్కడికి పోతాడు" అంది ధీమాగా. బసవయ్యా? సిద్ధార్థ ఎక్కడున్నాడో వెంటనే వెతికి తెలుసుకుని తనకి ఫోన్ చేయమని అభిజిత్ అదేశించి వచ్చాడు. పొద్దుపోయిన తర్వాత కారులో ఇంటికి తిరిగివస్తుంటే, అభిజిత్ అన్నాడు– "సిద్ధార్థని ఆ వాతావరణం నుంచి సాధ్యమైనంత త్వరలో తప్పించాలి. అయినా! అసలు అతనెందుకు అంత నిస్సహాయంగా వుండాలి. వయసులో వున్న కుర్రాడు. ఆ ఈడు పిల్లలు కళ్ళెర్రచేస్తే యీ లోకం బెదురుతుంది" అన్నాడు.

పూజ మాట్లాడలేదు. మర్నాడంతా అతని జాడ లేదు. బసవయ్య ఉదయం, మధ్యాహ్నం, సాయంత్రం ఫోన్ చేశాడు. రెండు రోజులు గడిచాయి.

పూజ అతన్ని గురించిన ఆలోచనలు అతి కష్టం మీద వదిలించుకుంది. ఇప్పుడు ఈ వార్త అభిజిత్ చెప్పేసరికి ఒక్కసారిగా మళ్ళీ ఆలోచనలు కమ్ముకుంటున్నాయి.

సిద్ధార్థని చూడటానికి అభిజిత్ వెళుతున్నానని చెప్పాడు, తనకీ వెళ్ళాలని బలంగా అనిపిస్తోంది. కానీ వెంట తీసుకువెళ్ళాలని అనుకుంటే అభిజిత్ తనే స్వయంగా చెప్పేవాడు. అతను చెప్పనివి తను అడగటం అలవాటు లేదు. అన్యోన్యమైన తమ దాంపత్యంలో ఎవరి సరిహద్దులు వారికి స్పష్టంగా తెలుసు.

అయినా పూజ వుండలేకపోతోంది. ఏదో తెలియని శక్తి లక్ష్మణరేఖలాంటి ఆ హద్దుని దాటి బైట నిస్సంకోచంగా పాదం పెట్టేలా ముందుకు తోస్తోంది.

పూజ "నేనూ నీ వెంట సిద్ధార్థని చూడటానికి వస్తాను" అని భర్తతో చెప్పటానికి నిశ్చయించుకుంది.

భర్తని పిలవటానికి ఆమె చేయి ఫోన్ మీద ఆనింది. "అభిజిత్ ఏమనుకుంటాడో" మళ్ళీ సందేహం. ఇంతలో అది గణ గణా మ్రోగింది. పూజ వులికిపాటుగా చేయి తీసేసింది. ఫోన్ మ్రోగుతోంది.

రిసీవర్ తీసింది.

"హలో"

"పూజా! కారు సర్వీసింగ్‌కి వెళ్ళి యింకా రాలేదు. ఇంకా టైమ్ పడుతుందని డ్రైవర్ యిప్పుడే ఫోన్ చేశాడు. నువ్వేమైనా పనిలో వున్నావా?"

"లేను."

"అయితే నీ కారు తీసుకుని ఆఫీసుకి రాగలవా? నేను ఈ ఫైల్స్ చూడడం పది నిమిషాల్లో అయిపోతుంది. నువ్వు వచ్చి క్రింద వుంటే నేను వచ్చేస్తాను."

"ఆ!!"

"థ్యాంక్‌యూ డియర్!" అతను ఫోన్ పెట్టేశాడు.

పూజకి ఒక్కసారిగా సంతోషం కలిగింది. ఈ అనిర్వచనీయమైన ఆనందానికి కారణం అర్థంగాక లోలోపలే నివ్వెరపోయింది కూడా!

పూజ డ్రైవ్ చేస్తున్న కారు సరిగ్గా 10 నిమిషాల తర్వాత 'పూజా ఇండస్ట్రీ ప్రైవేట్ లిమిటెడ్' ఆవరణలో నచ్చి ఆగింది.

ఘూర్కా అమ్మగారిని చూడగానే పరుగున వచ్చి డోర్ తెరవబోతుంటే వద్దని వారించింది. ఆఫీసులో యింకో మారుతీ జీప్, మారుతి వ్యాన్, వాటి డ్రైవర్లు వున్నారు. కానీ అభిజిత్ కంపెనీ పనితో చాలా బిజీగా వుండి, ఇంట్లో ఎక్కువ సమయం

గడపలేనప్పుడు, ఎక్కడికైనా వెళ్ళాలంటే పూజనే కారు తీసుకురమ్మంటాడు. దారిలో ఆ కొద్దిసేపయినా యిద్దరూ కలిసి వుండవచ్చునని అతని భావన.... ! విస్తరిస్తున్న వ్యాపారం అతనంటే ఆమెకిలేని ఆకర్షణగా వందచేతులతో తన వైపు లాక్కుంటూ అతని జీవితంలో ప్రతి నిమిషం తనకే వినియోగించాలని శాసిస్తోంది. అతని శరీరం అటు వెళ్ళిన కొద్దీ అతని మనసు పూజ వైపే లాగుతూ వుంటుంది. తను లేకపోతే....

ఒంటరితనం పూజలో ఎలాంటి పిచ్చి ఆలోచనలు బీజాలు నాటుతుందో అని అతని భయం. అందుకే ఒక్కరోజు పూజతో సరిగ్గా సమయం గడపకపోతే అతని మనసు వ్యాకులత చెందుతుంది.

పూజ కారులో కూర్చుని వుంది. ఆ ఆవరణలోకి వస్తే ఏదో హాయి! ఆవరణంతా రకరకాల రంగు రంగుల పూలు, క్రోటన్స్ లతలతో కన్నులపండుగగా వుంటుంది. అంతమంది పనిచేస్తున్నా అందమైన నిశ్శబ్దము అక్కడ అలరిస్తుంది. అదొక తపోవనంలా ఏకాగ్రతకి, నిశ్శబ్దానికీ మారుపేరులా వుంది. అనవసరం సంభాషణలూ, వ్యక్తుల అనవసర ప్రవేశాలూ వుండవు. పూజకి కూడా స్వయంగా యీ ఆఫీసులో యింకో పదినిమిషాలు ఎక్కువ వుంటే వారి ఏకాగ్రతకి తను భంగం కలిగిస్తున్నాను అనే భావన వస్తుంది. అక్కడ పనిచేసే ప్రతి ఒక్కరూ ఒక్కొక్క ప్రతిభారత్నం! అభిజిత్ వారిని తీసుకునేటప్పుడే వారి సామర్థ్యాన్ని విశ్లేషించి తనకి అనువో, కాదో నిర్ణయించుకుంటాడు. ఒకసారి అతను తీసుకున్న తర్వాత వారిని నియమించిన రంగం అభివృద్ధి చెంది తీరుతుంది. పూజ మనసులో అలజడి తగ్గి ప్రశాంతత నెలకొంటోంది. ఈ ఆఫీసు ఆవరణలో అడుగుపెడితే అభిజిత్ సమక్షంలో నిలబడ్డట్టే అన్పిస్తుంది.

అభిజిత్ లిఫ్టులో దిగి గబగబా వచ్చేశాడు.

అతన్ని చూడగానే పూజ డోర్ తెరిచింది.

"చాలా సేపయిందా వచ్చి? ఆలస్యం చేశానా... ?" అడిగాడు డోర్ తెరిచి కూర్చుంటూ.

"ఉహు" అంది కారు స్టార్ట్ చేస్తూ.

పూజ డ్రైవ్ చేస్తున్న కారు రద్దీగా వున్న బజార్ల మధ్య నుంచి వస్తోంది. అభిజిత్ వెనక్కి ఆనుకుని రిలాక్సింగ్‌గా కూర్చున్నాడు.

"పూజా.... ! నాకు చాలా యిష్టమైన సంగతుల్లో ఒకటి ఏమిటో తెలుసా?"

"ఏమిటి?"

"నువ్విలా డ్రైవ్ చేస్తుంటే పక్కన సుఖంగా కూర్చుని, ప్రశాంతంగా ఈ లోకాన్ని గమనించటం.... ! నేను చేసిన మంచి పన్లలో నీకు డ్రైవింగ్ నేర్పడం ఒకటి!"

"నేను డ్రైవింగ్‌కి పనికిరానని, నేను ఒట్టి మొద్దునని, నాకు రోడ్ సెన్స్ లేనేలేదని విసుక్కున్నావుగా?"

అభిజిత్ నవ్వాడు. ఆ నవ్వులో అనిర్వచనీయమైన హాయి వుంది.

"నేను అలా విసుక్కోబట్టే నీకు రోషం వచ్చి నాలుగు రోజుల్లో నేర్చేసుకున్నావు. ఇప్పుడు గురువుని మించిన శిష్యురాలివి అయిపోయావు. నీకు ఆ రోజు ఇబ్బంది వుండకూడదని, డ్రైవర్ మీదగాని, నా మీదగాని నువ్వు ఆధారపడకూడదని నీకు బలవంతంగా డ్రైవింగ్ నేర్పాను."

"అవునవును! నాకు వద్దు భయం అంటే, నా చెవి పట్టుకుని అలాటి మాట నాకు యింకోసారి విన్పించకూడదు అని కూడా కళ్ళెర్రజేసి అన్నావు."

అభిజింత్ ఇంకా నవ్వేశాడు. "అవును! కానీ అది నీ కోసమే! నాకెందుకో అన్ని విషయాల్లో నువ్వు స్వయంసిద్ధంగా వుండాలని వుంటుంది. నీ ఆలోచనలకి, నీ నిర్ణయాలకీ నీ స్వతంత్రం నీకుండాలి...."

"ఏం చేసుకోను ఈ స్వతంత్రం? నేనెప్పుడూ అది నాకు లేనట్టు, తక్కువైనట్టుగా ఫీలవలేదు. అయినా నువ్వు ఇలా అంటుంటే, ఒక్కసారి ఏదైనా పిచ్చిపని చేసి 'పూజా.... ! జన్మలో నీకు స్వతంత్రం అనేది లేదు' అని నీ నోటినుంచి అనిపించాలని అన్పిస్తోంది...." అంటూ అతని వైపు చూసింది.

అతనూ చూశాడు. అతని కళ్ళలో తొణికిస అనేది లేని నిండుతనం. ఆ పని జన్మలో నువ్వు చేయలేవు అనే ధీమా!

అతను చేయి చాచి పూజ భుజం చుట్టూ వేశాడు.

"ఒక్కోసారి నిన్ను చూస్తే ఏమనిపిస్తుందో తెలుసా?"

"నీకు క్షణానికో రకంగా అన్పిస్తుంది. నేనెలా వూహించగలను?" కారుని ప్రక్క రోడ్డుకి తిప్పుతూ అంది.

"నీతో గడపని ప్రతి నిమిషం వృధా.... ! నేను బిజినెస్‌లో చాలా సంపాదించాను. ఇక చాలు... ! అంతా వైండప్ చేసేస్తాను. నీతో కలిసి వుంటూ, నాకిష్టమైన మ్యూజిక్ వింటూ, నువ్వు చేసి యిచ్చిన కాఫీ తాగుతూ, నువ్వు చదివిన పుస్తకాల గురించి చెబుతుంటే నీ ఆలోచనలను పంచుకుంటూ, నీతో వెన్నెలలో వాకింగ్‌కి వెళ్తూ...."

పూజ కారు రోడ్డు పక్కకి స్లో చేసి ఆపుచేసేసింది.

"ఏమిటి కారు ఆపుచేశావు?" ఖంగారుగా అడిగాడు.

"నీ డ్రీమ్ పూర్తికానీ మరి"

"నేను మాటలు చెబుతుంటే నీకేమైంది?"

"మాటలు చెబుతున్నావా? నన్ను చెయ్యి పట్టి అక్కడకి లాక్కుపోతున్నావు. నేను కారు ఎవరికైనా కొట్టానంటే ముందు మనం హాస్పిటల్‌కి చేరాలి."

"ఓ.... అయాం సారీ!"

"అయినా అభీ! గత 15 సంవత్సరాలుగా మనం నువ్వు చెప్పిన ప్రతి మాటా వాస్తవంగా బ్రతుకుతున్నా కూడా, నువ్వు యింకా అదే మాట్లాడతావేమిటి?"

"నాకు తెలియదు! నేను రెండు రోజులుగా నీతో సరిగ్గా గడపటం లేదు. నువ్వు నిద్రలేవకముందే నేను వెళ్ళిపోతున్నాను. రాత్రిపొద్దుపోయి వస్తున్నాను. నిద్రకళ్లతో నా కోసం భోజనం చేయకుండా ఎదురుచూస్తున్న నిన్ను చూస్తుంటే నాకు చాలా గిల్టీగా అన్పిస్తుంది."

"అది గిల్టీనెస్ కాదు! నా పట్ల నీకున్న అపనమ్మకం...." పూజ సీరియస్‌గా అంది.

"పూజా..." ఈ అపనిందని భరించలేనట్టు చూశాడు.

"అవును! నువ్వు రెండు గంటలు దూరంగా వుంటే నేనేదో పిచ్చి ఆలోచన్లతో సతమతమౌతుంటానని అనుకుంటావు. నేనెంత చెప్పినా నీకు నాపట్ల నమ్మకం రావటంలేదు. ఇది నా చేతకానితనం.... ! నా మీద నాకు విసుగు వస్తుంది...."

"పూజా! ప్లీజ్! నువ్వు నన్ను నా డ్రీమ్‌లో నుంచి పాతాళలోకంలోకి తోస్తున్నావు. మనం హాస్పిటల్‌కి వెళుతున్నాం. పేషెంట్‌ని చూడబోతున్నాం" నచ్చచెప్పాడు.

"అదే నేను నీకు గుర్తుచేయబోతున్నాను. నేను డ్రైవ్ చేయను."

"ఎందుకని?"

"పూజా! ప్లీజ్...."

పూజ మాట్లాడలేదు.

"సారీ అన్నానుగా పద" అన్నాడు.

పూజ కారు స్టార్ట్ చేసింది.

అతను నవ్వు ముఖంతో ఏదో అనబోయి సీరియస్‌గా వున్న ఆమె ముఖం చూసి నిగ్రహించుకున్నాడు.

9

రాత్రి 10 గంటలు అయింది. కరుణా నర్సింగ్‌హోమ్‌లో స్పెషల్ రూమ్‌లో సిద్ధార్థ మంచం మీద పడుకుని వున్నాడు. అభిజిత్ అక్కడికి వచ్చాడు. అతని వెంట నర్స్ వచ్చింది. ఆమె చేతిలో ట్రేలో వేడి పాలు, బ్రడ్, బిస్కెట్స్ వున్నాయి.

అభిజిత్ సిద్ధార్థని చెంపమీద మెల్లగా తట్టుతూ "సిద్ధార్థా" అని తగ్గు స్వరంతో పిలిచాడు. రెండు మూడు పిలుపులకి సిద్ధార్థ కళ్ళు తెరిచాడు. అతని ముఖంలో జ్వరం తీవ్రత స్పష్టంగా కన్పిస్తోంది.

"మెలకువ వచ్చిందా?" మృదువుగా అడిగాడు.

ఒక్కక్షణం జ్వరం భారంతో వున్న అతని కళ్ళు అయోమయంగా చూశాయి.

"నేను.... గుర్తుపట్టావా?" అభిజిత్ అడిగాడు.

సిద్ధార్థ గుర్తుపట్టినట్టు కళ్ళతోనే తెలియచేస్తూ లేవబోయాడు.

అభిజిత్ వారించాడు.

పక్కనే ఉన్న బసవయ్య కాస్త ముందుకి వంగి "సిద్దూ! మెలకువ వచ్చిందా? నేనెవరో తెలిసిందా?" ఆతురతగా అడిగాడు.

సిద్దూ గుర్తుపట్టినట్టు తల వూపాడు.

"మీ సార్‌కి దణ్ణం పెట్టు.... ! నువ్వు జనరల్ వార్డ్‌లో పడివుంటే వెంటనే కారులో స్వయంగా యిక్కడికి తీసుకువచ్చి చేర్చారు. నీకు మంచి మందులు యిప్పించారు."

"హూష్" అభిజిత్ బసవయ్యని వారించాడు.

సిద్ధార్థకి ఆ మాటలు పూర్తిగా ఆకళింపు అయినట్టు లేదు.

అతని కళ్ళు మళ్ళీ మూతలు పడ్తున్నాయి.

"సిద్ధార్థా! కొంచెం లేచి యీ పాలు తాగు. మందు వేసుకుందువు గాని. నర్స్ తట్టి పిలుస్తూ అడిగి సిద్ధార్థ యివాయి చెప్పలేదు.

అభిజిత్ మంచం మీద కూర్చున్నాడు. సిదార్థని భుజాలు పట్టి లేవదీసి బలవంతంగా కూర్చోబెట్టాడు. నర్స్ చేతిలో వున్న ట్రేలో నుంచి బ్రెడ్ తుంచి పాలలో ముంచి సిద్ధార్థ నోటికి అందించాడు.

పూజ అక్కడికి కాస్త దూరంలో గోడకి ఆనుకుని చేతులు వెనక్కి పెట్టుకుని సిద్ధార్థని, అభిజిత్‌ని చూస్తోంది.

సిద్ధార్థ ముఖం జ్వరతాపానికి వడిలిపోయి వుంది. అభిజిత్ మాటలు చెబుతూ బలవంతంగా తినిపించేస్తున్నాడు. ఆ క్షణంలో ఆ దృశ్యం పూజకి కన్నులవిందుగా, రెప్ప వాల్చకుండా చూడాలనిపిస్తోంది. అభిజిత్‌కి వృద్ధుల పట్ల, చిన్నపిల్లల పట్ల, అనారోగ్యవంతుల దగ్గర ఎంతో నెమ్మది, సహనం వచ్చేస్తాయి.

అతనిలో ఆ ఓర్పుకి ఒక్కోసారి ఆశ్చర్యం వేస్తుంది.

సిద్ధార్థ చేత అభిజిత్ బలవంతంగా బ్రెడ్ తినిపించి పాలు తాగించేశాడు.

నర్స్ సిద్ధార్థ నోరు నాప్‌కిన్‌తో తుడిచేసింది. సిద్ధార్థకి పట్టటంలో పాలు వొలికి అభిజిత్ షర్ట్‌మీద పడ్డాయి.

"వాష్ చేసుకుంటారా సర్?" అంది నర్స్.

"ఫర్వాలేదు! ఇంటికి వెళ్తున్నాంగా" అన్నాడు. అదేమంత అభ్యంతరకరమైన విషయం కాదన్నట్లు.

నర్స్ సిద్ధార్థ చేత మందు మింగించి ఇంజక్షన్ చేసేసింది. అతను అప్పటికే నిద్రలోకి జారిపోయాడు. నర్స్ దుప్పటి కప్పింది.

బసవయ్య రెండు చేతులూ జోడించి దణ్ణంపెడ్తూ--

"ఈ రోజు మీరు రాకపోతే సిద్ధూ చచ్చిపోయి వుండేవాడు. మీకు కోటి దండాలు బాబూ!" అన్నాడు.

పూజ నిద్ర ఒడిలో సొమ్మసిల్లినట్టు, యీ లోకంతో పనే లేనట్టు పడుకుని వున్న సిద్ధార్థ ముఖమే చూస్తోంది. ఆమె కంఠంలో ఏదో దుఃఖ కెరటం అడ్డుకుంటోంది. బసవయ్య చెప్పింది నిజమే! జనరల్ వార్డ్‌లో బెడ్స్ ఖాళీ లేవు. ఎమర్జన్సీ కేసులు చాలా వున్నాయి. తను, అభిజిత్ వెళ్ళేసరికి సిద్ధార్థ ఘాటువాసన వస్తున్న బాత్‌రూమ్స్‌కి దగ్గర్లో క్రింద పడుకోబెట్టి వున్నాడు. అతను చలికి వణుకుతున్నాడు. సిస్టర్లు, డాక్టర్లు ఎమర్జెన్సీ కేసుల వెంట పరుగులు తీస్తూ బసవయ్య పిలుపులు పట్టించుకోవటం లేదు.

అభిజిత్ అరగంటలో డాక్టర్స్‌తో మాట్లాడి డిశ్చార్జ్ చేయించి తమకు తెలిసిన కరుణా నర్సింగ్‌హోమ్‌కి తీసుకువచ్చి చేర్పించాడు. ముందే ఫోన్ చేయటంతో స్పెషల్ రూమ్ రెడీగా వుంది. డాక్టర్స్ వెంటనే చూశారు.

అభిజిత్ అశ్రద్ధ చేయకుండా వెళ్ళటం ఎంతో మేలు అయింది.

"ఇక వెళ్దామా" అభిజిత్ భార్యని తగ్గుస్వరంతో పిలిచాడు.

పూజ గోడకి ఆనుకుని అలాగే నిలబడి సిద్ధార్థని చూస్తోంది. ఆమె ముఖం కళా విహీనంగా వుంది. ఏదో దిగులు!

అభిజిత్ వచ్చి పూజ భుజం మీద చేయి ఆనించాడు. "పూజా! వెళ్దామా?" అన్నాడు.

పూజ ఉలికిపాటుగా అతనివైపు చూసింది.

"సిద్ధార్థకి యిక ఫర్వాలేదు" తనలో తను అనుకున్నట్లు అన్నాడతను.

"వెళ్దాం పద" పూజ భుజాల చుట్టూ చేయి వేసి అన్నాడు.

పూజ భర్తతో వస్తోంది.

ఆమె పాదాలు ఆ గదిలో నుంచి రావటానికి తిరస్కరిస్తున్నాయి. కానీ ఆమె భుజం మీద ఆని వున్న అభిజిత్ చేతి స్పర్శ వాటిని ఒళ్ళు దగ్గర పెట్టుకోమన్నట్టు హెచ్చరిస్తోంది.

గుమ్మం దాటి వస్తుంటే పూజ వెనక్కి తలతిప్పి చూసింది. మంచంమీద ఒంటరిగా నా అనేవాళ్ళు లేకుండా జ్వర తీవ్రతతో పడి వున్నాడు సిద్ధార్థ. పూజకి అభిజిత్ చేయి తీసేసి అతనివైపు పరిగెత్తాలనిపిస్తోంది. శరీరం, మనసు రెండింటిలో తిరుగుబాటు!

ఆ తిరుగుబాటు చిత్రంగా ఎవరినీ లెఖ్ఖ చేయని ఏదయినా సరే సునాయసంగా త్యజించగల తెగింపుగా వుంది!

అభిజిత్ పూజ తల తిప్పి వెనక్కి తిరగటం చూశాడు.

ఆమె ముఖంలో భావసంచలనమూ గమనించాడు.

"నిన్ను తీసుకురావటం నాదే తప్పు పూజా! నువ్వు యిలాటివి చూడలేవు" లోలోపల అనుకున్నాడు.

అలవాటుగా అప్రయత్నంగా అతని చెయ్యి భార్యని మరింత దగ్గరకి తీసుకుని ముందుకు నడిపించింది.

"బసవయ్యా! నర్సులకి చెప్పాను. వారు జాగ్రత్తగా చూసుకుంటారు. ప్రొద్దుటనుంచీ సిద్ధార్థతో వున్నావని అన్నారు. నువ్వు యింటికి వెళ్ళి ఉదయం రావచ్చు."

"అలాగే బాబూ!"అన్నాడతను.

"బసవయ్య వుంటే ఏమౌతుంది?" పూజ తనకి తెలియకుండానే గట్టిగా అనేసింది.

"అలాగేనమ్మా! వుంటాను. తప్పకుండా వుంటాను. బసవయ్య నమస్కరిస్తూ అన్నాడు.

"పోనీ వుండటం కూడా మంచిదే! అసలు అవసరం వుండదు. ఒకవేళ ఏదయినా కావాలంటే, సిస్టర్ని ఫోన్ చేయమని చెప్పు. నేను చెప్పి వస్తానులే" అని రెండడుగులు వేసి సిస్టర్కి చెప్పాడు.

"ఏమీ అనుకోకు బసవయ్యా! ఎవరైనా ఒకరుంటే మంచిదేమో అని" అంది పూజ.

"అయ్యో ఎంత మాట అమ్మగారూ! దేవుడిలా అయ్యగారు వచ్చారు. కాబట్టి వాడు బ్రతికాడు. నేనుంటాను" అన్నాడు దణ్ణం పెడ్తూ.

పూజ, అభిజిత్ క్రిందకి వచ్చేశారు.

అభిజిత్ కారు డ్రైవ్ చేస్తున్నాడు.

ఇద్దరి ముఖాలూ సీరియస్గా వున్నాయి. వచ్చేటప్పుడు వున్న నవ్వులు, కబుర్లు మచ్చుకి కూడా లేవు.

"ఎందుకంత సీరియస్గా వున్నావు?" అభిజిత్ అడిగాడు.

"జనరల్ వార్డ్లో మనం వెళ్ళేసరికి అతను పడి వున్న స్థితి గుర్తుకు వస్తోంది."

"అవును! మనం హాస్పిటల్కి రావటం మంచిదే అయింది" అతనిలో నుంచి నిట్టూర్పు వచ్చింది. అతను చేయి చాచి భార్య చేతిని తీసుకుని గుప్పిట్లో బిగిస్తూ "పూజా! ఒక్కోసారి ఈ ప్రపంచంలో తల్లితండ్రులు లేని పిల్లలందరినీ మన స్వంతం చేసుకోవాలని అనిపిస్తుంది నాకు. బసవయ్య చెప్పాడు. సిద్ధార్థకి చిన్నప్పుడే తల్లీ తండ్రీ పోయారుట. ఆ నాయనమ్మ కూడా స్వంతం కాదట. ఎవరో పెంచినామెట."

పూజ వింటోంది.

సిద్ధార్థ దిక్కులేనితనం ఏమిటో ఆ హాస్పిటల్లో ఆ క్రింద మాసిన ఆ బట్టల మధ్య, జ్వర తీవ్రతతో చావుకి దగ్గర క్షణం క్షణం అవుతూ పడి వుండంటలోనే పూజకి అర్థం అవుతోంది. ఎంతోమంది పిల్లలు ఆడ మగ బేధం లేకుండా ఎన్నో కారణాలుగా, భవిష్యత్తు తుంపేసినట్టుగా అర్థాంతర చావులకి గురి అవుతూ అల్పాయుష్కులు అవుతున్నారు. సిద్ధార్థ అలా కాకూడదు! అలా కాకూడదు, అతను బ్రతకాలి భవిష్యత్తు మంచిదిగా వుండాలి.

."ఏయ్! ఏమయింది?" అభిజిత్ భుజం పట్టి కదిపి అడుగుతున్నాడు.

"ఏం లేదు" అంది.

"ఎందుకంత నిటారుగా కూర్చున్నావు?" అన్నాడు.

పూజ మామూలుగా కూర్చుంది.

10

ఉదయం లేస్తూనే అభిజిత్ హాస్పిటల్‌కి ఫోన్ చేశాడు. హాస్పిటల్ నంబర్ బిజీగా వుంది. అతను ముఖం కడుక్కుని వచ్చేసరికి పూజ కాఫీ కప్పుల్లో పోస్తోంది.

"రాత్రేమైనా ఫోన్ వచ్చిందా?" అడిగాడు.

"లేదు" కప్పు అందిస్తూ అంది.

"బాగా నిద్రపట్టేసింది. నిద్రలో మెలకువ రాలేదేమోనని" కప్పు తీసుకుంటూ అన్నాడు.

"నాకు అంతగా పట్టలేదు. మధ్యమధ్యలో మెలకువ వస్తూనే వుంది."

అభిజిత్ భార్యని క్షణంసేపు చూశాడు. "నువ్వెందుకు ఎప్పుడూ కంటినిండా ఆదమరిచినట్టు నిద్రపోవు."

"నాకు తెలియదు, నాకు రాదు."

"సైక్రియాట్రిస్ట్‌ని ఎవరినైనా అడుగుదాం"

"ఏం వద్దు"

"భయమా?"

"నీ గురించే"

"నా గురించా? ఎందుకట?" కుతూహలంగా అడిగాడు.

"వాళ్ళేది చెప్పినా సీరియస్‌గా తీసుకుని నా ప్రాణం తీసేస్తావు"

అభిజిత్ నవ్వాడు. "డాక్టర్లు చెప్పింది సీరియస్‌గా తీసుకోకపోతే పేషెంట్లకి రోగాలు ఎలా నయమౌతాయి?"

"నాది వ్యాధి కాదు అని లక్షసార్లు చెప్పాను. రాత్రంతా నిద్రపోకపోయినా నాకు ఉదయం అలసట వుండదు. కనీసం తలనొప్పి కూడా రాదు."

"ఓ. కె! ఓ. కె! నో ఆర్గ్యుమెంట్! ఈ రోజు అసలే ముఖ్యమైన మీటింగ్ వుంది." అతను వెళ్ళి ఫోన్ చేశాడు. సిస్టర్ పలికింది. సిద్ధార్థ రాత్రి బాగా నిద్రపోయాడని, ఇప్పుడే కాఫీ తాగించి మళ్ళీ మందు వేశానని చెప్పింది.

"సిద్ధార్థ కులాసాగానే వున్నాడట" ఫోన్ పెట్టేస్తూ అన్నాడు.

"పూజా! మధ్యాహ్నం లంచ్‌కి త్వరగా వచ్చేస్తాను. ఒక్క నిమిషం వెళ్ళి చూసి వచ్చేద్దామా?" అడిగాడు. పూజ తల వూపింది.

అభిజిత్ టైమ్ చూసుకున్నాడు. "8-30 ఫ్లయిట్‌లో భీమశంకరం గారు వస్తున్నారు. ఎయిర్‌పోర్టుకి వెళ్ళాలి. ఆయన యింటికి వెళ్ళేలోపలే పది నిమిషాలు మాట్లాడేయాలి.

"అర్చనా ఫార్మాస్యూటికల్ కంపెనీ తీసుకోవాలని ఈ రోజు బోర్డు మీటింగ్‌లో నిర్ణయం జరుగుతోంది."

"నష్టాల వూబిలో కూరుకుపోయిన అది మనకెందుకు? ఉన్నవి చాలలేదా?"

"నేను పెట్టే పెట్టుబడి చాలా తక్కువే. వ్యాపారం ప్రారంభించాలనే వుత్సాహంతో డబ్బు బాగా పెట్టుబడి పెట్టగలవారు నలుగురున్నారు. ఈ ఫ్యాక్టరీ వాళ్ళే చూస్తారు. నేను మోరల్ సపోర్ట్ మాత్రమే."

పూజ తల తిప్పింది. "నువ్వా? ఏదయినా అనుకుంటే అది సాధించే వరకూ నీ నరనరంలో అదే ఆలోచన వుంటుంది."

"వద్దంటావా? చెప్పు" దగ్గరగా వచ్చి కూర్చుంటూ అడిగాడు.

"నీ ఇష్టం. బాధ్యత నీది, అన్నీ భరించేవాడివి నువ్వు"

"వాటిల్లో నీకేం భాగం లేదా?" సీరియస్‌గా అడిగాడు.

"నీ అడుగులోనే నా నడక. చేసుకున్న తర్వాత తప్పుతుందా?"

"కేవలం పెళ్ళి పట్ల గౌరవంతోనే అన్నీ భరిస్తున్నావా?"

"అభీ!" కోపంగా తలెత్తి చూడబోయిన పూజ అతని ముఖం చూడగానే ఫక్కున నవ్వేసింది. వెంటనే అతని గడ్డం మీద చేయి వేసి తోస్తూ "అభీ! మరీ అంత భార్యా విధేయుడిలా చూడకు. నీకు అది నప్పదు" అంది.

అభిజిత్ రెండు చేతులతో భార్య ముఖాన్ని పట్టుకుని కళ్ళలోకి చూస్తూ అన్నాడు. "హమ్మయ్య! క్షణం క్రితం ఈ రోజు ఆర్గ్యుమెంటుతో ప్రారంభమైందేమిటా అని భయపడ్డాను. నవ్వేశావు. ఫర్వాలేదు. నేను ఫార్మస్యూటికల్ ఫ్యాక్టరీ విషయం ఏది నిర్ణయం చేసినా శుభమే కలుగుతుంది" అన్నాడు.

"అలాగా!" పూజ నవ్వుతూ ముఖం చూపించి "ఇలా వున్న ఫోటో ఒకటి నీ బెడ్‌కి ఎదురుగా కట్టిస్తాను. రోజూ లేవగానే చూసుకో."

"ఉహు! స్టిల్ పిక్చర్ పనికిరాదు. లైవ్ పిక్చరే అత్యంత అవసరము."

"నీతో చాలా చిక్కు అభీ! నీలో మంచి నేర్పు వుంది. నువ్వు సీరియస్‌గా వుంటే ఎదుటివారిలో సీరియస్ మూడ్ తెప్పిస్తావు. నువ్వు నవ్వుతూంటే ఎందుటివారు నవ్వి తీరాల్సిందే. వెళ్ళు! త్వరగా స్నానం చెయ్యి. టైమ్ అవుతోంది" అంటూ హెచ్చరించింది.

అభిజిత్ వెళ్ళిపోయాడు.

అతను స్నానం చేసి రెడీ అయి వచ్చాడు.

పూజ టేబుల్ మీద బ్రేక్‌ఫాస్ట్‌కి సిద్ధం చేస్తోంది.

ఇంతలో ఫోన్ మోగింది. "వంశీకృష్ణగారా! యస్! నేనిప్పుడే ఎయిర్‌పోర్టుకి బయలుదేరుతున్నాను. మీరు స్ట్రయిట్‌గా వస్తానన్నారుగా డ్రైవర్ రాలేదా? ఓ. కె! నేనిప్పుడే వస్తున్నాను. మిమ్మల్ని పికప్ చేసుకుంటాను" అతను ఫోన్ పెట్టేసి బ్రీఫ్‌కేస్, కారు తాళాలు తీసుకుని బయల్దేరుతూ "పూజా! నేను వంశీకృష్ణగారిని తీసుకుని ఎయిర్‌పోర్టుకి వెళ్ళాలి. టైమ్ సరిపోదు. బ్రేక్‌ఫాస్ట్ తినలేను" అన్నాడు.

"రెండే ఇడ్లీలు. నేను గబగబా తినిపించేస్తాను" పూజ ప్లేటులో పెట్టి తెస్తూ అంది.

"నో డియర్! ప్లీజ్! నువ్వు తిను. మానేశావంటే నాకు కోపం వస్తుంది. లంచ్‌కి తప్పక వచ్చేస్తాను" అంటూనే వెళ్ళిపోయాడు. కారు వెళ్ళిపోయిన ధ్వని వినిపించింది.

పూజ డైనింగ్ టేబుల్ దగ్గర కూర్చుంది. బ్రేక్‌ఫాస్ట్ తినాలనిపించలేదు. ఇద్దరూ కలిసి తినటం అలవాటు. అతను లేకపోతే తనకి ఆకలే వేయదు. ఇది ఎప్పటినుంచో వస్తున్న అలవాటు.

పూజ తాయారుని పిలిచి అన్నీ తీసెయ్యమని ఆదేశించింది.

11 గంటలు అవుతుండగా శారదాంబగారు వచ్చింది. ఆవిడ కూతురు పోయినరోజు. గుడిలో పూజ చేయించి ప్రసాదం తెచ్చి యిచ్చింది. ఆవిడ కూతురు, అల్లుడు, ఇద్దరు మనుమళ్ళు, మనవరాలు ఫ్లైట్ యాక్సిడెంట్‌లో ఒకేసారి మరణించారు. ఆ దుఃఖంలోంచి, ఒంటరితనంలోంచి బయటపడటానికి దంపతులిద్దరూ ఇప్పటికీ ప్రయత్నం చేస్తూనే వున్నారు. పూజ, అభిజిత్‌లంటే వాళ్ళకి ప్రాణం. పిల్లలు పోవటంతో మరీ దగ్గరయిపోయారు.

"పూజా! పిల్లలు కలగకపోవటమే చాలా అదృష్టం కలిగి పోగొట్టు కోవడం కంటే కడుపుకోత యింకేదీ లేదు" అంటుంది ఆవిడ. ఆవిడ మాట్లాడుతుంటే యిట్టే ఒంటిగంట అయ్యింది. ఆవిడ మాట్లాడుతున్నా పూజ కళ్ళు మాటిమాటికీ గడియారం వైపు చూస్తూనే వున్నాయి. అభిజిత్ లంచ్‌కి యిప్పుడో కాసేపట్లోనో యింటికొస్తాడు.

ఫోన్ మోగింది. పూజ వెంటనే వెళ్ళి తీసింది. అవతలినుంచి పలికింది అభిజిత్ కాదు! నర్సింగ్‌హోమ్ నుంచి నర్స్.

"మందులు కావాలి మేడమ్! మా దగ్గర లేవు. ఇక్కడికి దగ్గర్లోని మెడికల్ షాపులో కూడా లేవు" అంటూ వివరాలు చెప్పింది. పూజ నోట్ చేసుకుంది. "అతనికి బట్టలు కావాలి. రాత్రి వాంతి చేసుకోవటంతో అవి చాకలికి పంపాము. మీరు వచ్చేటప్పుడు కొన్ని బట్టలు తీసుకురండి" అని పెట్టేసింది. పూజ ఒక్క నిమిషం అలాగే నిలబడింది.

మందులయితే తను కొని ఆఫీసు బోయ్ ద్వారా పంపవచ్చు. కానీ సిద్ధార్థకి బట్టలు! సైజు?

అభిజిత్ లంచ్‌కి వస్తే చెప్పాలని చూస్తోంది. 2 గంటలు దాటుతుంది. అభిజత్ రాలేదు.

నర్సింగ్‌హోమ్ నుంచి నర్స్ మళ్ళా ఫోన్ చేసింది.

అభిజిత్ మీటింగ్‌లో వుండిపోయి వుంటాడు. బహుశా ఫోన్ చేసే అవకాశం కూడా చిక్కలేదేమో. యిక భోజనానికి రాడు.

పూజ తనే మందులు కొనటానికి బయలుదేరింది. రెడీమేడ్ షాప్‌కి వెళ్ళి సిద్ధార్థ ఎత్తు, లావు షుమారుగా వర్ణించి చెప్పి 2 జతల బట్టలు తీసుకుంది. ఇంకో 2 జతలు సిద్ధార్థకి చాలా బాగుంటాయి అనేవి కన్పించాయి. అవి కూడా తీసుకుంది.

ఫ్రూట్స్, బిస్కెట్స్ కొన్నది.

అన్నీ తీసుకుని నర్సింగ్‌హోమ్‌కి వచ్చింది.

పూజ వచ్చేసరికి సిద్ధార్థ కళ్ళు మూసుకుని పడుకుని వున్నాడు.

పూజ గది గుమ్మంలో నిశ్శబ్దంగా నిలబడింది.

కొద్దిగా అక్కడక్కడా మాసిన అతని గడ్డం అప్పుడప్పుడే మొలకెత్తిన చిరు పచ్చిక మొలకలు యీ ప్రపంచాన్ని సిగ్గుసిగ్గుగా తొంగిచూస్తున్నట్లున్నాయి. కళ్ళజోడు లేని అతని ముఖం, కనుముక్కు తీరు స్పష్టంగా కన్పిస్తోంది.

పూజ అతని ముఖమే చూస్తూ చిత్తరువులా నిలబడింది.

"వచ్చారా మేడమ్! మీ కోసమే చూస్తున్నాను" నర్స్ వచ్చి ఆమె చేతిలోవి అందుకుని బుట్టలోనుంచి మందులు, బట్టలు తీసింది. మగత నిద్రగా వున్న సిద్ధార్థ మాటల శబ్దానికి కళ్ళు తెరిచి చూశాడు.

ఎదురుగా గుమ్మంలో పూజ నిలబడి వుంది.

అతనికళ్ళలో యింకా జ్వరం ఎర్రజీరలతో తొంగిచూస్తోంది. అతడు తడబాటుగా, మొహమాటంగా లేచి కూర్చున్నాడు. హాస్పిటల్ వాళ్ళిచ్చిన నీలం చొక్కా వదులుగా వేళ్ళాడుతోంది.

"సిద్ధార్థ! మేడమ్ వచ్చారు" నర్స్ చనువుగా చెబుతోంది.

సిద్ధార్థ చేతులు అప్రయత్నంగా ఆమెకు నమస్కరించాయి. అతని కళ్ళు ఆశగా, ఆతురతగా, ఇష్టంగా ఆమె వెనక ఎవరికోసమో చూస్తున్నాయి.

"సర్ రాలేదు" అంది నర్స్ "ఉదయం నుంచి నాలుగైదుసార్లు అభిజిత్ సర్‌గారి కోసం అడిగాడు మేడమ్" నర్స్ మందులిస్తూ పూజకి చెప్పింది.

అభిజిత్ రాలేదన్న వార్త వినగానే అతని కళ్ళలో ఆతురత, ఇష్టం, ఆశ మెల్లిగా అంతరించిపోయినాయి.

నర్స్ యిచ్చిన మందు వేసుకుని వెనక్కి వాలి పడుకుని కళ్లు మూసుకున్నాడు.

అతను పూజతో ఎలాంటి ప్రసంగం చేయడానికి ఇష్టంలేనివాడిలా మౌనంగా వుండిపోయాడు!

ఆ మౌనం, ఆ నిరాసక్తత, యోగ సమాధిలో వున్న ఒక యోగి యీ ప్రపంచంలో దేనిపట్లా ఆసక్తిగాని, కోరికగాని లేనట్లుగా మౌనంతో తనని తాను సమాధి చేసుకుంటున్నట్లుగా వుంది.

పూజ వెళ్ళలేకపోయింది. అతని నిరాసక్తి ఆమెకి ఏమీ అవమానంగా అనిపించలేదు.

అతనిని చూడటంలోనే ఒక ఆనందం వెల్లువ పొంగి వస్తోంది. లోపలికి వచ్చింది. కళ్ళజోడు లేని అతని ముఖాన్ని యీ ప్రపంచంలో అత్యంత ఆసక్తిగల విషయంలా తదేకంగా సర్వం మర్చినట్లుగా చూస్తోంది.

11

పూజ అలా ఎంతసేపు కూర్చుందో టైమే తెలియలేదు. సిద్ధార్థకి ఆమె వునికి యిబ్బందికరంగా వుంది. అతను కళ్ళు మూసుకుని పడుకున్నాడు. కానీ నిద్ర రావటంలేదు. పక్కకి వత్తిగిలి పడుకున్నాడు. ఆవిడ వైపు అలా వీపు పెట్టటం అమర్యాదా? అనే సంకోచం కలిగింది. మెల్లగా వెల్లకిలా అదీ యిబ్బందికరంగానే అన్పించింది. లేచి కూర్చున్నాడు.

"నర్స్!" పిలిచాడు.

"ఏం కావాలి?" పూజ వెంటనే లేచి దగ్గరకి వచ్చి అడిగింది.

అతను రెండు చేతుల్లోకి తల దించుకుని కళ్ళు మూసుకుంటూ ఏమీ వద్దు అన్నట్లు తల తిప్పాడు.

"తలనొప్పిగా వుందా?" అడిగింది.

లేదన్నట్టు తల తిప్పాడు.

క్షణంసేపు అతన్ని చూసిన పూజ అతని యిబ్బందేమిటో తనతో చెప్పటానికి సుముఖంగా లేదని అర్థం చేసుకుంది. వెళ్ళి సిస్టర్‌ని పిలుచుకు వచ్చింది.

"సిద్ధార్థా! ఏం కావాలి?" దగ్గరకి వచ్చి అడిగింది.

"నిద్రకి మందు."

"ఎందుకు? ఏదయినా బాధగా వుందా?"

"నిద్రపోతాను."

"నిద్రవస్తే పో. లేకపోతే వద్దు. దానికోసం మందు ఎందుకు! భరించలేని బాధ లేదుగా?"

"లేదు." అతను తల తిప్పుతుంటేనే దగ్గు వచ్చింది. నర్స్ వచ్చి అతన్ని పట్టుకుంది. ఊపిరాడని దగ్గు.

పూజ కూడా అప్రయత్నంగా అతన్ని పట్టుకోవాలన్నట్లు దగ్గరకి వచ్చింది. నర్స్ మందు తీసి తాగించింది. అతని దగ్గు శాంతించింది.

అతని ముఖంలో బిడియం, మొహమాటం స్పష్టంగా కనిపిస్తున్నాయి.

"నేను ఇంటికి వెళ్ళిపోతాను సిస్టర్" అర్థింపుగా చూస్తూ అన్నాడు.

"అది చెప్పాల్సింది డాక్టరుగారు. మీకు తొందరగానే తగ్గిపోతుంది. తగ్గిన తర్వాత ఒక్క నిమిషం కూడా యిక్కడ వుండనివ్వం" సిస్టర్ నచ్చచెబుతున్నట్లు అంది. ఇంతలో అడుగుల చప్పుడు వినిపించింది.

పూజ తిరిగి చూసింది. అభిజిత్ వచ్చాడు. వస్తూనే 'హలో, సిద్ధార్థా' అంటూ మంచం దగ్గరకి వెళ్లాడు. అభిజిత్‌ని చూడగానే అతని ముఖం వికసించింది.

"ఎలా వున్నావు?' అడిగాడు.

"టెంపరేచర్ కొంచెం తగ్గింది సర్. రాత్రి బాగానే నిద్రపోయాడు" సిస్టర్ చెప్పింది.

అభిజిత్ సిద్ధార్ధ మంచం మీద కూర్చున్నాడు. అతను అప్పటికే అక్కడ నిలబడిన భార్యని కళ్ళతోనే పలకరించాడు.

సిస్టర్ సిద్ధార్థకి ఇంజక్షన్ తెచ్చి చేసింది. "మందులు మా దగ్గర లేవు. ఇక్కడ మెడికల్‌షాపులో దొరకలేదు. మేడమ్‌కి ఫోన్ చేశాను ఆమె తెచ్చారు" అంది సిస్టర్.

"ఐసీ" అన్నాడు.

"మీరు ఒక్క నిమిషం బైటకి వెళ్తారా! అతని డ్రెస్ ఛేంజ్ చేయిస్తాను" అంది సిస్టర్.

అభిజిత్, పూజ గది బైటకి వచ్చారు.

"సారీ పూజా! ఫోన్ చేయటానికి కూడా టైమ్ దొరకలేదు" అన్నాడు.

"మీటింగ్ అయిందా?"

"అయింది."

"ఏం డిసైడ్ చేశారు?"

"పాజిటివ్!"

"కంగ్రాచ్చులేషన్స్."

"థ్యాంక్‌యూ! భోజనం చేశావా?"

పూజ మాట్లాడలేదు.

"చేయలేదు కదూ! నేను ఎన్నిసార్లు చెప్పినా ఈ అలవాటు మానవుకదా. నాకు అస్సలు టైమ్ దొరకలేదు. సారీ!"

"ఎందుకు దాన్ని అంత పెద్దదిగా చేస్తావు. అవును సిద్ధార్థని చూద్దామని వచ్చావా లేక–"

"సిద్ధార్థని సాయంత్రం చూద్దామని అనుకున్నాను. తాయారు అమ్మగారు లేరు ఎక్కడికో బైటికి వెళ్ళారంటే యిక్కడే వుంటావని వచ్చేశాను."

"అంత కరెక్ట్‌గా ఎలా వూహించగలిగావు?"

"ఇన్‌స్టింక్ట్" భార్య మీద చేయి ఆనించుకుంటూ అన్నాడు. "రాత్రి సిద్ధార్థని డాక్టర్ పరీక్ష చేస్తుంటే నువ్వు గోడకి ఆనుకుని కదలికలేనట్లు నిలబడి వున్న దృశ్యమే నా కళ్ళ ముందు స్టిల్ పిక్చర్‌లా అప్పుడప్పుడు కన్పిస్తోంది. నీ ఆదుర్దా నాకు అర్థం అయింది."

పూజ చూపులు నేలమీదకి తిరిగినాయి. అభిజిత్ దగ్గర తను ఏదీ దాచలేదు. అతనికి తను ఒక తెరిచిన పుస్తకం.

"రండి సార్" సిస్టర్ పిలిచింది.

భార్యా భర్తలిద్దరూ గది లోపలికి వచ్చారు.

సిద్ధార్థ మంచం మీద కూర్చుని వున్నాడు. నర్స్ అతను వేసుకున్న బట్టలు చూపిస్తూ "ఒక పట్టాన యివి వేసుకోలేదు సార్. మీరు తెచ్చారంటే ఇక కాదనలేదు" అంది.

అభిజిత్‌కి ఒక్క నిమిషం అర్థంగాలేదు. భార్య వైపు చూశాడు.

"సరిగ్గా సరిపోయాయి. చాలవేమోనని భయపడ్డాం" అంది.

అభిజిత్‌కి పూజ వాటిని తెచ్చినట్టు అర్థం అయింది.

సిద్ధార్థ మంచం మీద చేతుల్లోకి ముఖం దించుకుని కూర్చున్నాడు.

అభిజిత్ మంచం మీద కూర్చుని భుజం మీద చేయి వేశాడు. "ఏమైనా బాధగా వుందా?"

సిద్ధార్థ మాట్లాడలేదు.

"డిప్రెస్ అవద్దు. డాక్టరు త్వరగా యింటికి వెళ్ళిపోవచ్చునని చెప్పాడు. నువ్వు రిలాక్సింగ్‌గా వుంటే త్వరగా నయం అవుతుంది."

"ఇదంతా మీరెందుకు చేస్తున్నారు నాకు?"

అభిజిత్ ఒక్క నిమిషం మాట్లాడలేదు. తర్వాత ధృఢ స్వరంతో అన్నాడు.

"నీకుఅర్థంకాలేదా! అది నా స్వార్థం. నీకు త్వరగా నయం అయితే నాకు త్వరగా డిజైన్స్ వస్తాయి. ఈ సమ్మర్ సీజన్‌లో ఈసారి మార్కెట్‌ని నా కంపెనీలో తయారైన ఫాషన్స్ ఒక సుడిగాలిలా చుట్టాలని నా ఆతురత అది." సిద్ధార్థ చేతులు తీసేసి ముఖం తిప్పి అతని వైపు చూశాడు.

"థ్యాంక్‌యూ సర్" అన్నాడు. అతను అన్న ఆ తీరు పూజకే కాదు, అభిజిత్‌కి కూడా మనసు ద్రవించింది. ఈ ప్రపంచంలో బ్రతకాలంటే, తనకి పని ఒక్కటే ఆసరా అన్నట్టున్నాడతను.

అభిజిత్ చేత్తో అతని చెంప మీద మృదువుగా తట్టాడు.

"త్వరగా హెల్త్ పికప్ చేసుకో యంగ్‌మాన్! నీతో చేయించాల్సిన పని నాకు చాలా కన్పిస్తోంది. ఐ నీడ్ యూ" అన్నాడు.

"నేను త్వరగా కోలుకుంటాను."

"అవునూ! బసవయ్య ఎక్కడ?"

"ఇంటికి వెళ్ళాడు."

"నేను యిక్కడే వుండమని చెప్పానే?"

"నేనే వెళ్ళిపోమన్నాను."

"నీ దగ్గర ఎవరైనా వుండాలి కదా."

"అవసరంలేదు" సిద్ధార్థ చెప్పిన జవాబు ఖచ్చితంగా వుంది.

"గుడ్! ఓ. కె. నేను వస్తాను, ఏదయినా కావాలంటే ఇంటికి ఫోన్ చెయ్యి. నేను వున్నా లేకపోయినా మేడమ్ వుంటారు. ఏం పూజా?" అన్నాడు అభిజిత్. పూజ తల వూపింది.

సిద్ధార్థ మాట్లాడలేదు.

అభిజిత్ లేచి వెళ్ళటానికి రెండడుగులు వేశాడు. పూజ కూడా అతని వెంట నడుస్తోంది. అభిజిత్ సడన్‌గా వెనక్కి తిరిగి మంచం దగ్గరకి వచ్చాడు. "నాకు చెప్పకుండా యీ హాస్పిటల్ నుంచి పారిపోవు కదా!" సీరియస్‌గా అడిగాడు.

తలెత్తి చూస్తున్న సిద్ధార్థ కళ్ళు కొద్దిగా రెపరెపలాడినాయి. అభిజిత్ చూపులు అతని మనసులో మూల మూలలకి వెతుకుతున్న సెర్చిలైట్లలా వున్నాయి.

సిద్ధార్థ కళ్ళలో ఒక్క అర నిమిషం తన దొంగతనం ఏదో బయటపడిన అనిశ్చిత భావం!

"చెప్పు" అభిజిత్ అడిగాడు.

సిద్ధార్థ 'వెళ్ళను' అన్నట్టు తల తిప్పాడు.

"గుడ్‌బాయ్!" అభిజిత్ వెనక్కి తిరిగి గుమ్మంలో నిలబడిన పూజని చూసి సిద్ధార్థతో "మీ మేడమ్‌కి నమస్కారం చెప్పావా నువ్వు!" అన్నాడు. సిద్ధార్థ చేతులు జోడించాడు. "నీకు ఇంకా బాగా పరిచయం అవలేదు సిద్ధార్థా! మీ మేడమ్ చేతిలో మంత్రదండం వుంది. నాలుగు రోజులు ఆమెతో కలిసి కబుర్లు చెప్పి, అర్థం చేసుకుంటే యిక ఆమె కనుసన్నల్లోనుంచి ఎవ్వరూ కదలలేరు" అన్నాడు.

"అభీ! ప్లీజ్!" అంది పూజ వారిస్తున్నట్లుగా.

"వస్తాం! బాగా రెస్ట్ తీసుకో. డాక్టర్ చెప్పిన తర్వాత నేనే స్వయంగా తీసుకువెళ్ళి యింటి దగ్గర దింపుతాను" అన్నాడు. ఇల్లు అనగానే సిద్ధార్థ ముఖం తిప్పుకున్నాడు.

పూజ, అభిజిత్ ముఖాలు చూసుకున్నారు.

ఇద్దరూ లిఫ్టువైపు వస్తుంటే పూజ అంది- "ఏమిటి! పారిపోతావా అని అతన్ని అలా భయపెట్టేశావు?"

"అతన్ని కొంచెం భయపెట్టాలి" అన్నాడు.

"ఎందుకూ?"

"అతనింతవరకూ ఆకాశంలో ఎగిరే పక్షిలా స్వతంత్ర జీవి. అనుకున్నది చేసేయటం అలవాటులా వుంది. అతనిప్పుడు నా దగ్గర పనిచేస్తున్నాడు. ఆ అలవాటుంటే చాలా యిబ్బంది. తన స్వతంత్రం ఎదుటవారికి యిబ్బంది కలగనీయకూడదని అర్థం అయేలా చేయాలి."

"నువ్వు అతన్ని భయపెడ్తున్నావేమో!"

"అతను ఎవ్వరికీ భయపడడు! ఆ భగవంతుడికి కూడా!" లిఫ్టు బటన్ నొక్కుతూ అన్నాడు అభిజిత్.

12

నాలుగైదు రోజులు గడిచాయి. అభిజిత్, పూజ ఇద్దరూ బిజీగానే వున్నారు. ఈ నాలుగైదు రోజుల్లో అభిజిత్ వెళ్ళి సిద్ధార్థ దగ్గర కొద్దిసేపు గడిపి వచ్చాడు. ఒక రోజు రాగానే నాలుగైదు కాగితాలు పూజ ముందు వుంచాడు. అవన్నీ శల్వార్ కమీజ్, స్కర్ట్ బ్లవుజ్ డ్రెస్‌ల డిజైన్లు, 18-25 సం॥ మధ్య ముఖ్యంగా కాలేజీ యువతులకి వుద్దేశించినవి. కలర్ పెన్సిల్స్‌తో స్కెచెస్ కరెక్ట్‌గా డ్రెస్ అక్కడ బట్టముక్కలతో అతికించినట్టే వుంది. ఒకటి రెండు డ్రెసెస్ క్రింద రైటప్ వుంది.

"మేము యిస్తున్న దుస్తులతో వస్తుంది మీ శరీరానికి అందం!

అది తెస్తుంది మీ మనసుల్లో వసంతం!"

"ఇవి ఎవరు వేశారు? చాలా బావున్నాయి" అంది పూజ.

"సిద్ధార్థ!"

పూజ ఆశ్చర్యంగా వాటిని మళ్ళీ మళ్ళీ చూసింది.

"సిద్ధార్థ వేశాడా? రంగుల కూర్పు ఎంత కరెక్ట్‌గా వుంది. రైటప్ కూడా బావుంది."

"నేను అతనికి పది గంటలకు వస్తానని చెప్పాను. ఆఫీస్‌లో లేట్ అయింది. ఫోన్ చేసి 18-25 సం॥ అమ్మాయిలకి డ్రెసెస్ స్కెచెస్ చేయమని చెప్పాను. అతన్ని కేవలం కాలక్షేపంలో పెట్టాలన్నదే నా వుద్దేశం. తీరా వెళితే అతను నర్స్ చేత రంగు పెన్సిల్స్ తెప్పించి స్కెచెస్ వేసి యిది వ్రాసి రెడీచేసి పెట్టాడు. చూడగానే నేనే నమ్మలేకపోయాను. రంగుల గురించి అతనికి అంత పర్‌ఫెక్ట్ నాలెడ్జి ఎలా వచ్చిందో!" అభిజిత్ కాగితాలు తీసి తదేకంగా చూస్తూ "ఇతనిలో భావుకత వుంది పూజా! ఈ హాఫ్‌లైట్ బ్రౌన్ కలర్ చూడు. మనం ఎవ్వరం పరిశీలించనంతగా యితను లైట్ ఎల్లోలో ప్రకృతిని గమనించాడు. యీ గ్రీన్‌కి ఈ లైట్ కలర్స్‌ని ఎంత సున్నితంగా ఎటాచ్ చేశాడో. అది భావుకత వున్న మనసుకే అందుతుంది. ఇది పుట్టుకతో వచ్చిన విద్య అన్పిస్తోంది. ఫాషన్ డిజైనింగ్‌లో డిగ్రీలు చేసినవాళ్ళు నాకు చాలామంది తెలుసు. రంగులు ఎన్నుకోవటంలో వారిలో యాంత్రికత వుంటుంది. యీ బ్లూ షేడ్‌ని, యీ పింక్ ఫ్లవర్స్ చూడు నీలాకాశంలో గులాబీలు విరిసినట్టు లేదూ! మైగాడ్! నాక్కూడా కవిత్వం వచ్చేస్తోంది."

పూజ అతని పక్కన నిలబడి కుడిచేయి మీద నుంచి ఆ కాగితాలని తొంగి చూస్తోంది. అభిజిత్ చెప్పిన దాంట్లో రవంత కూడా అతిశయోక్తి లేదు.

పట్టుమని 20 సం॥ కూడా లేని సిద్ధార్థ యివి వేశాడంటే నిజంగా నమ్మశక్యం కాకుండా వుంది.

అభిజిత్ పూజ చేయి అందుకుంటూ "పూజా! మిసెస్‌మాథుర్‌కి ఫోన్ చెయ్యి. యీ డిజైన్లకి దగ్గరగా వుండే ప్రింట్స్ కొని తీసుకుని రండి. ఆ మోడల్ సోనాలి వుంది కదా! తయారుచేయించి, ఆమెకి వేయించి ఫోటోలు తీయించు. ఎల్లుండి సాయంత్రానికి నా టేబుల్ మీద యీ డ్రస్‌లు ధరించిన ఫోటోలు వుండాలని మిసెస్ మాథుర్‌కి చెప్పు. ఓ. కె!" అన్నాడు.

పూజ తల వూపింది.

ఆ పనితో రెండు రోజులు వూపిరాడలేదు. సోనాలి తను కూడా ఖాళీగా ఉన్నానని షాపింగ్‌కి వచ్చింది. మిసెస్ మాథుర్, తను, సోనాలి ముగ్గురూ షాపులమీదకి దండయాత్రకి వెళ్ళారు. మిసెస్ మాథుర్ ఇంట్లోనే టైలరింగ్ యూనిట్ వుంది. వాళ్ళచేత కుట్టించి, సోనాలికి ఆ డ్రస్‌లు వేసి, జుట్టు భుజాలవరకూ లూజ్‌గా వదిలేసి పిల్లలు కాలేజీకి వెళ్ళేటప్పుడు వేసుకునే బ్యాగ్ భుజానికి వేసి ఫోటోలు తీయించారు. సోనాలి పర్‌ఫెక్ట్ మోడల్. ఫోటోగ్రాఫర్ అడగగానే అచ్చు కాలేజీకి వెళుతున్నట్టే ముఖంలో ఎక్స్‌ప్రెషన్ యిచ్చింది. ఒకటి రెండు బస్‌స్టాండ్స్ దగ్గర, కాలేజీలో యిద్దరు పిల్లల మధ్య తీశారు.

మొత్తానికి అభిజిత్ కోరినట్టే ఆ సాయంత్రానికి సిద్ధార్థ డిజైన్ చేసిన దుస్తులు, సోనాలి మోడల్‌గా ధరించగా, అభిజిత్ టేబుల్ మీదకి వచ్చేసినాయి. అప్పటికి అభిజిత్ యింకా ఆఫీస్‌లోకి రాలేదు.

పూజ సోనాలిని మిసెస్ మాథుర్‌ని వాళ్ళ యింటి దగ్గర దింపేసి వచ్చింది. ఈ రెండు రోజుల్లో సోనాలితో కలిసి గడపటం అయింది. సోనాలి చదువుకున్న అమ్మాయి. ఎమ్. ఎ. పాలిటిక్స్ చేసింది. తండ్రి మెరీన్ ఇంజనీర్. ఈ మధ్యనే పోయారు. ఆరు నెలల క్రితమే యీ వూరు వచ్చి స్థిరపడ్డారుట. ఒక తమ్ముడు, చెల్లెలు వున్నారు. మోడలింగ్ చాలా యిష్టం. తండ్రి చాలా ఎంకరేజ్ చేశాడుట. వంట బాగా వచ్చుట. ఆమెతో కబుర్లతో టైమ్ ఇట్టే అయిపోయింది. మిసెస్ మాథుర్ మధ్య రూంలో నిషా గురించి చెప్పి ఏడుస్తూనే వుంది.

పూజ ఇంటికి వచ్చిన పది నిమిషాలకు అభిజిత్ ఫోన్ చేశాడు.

"ఫోటోలు ఎక్సలెంట్‌గా వున్నాయి. డ్రసెస్ నేను అనుకున్న దానికంటే చాలా బాగా వచ్చాయి."

"సోనాలి కాలేజి అమ్మాయిగా కరెక్టుగా వుంది కదూ?"

"అవును. మన రైటప్‌కి సరైన అర్థంలా వుంది పూజా! ఇవి నేను ఖరీదయిన డ్రసెస్‌గానే తయారుచేయిస్తాను. ముందు చాలా తక్కువగా మార్కెట్‌లో రిలీజ్ చేయాలి. పబ్లిసిటీ ఎక్కువ యిస్తాను. పాపులారిటీ గ్యారంటీ అని నా నమ్మకం. అటు సిద్ధార్థ, ఇటు సోనాలి కరెక్టుగా సరైన టైమ్‌లో దొరికారు. ఇంతక్రితమే నర్సింగ్‌హోమ్‌కి ఫోన్ చేశాను. సిద్ధార్థని రేపు ఇంటికి పంపేస్తాం అని చెప్పారు డాక్టరుగారు. పూజా! ఎక్కడయినా మంచి వసతి గల యిల్లు చూడమని మిసెస్ మాథుర్‌గారికి గాని, శారదాంబగారికి కాని చెప్పాలి. సిద్ధార్థ మనకి దగ్గరలోనే వుంటే బావుంటుంది."

"అభిజిత్! తొందరపడవద్దు. మార్పు మెల్లిగా రావాలి."

"అది నిజమే! యూ ఆర్ కరెక్ట్! ఓ. కె! వుంటాను. సాయంత్రం వచ్చేసరికి లేట్ అవొచ్చు" అతను ఫోన్ పెట్టేశాడు.

పూజ ఫోన్ పెట్టేసి కుర్చీలో వెనక్కి ఆనుకుని కూర్చుంది. ఆ ఫోటోల కాపీలు ఆమె కెదురుగా టేబుల్ మీద వున్నాయి. ఆ దుస్తులు డిజైన్లు, ఆ కలర్స్ ఎంతో అందంగా వున్నాయి.

ఇంత చిన్న వయసులో సిద్ధార్థకి ఇంత ప్రతిభ ఎలా వచ్చింది? ఆమెకి కూడా ఆశ్చర్యంగా వుంది.

అందమైన ఆ దుస్తుల్లో నుంచి సోనాలి కన్పిస్తోంది. ఆ దుస్తులు సోనాలికి పర్‌ఫెక్ట్‌గా ఉండటంతో ఆ ఫోటోలకి చాలా అందం, ఆకర్షణ, నిండుతనం వచ్చినాయి. సిద్ధార్థ పట్ల అభిజిత్ చెప్పిన జోస్యం నిజం అయ్యే సూచనలు అప్పుడే ఆ ఫోటోల్లో కన్పిస్తున్నాయి.

సిద్ధార్థని మళ్ళీ చూడటానికి వెళ్ళాలని పూజ మనసులో వుండి వుండి ఉవ్వెత్తు కెరటంలా ఆలోచన వస్తోంది. కానీ నిగ్రహించుకుంటోంది.

తన ఆలోచనలు ఎందుకో సిద్ధార్థ విషయంలో అతిగా వున్నాయి అని తనకి తానే హెచ్చరించుకుంది. సరైన టైమ్‌లో నియంత్రణ లేకపోతే అది ఎప్పుడూ ప్రమాదమే!

ఇంతలో ఫోన్ మోగింది. పూజ తీసింది. శారదాంబగారు చేసింది.

"డాక్టరుగారు ఉదయం అనగా వెళ్ళారు. ఇంకా రాలేదు పూజా!"

"వస్తారు. ఖంగారు పడకండి."

"వద్దనుకున్నా పాడు ఆలోచన్లు వస్తాయి. ఇల్లు బావురుమంటోంది."

"డాక్టరుగారు ఎక్కడికెళ్ళారు?"

"బి. హెచ్. ఇ. యల్‌లో ఫ్రెండ్‌ని చూసి వస్తానని వెళ్ళారు."

"వారికి ఫోన్ లేదా?"

"లేదు"

"డాక్టర్‌గారికి మీ ఆదుర్దా తెలుసు. అక్కడ ఫోన్ లేకపోయినా ఇంకెక్కడినుంచయినా చేస్తారు కదా?"

"తప్పకుండా చేస్తారు. అదే నాకు భయంగా వుంది. నన్నూ రమ్మన్నారు. జలుబు భారంగా వుంది. అందుకని వెళ్ళలేదు. అభిజిత్ యింట్లో వున్నాడా? అతని ఫ్రెండ్ వాసుదేవరావు యింటికి నాలుగో యిల్లే యీయనది. ఎవరినయినా పంపి కనుక్కుని ఫోన్ చేయిస్తాడేమో."

"అభీ ఇంకా ఇంటికి రాలేదు."

"అలాగా!"

"భయంలేదు. ఖంగారుపడకండి శారదాంబగారూ! గెస్ట్‌రూమ్స్ ఖాళీకదా- ఎవరికయినా అద్దెకివ్వరాదూ?" అంది పూజ.

"అభిజిత్ ఎప్పటినుంచో ఆ మాట చెబుతున్నాడు. మాతో కలిసిపోయేవాళ్ళు కావాలి. తీరా యిచ్చింతర్వాత గొడవలు వస్తే మేం పడలేం కదమ్మా."

"మాకు తెలిసిన ఒక కుర్రాడున్నాడు. మంచివాడు. చిన్నతనే."

"అయ్యో! మీకు తెలిసిన అతనయితే అభ్యంతరం ఏముంది? మీ భయం వుంటుందిగా. మమ్మల్ని తిప్పలు పెట్టరు."

"అలా ఎవ్వర్నీ తిప్పలు పెట్టే మనిషి కాదులెండి. మేం తెల్సుకోకుండా చెప్పంగా. అభిజిత్ తనే మీతో మాట్లాడతాడులెండి."

"అలాగే! అదుగో! కారు చప్పుడయింది. డాక్టర్‌గారు వచ్చేసినట్లున్నారు. ఆ! వచ్చేశారు పూజా! నీ ప్రాణం మధ్య మధ్యలో యిలా తినేస్తుంటాను నేను."

"ఫర్వాలేదు. మీరలా అనుకోవద్దని చెప్పానుగా?"

"ఉంటానమ్మా! డాక్టర్‌గారికి నువ్వు చెప్పిన సంగతి చెబుతాను.... ఆయన కూడా కాదనరులే. ఉంటాను" ఆవిడ ఫోన్ పెట్టేసింది.

పూజ ఆలోచిస్తోంది. శారదాంబగారి ఇంట్లో గది అయితే సిద్ధార్థకి బాగానే వుంటుంది. పెద్ద గది. వసతిగా వుంది. అతను అక్కడ వర్క్ చేసుకోవచ్చు. శారదాంబగారు ప్రాణంలా చూస్తారు. కానీ.... ఆ నాన్నమ్మ వూరుకుంటుందా? ఇది అంత తేలికగా జరిగే విషయమా? పూజకి అనుమానంగానే అన్పించింది.

కానీ.... అభిజిత్ తలుచుకుంటే మాత్రం అది జరగకుండా వుండదు. ఎవరిని ఏ రకంగా ఒప్పించి భయాలు, అనుమానాలు నివృత్తి చేయాలో అతనికి బాగా తెలుసు.

సిద్ధార్థ యిక్కడికి వస్తే అటు శారదాంబగారికి, ఇటు సిద్ధార్థకి ఇద్దరికీ బాగానే వుంటుంది. ముఖ్యంగా తమకి దగ్గరగా వుంటాడు. పూజకి ఈ ఏర్పాటు జరిగితే బాగుండు అనిపిస్తోంది.

అభిజిత్ ఒక పని ఆదేశిస్తే అది చేసేవరకూ పూజకి మనశ్శాంతి వుండదు. రెండోసారి ఎప్పుడూ అతనిచేత 'ఆ విషయం ఏమైంది?' అని అడిగే అవకాశం రానీయదు.

13

సిద్ధార్థని నర్సింగ్‌హోమ్ నుంచి ఆ రోజే డిశ్చార్జ్ చేస్తున్నారు. అభిజిత్ నాలుగ్గంటలకి తను కూడా వస్తానని యిద్దరం కలిసి సిద్ధార్థని ఇంటి దగ్గర దింపివద్దామని పూజకి చెప్పాడు.

మధ్యాహ్నం మూడు గంటలు అవుతోంది.

పూజ రెడీ అయి అభిజిత్ కోసం వేచి చూస్తోంది. సిద్ధార్థ డిజైన్ చేసిన దుస్తులు వేసుకున్న సోనాలి ఫోటోలు చూసినకొద్దీ పూజకి సిద్ధార్థపట్ల రెట్టింపు మమకారం పెరుగుతోంది.

అభిజిత్ అతన్ని చూసిన మొదటి క్షణంలోనే చెప్పిన జోస్యం యీ ఫోటోలు ఋజువు చేస్తున్నాయి. అభిజిత్ కూడా కాఫీ తాగేటప్పుడో, కాస్త ఖాళీ దొరికినప్పుడో ఆ ఫోటోలనే తదేకంగా చూస్తున్నాడు. "ఇతనికి ఇంత పర్‌ఫెక్ట్ మాచింగ్ ఎలా చేతనయింది?" అతను కూడా ఆశ్చర్యపోతున్నాడు. పూజ ఆ ఫోటోని గమనిస్తుంటే ఫోన్ మోగింది. వెంటనే తీసి 'నేను రెడీ' అని చెప్పబోతోంది.

అవతల నుంచి అభిజిత్ పి. ఎ వర్ధన్ పలికాడు. "సార్ వేరే పనిలో బిజీగా వున్నారటమ్మా. నర్సింగ్‌హోమ్‌కి వెళ్ళడానికి వీలుకాదని చెప్పమని ఫోన్ చేశారు. సాయంత్రం ఇంటికి వెళదామని చెప్పమన్నారు. పేమెంట్ అంతా నన్ను అరేంజ్‌చేసి సిద్ధార్థని ఇంటిదగ్గర దింపిరమ్మన్నారు... నేను వెళుతున్నాను" అన్నాడు.

పూజలో నిరుత్సాహం వచ్చింది. ఫోన్ పెట్టేసింది. ఇది చాలా మామూలు విషయమే! ఇందులో విశేషం ఏమీ లేదు. అభిజిత్‌కి వూపిరాడని పన్లు. ఇలా సర్వసాధారణంగా జరుగుతూనే వుంటుంది. వస్తానని చెప్పిన టైమ్‌కి రాలేకపోతే అతను బాధపడుతుంటే, తనే 'అలాటి భావన వుండవద్దు. నేను హాయిగా యింట్లో వున్నాను' అంటూ తనే అతన్ని వారించేది.

కానీ ఈ రోజు అలా కాదు.

భర్త చెప్పిన ప్రకారం రానందుకు ఆగ్రహం వస్తోంది. వచ్చి టేబుల్ దగ్గర కూర్చుంది. ఫైల్స్ తెరిచి మహిళామండలి ఈ నెల చేపట్టాలిసిన కార్యక్రమాలు పరిశీలిస్తోంది. కానీ మనసు దానిమీద నిలవడం లేదు. ఫైలు ఠక్కున మూసి పక్కన పడేసింది. లేచి గదిలో అటూ ఇటూ తిరగసాగింది. ఏదో శక్తి అభిజిత్ రాకపోతే ఏమైంది! నువ్వు వెళ్ళవచ్చు కదా అని నిలదీస్తోంది. సిద్ధార్థ ఇంటికి వెళ్ళి ముసలమ్మతో ఏం గొడవ పడ్తాడో ఆవిడ అతను హాస్పిటల్‌లో వున్నాడని తెలిసి తను చూడటానికి వస్తానని గొడవ చేసి ఏడుస్తోందని బసవయ్య చెప్పాడు. సిద్ధార్థ యిష్టపడలేదు.

'వద్దు' అన్నాడు ముక్తసరిగా. బసవయ్య యిక తర్కించలేదు.

అతని నోటి వెంట కాదు, వద్దు అని వస్తే యిక దానికి తిరుగు వుండదమ్మా. ఎందుకులెండి. హాస్పిటల్‌కి వచ్చినా ఆవిడ గొంతు పెద్దది. ఆ శోకాలు మనం వినలేం" అన్నాడు.

అలాటిది సరాసరి యింటికి వెళతాడా? మళ్ళీ ఏ స్ట్రీట్ చిల్డ్రన్ హోమ్‌కి అన్నా చేరుతాడా? సంశయంగా వుంది.

ఎందుకీ సిద్ధార్థ విషయంలో ప్రతి చిన్న విషయం ఖచ్చితంగా తెలియాలి అనిపిస్తోంది. సంశయం, సంధిగ్దత తను భరించలేకపోతోంది.

పూజ వెంటనే ఫోన్ తీసింది. వర్ధన్ పలికాడు.

"నేను నర్సింగ్‌హోమ్‌కి వెళుతున్నాను లెండి. మీరు మీ పని చూసుకోండి" అంది.

"కానీ సర్ పేమెంట్ చేయమన్నారు" అంటూ నసిగాడు.

"నేను చూస్తాను. నేను అటే పని మీద వెళుతున్నాను. సర్ ఫోన్ చేస్తే చెప్పండి" అని పెట్టేసింది. ఈ నిర్ణయం ప్రకటించిన తర్వాత మనసు తేలికగా వుంది.

పూజ టైమ్ చూసింది. ఎలాగూ కొన్ని బట్టలు, లేసులు మిసెస్ మాథుర్ యింట్లో యివ్వాలి. అక్కడ నుంచి నర్సింగ్‌హోమ్‌కి వెళితే సరిగ్గా టైమ్ సరిపోతుంది. వెంటనే బ్యాగ్, కారు తాళాలు తీసుకుని బైలుదేరుతూ "తాయారూ! అయ్యగారు ఫోన్ చేస్తే నేను నర్సింగ్‌హోమ్‌కి వెళ్ళానని చెప్పు" అంది.

"అలాగేనమ్మా! మీరు మళ్ళీ ఎంతసేపట్లో వస్తారు?"

"ఒక గంటలో వచ్చేస్తాను" పూజ గది బైటికి వచ్చేస్తూ అంది.

పూజ నర్సింగ్‌హోమ్‌కి వచ్చేసరికి, సిద్ధార్థ గది బైట వరండాలో విజిటర్స్ బెంచి మీద కూర్చుని వున్నాడు, ఆ కూర్చోవటంలో అదే నిశ్చలత్వం! చుట్టుపక్కల సందడి ఏ మాత్రం పట్టని నిర్వికారం!

"హలో!" అంది పూజ దగ్గరికి వచ్చి.

అతను ఉలికిపాటుగా చూశాడు. పూజని చూడగానే లేచి నిలబడ్డాడు.

"ఇంటికి వెళ్ళటానికి రెడీ?" చిరునవ్వుతో అంది.

అతని కళ్ళు ఆమె వెనక గమనిస్తున్నాయి. పూజకి ఆ వెతుకులాట అర్థమైంది.

"మీ సర్ రాలేదు. పనిలో వున్నారు. నన్ను ఇంటి దగ్గర దించి రమ్మన్నారు. నర్స్" పూజ నర్స్‌ని పిలుస్తూ వెళ్ళింది.

డిశ్చార్జ్ కాగితాలు అడిగి తీసుకుంది. బ్యాగ్ తెరిచి బిల్ చెల్లించింది.

"ఒక్క నిమిషం కూర్చోండి మేడమ్. నేను డబ్బు కట్టి రశీదు తెచ్చియిస్తాను" నర్స్ వెళ్ళింది.

పూజ నర్సెస్ కౌంటర్ దగ్గర నిలబడి తిరిగి చూసింది.

సిద్ధార్థ నిలబడే వున్నాడు. పూజ కళ్ళు సిద్ధార్థ వేసుకున్న డ్రెస్‌ని ఆనందంగా చూశాయి. తను తెచ్చిన అవి అతనికి సరిగ్గా సరిపోయాయి. ఆ డ్రెస్‌లో అతను కలవారి అబ్బాయిగా మరింత తేటగా కన్పిస్తున్నాడు. అతని మీద నుంచి చూపులు మరల్చుకోలేకపోతోంది.

శరీరం అతనికి దగ్గరగా వెళ్ళి నిలబడాలని, అతని తలమీద చేయి వేయాలని, అతని భుజాల చుట్టూ చెయ్యి వేసి దగ్గరకు తీసుకోవాలని తొందరపడుతోంది. పూజ తన మనసులో యిలాంటి పిచ్చి ఆలోచనలు ఎందుకు వస్తున్నాయో తనకే తెలియనట్టు విహ్వలంగా చూస్తోంది.

అభిజిత్ రాకపోయినా తను నిర్ణయం తీసుకుని వచ్చి మంచిపని చేశాను అనిపిస్తోంది. ఎంతో సంతృప్తిగా వుంది. అతన్ని ఏ వర్ధన్‌తోనో యింటికి పంపటం అనేది తను వూహించలేకపోతోంది. నర్స్ రశీదు, చిల్లర తెచ్చి పూజ చేతికి అందించింది.

"థ్యాంక్యూ!" అంది పూజ.

"ఈ కుర్రాడు ఎవరు మేడమ్? మీకు బాగా కావాల్సినతనా?" పూజ స్వయంగా రావటంతో వాళ్ళందరికి కుతూహలంగా అన్పిస్తోంది.

"అవును...." అంది పూజ. ఆ 'అవును' అనే స్వీకారంలో మళ్ళీ గొప్ప థ్రిల్. "అవును! ఇతను మాకు చాలా కావాల్సినవాడు" మనసులో మాట మారుమోగుతుంది. ఆనంద విద్యుత్తరంగాలు హృదయాకాశం వెంట పరుగులు తీసినాయి.

పూజ సిద్ధార్థ దగ్గరకి వచ్చింది. "వెళ్దామా?"

"నేను వెళ్తాను..." అన్నాడు. అతని ముఖం సీరియస్‌గా వుంది. అతని నిరాసక్తిలో అయిష్టత స్పష్టంగా కన్పిస్తోంది. పూజ నవ్వింది. "నేను నిన్ను ఇంటి వద్ద దింపి వెళ్తాను. దోవలో మందులు కూడా కొనాలి పద" దారితీసింది.

అతను తప్పనిసరిగా అనుసరించాడు. లిఫ్ట్ దగ్గరికి వస్తుంటే ఒకళ్ళిద్దరు డాక్టర్లు ఎదురయి పూజని విష్ చేశారు. "ఓ! సిద్ధార్థా! హౌ ఆర్ యూ?" అంటూ అతన్ని కూడా పలకరించారు.

అతనిలో చిరునవ్వు సమాధానంగా లేదు. చిరాకు ప్రతిబింబించనూ లేదు. లిఫ్ట్‌లో యింకెవ్వరూ లేరు. తలుపులు మూసుకోగానే పూజ బటన్ నొక్కటానికి చేయి చాచింది. అప్పటికే సిద్ధార్థ దానిమీద చేయి ఆనించాడు. పూజ డైమండ్ రింగ్ వున్న చేయి అతని చేతిమీద ఆనింది. ఒక్క సెకను అది వెంటనే వెనక్కి రాలేదు. తన చేతి క్రింద అతని చేతి స్పర్శలో మధురిమ! ఆమె మనసులో ఏదో వ్యధా భారాన్నంతా వెన్నెల వెలుగుగా మార్చేస్తోంది! తన చేయి తీయలేకపోతోంది.

చివరికి సిద్ధార్థ ఆమె చేతి అడుగునుంచి తన చేతిని తప్పించుకుని తీసేశాడు. లిఫ్ట్ రయ్‌న క్రిందకి వచ్చేస్తోంది.

పూజకి తడబాటుగా వుంది! సిగ్గుగా వుంది! అతనేమనుకున్నాడు? మనసు కలత చెందుతోంది.

లిఫ్ట్ గ్రౌండ్ ఫ్లోర్ దగ్గరికి వచ్చి ఆగింది. లిఫ్ట్ కోసం చాలామంది వెయిట్ చేస్తున్నారు. వారిలో ఒకరిద్దరు నర్సులు, సిస్టర్స్ పూజని 'నమస్తే మేడమ్' అంటూ విష్ చేస్తున్నారు.

పూజ యాంత్రికంగా బదులుపలికింది. గుంపుగా వున్న జనం మధ్య నుంచి ముందు సిద్ధార్థ నడుస్తూ ఆమెకి దారి కల్పిస్తున్నాడు. పూజ అతని వెనకే వస్తోంది.

ఇద్దరూ మెట్ల దగ్గరికి వచ్చారు. చుట్టూ ఆకర్షణీయంగా పెరిగిన అందమైన పూలమొక్కలున్న పెద్ద కుండీలు, క్రిందకి దిగటానికి పది, పన్నెండు మెట్లు వున్నాయి. వచ్చేవారు చకచకా పైకి వస్తుంటే, దిగి వెళ్ళేవారు వెళుతున్నారు. పూజ, సిద్ధార్థ దిగుతున్నారు. సిద్ధార్థ కళ్ళు తిరిగినట్లుగా తూలి పడబోయాడు. పూజ చప్పున ఒక అడుగు గభాల్న వేసి, అతని భుజం చుట్టూ చేయి వేసి పొదివిపట్టుకుని దగ్గరికి తీసుకుంది. అతని తల ఆమె దగ్గరకి ఆనింది. కళ్ళు మూసుకున్న అతని ముఖం ఆమె భుజం మీద ఒరిగిపోయింది.

పూజకి ఒక్కక్షణం ఈ సృష్టి అంతా సర్వానందజంత్ర సమ్మేళనంగా అన్పించింది! అతన్ని మరింత దగ్గరకు తీసుకుంది. శరీరం అంతా ఆనందపు వెలుగు మైకంలా కమ్మేస్తోంది. ఈ ప్రపంచంలో ఇతను తప్ప తనకి, యింకేం అవసరంలేదు అన్పిస్తోంది. ఈ ఆనందంలో ఏదో శక్తి! అది ఆమె మనసులోని సంకోచపు గొలుసుల్ని తెగ్గొట్టేసి, ఆమెకి స్వచ్ఛమైన, నిర్మలమైన ఆనందపు అమృతాల్ని దోసిలితో తాగిస్తోంది!

ఎక్కడో బీటలువారిన మనసు క్షేత్రంలో ఆ అమృతపు చినుకులు రాలుతున్నాయి! ఆమెలోని ఏదో నిరుపేదతనం, దాని తాలూకు వ్యథ.... ! ఎండిన ఆకుల్లా రాలిపోతున్నాయి. ఒక సుమధురమైన గాలి! ఒక కొత్తపథం వైపు పయనం! సిద్ధార్థ భుజాల చుట్టూ చేయి వేసి దగ్గరగా పట్టుకుని, ఆ వెలుగుపుంత వైపు తను నిస్సంకోచంగా నడవటానికి సిద్ధం అవుతోంది. అడుగు ముందుకు పడ్తోంది. తనని ఎవ్వరూ ఆపలేరు! అభిజిత్ కూడా అడ్డుకోలేడు! ఆమెకి అర్థం అయిపోతోంది. తను పుట్టిందీ, బ్రతుకుతోందీ యీ దివ్యక్షణాలకోసమే! ఇతని కోసమే!

"గుడీవినింగ్ మేడమ్" ఎవరో పిలుస్తున్నారు.

పూజ ఉలికిపాటుగా ఈ లోకంలోకి వచ్చింది.

నర్సింగ్‌హోమ్ మేనేజరు విష్ చేస్తున్నాడు.

అప్పటికే సిద్ధార్థ ఆమెని వదిలించుకుని, అక్కడ మెట్లమీద కూర్చుని మోచేతిమీదకి తల దించుకున్నాడు.

"ఏమైంది?" పూజ ఆదుర్దాగా అడిగింది.

"కళ్ళు తిరుగుతున్నాయి."

"అయ్యో"

"వాంట్ ఎనీ హెల్ప్ మేడమ్.... ?" సిద్ధార్థ పక్కనే మెట్లమీద కూర్చుంటున్న పూజని, సిద్ధార్థనీ మార్చి మార్చి చూస్తూ అడిగాడతను.

"కొంచెం మంచినీళ్ళు తెప్పిస్తారా?" అర్థించింది.

"ఓ.... ష్యూర్...." అతనే పరుగెత్తి స్వయంగా తెచ్చి ఆమెకి అందించాడు.

"నీళ్ళు తాగు" అంది.

సిద్ధార్థ తాగాడు. లేచి గ్లాసులో మిగిలిన నీళ్ళతో మెట్లు దిగి వెళ్ళి ఒక పూలకుండీ దగ్గర ముఖం కడుక్కున్నాడు.

"ఇతనెవరు మేడమ్?" మేనేజరు ఆసక్తిగా అడిగాడు.

"మాకు కావాల్సినతను..." జవాబు చెబుతూనే సిద్ధార్థ దగ్గరికి వెళ్ళింది.

అతను ముఖాన్ని షర్ట్‌తో తుడుచుకోబోతుంటే వారించి బ్యాగ్‌లో నుంచి తన లేసు జేబురుమాలు తీసి అందించింది.

అతను తీసుకుని తుడుచుకున్నాడు.

"ఇప్పుడెలా వుంది?"

"ఫర్వాలేదు! నేను ఆటోలో వెళ్ళగలను" అతను వెళ్ళిపోబోతుంటే చేయి పట్టి ఆపేసింది.

అతని కళ్ళు ఆగ్రహాన్ని అణుచుకుంటూ, తన చేతిని పట్టుకున్న ఆమె చేతిని చూశాయి.

పూజ చప్పున చేయి వదిలేయాలని అనుకుంది. "కారు యిక్కడే వుంది రా...." మరుక్షణం అతని చిరాకుని లక్ష్య పెట్టకుండా అతని చేయి పట్టుకుని లాక్కెళ్ళి కారు డోర్ తెరచి అతన్ని లోపల కూర్చోపెట్టింది. కారు స్టార్ట్ చేస్తూ "అయామ్ సారీ! నీకు ఇబ్బంది కలిగించానేమో! నీకు ఒంట్లో బాగోలేదు. నాకు ఖంగారు అన్పించింది. నువ్వు మళ్ళా హాస్పిటలైజ్ అయితే మీ సర్‌కి చాలా నష్టం...." ఎవ్వరూ అడగని సంజాయిషీ తనకి తానే చెప్పసాగింది.

సిద్ధార్థ ఆమె మాటలు పట్టించుకోలేదు.

కారులో డోర్‌కి దగ్గరగా జరిగి ఆమె చేయి తనని తాకుతుందేమో అన్నట్టు ఒదిగి, ముడుచుకున్నట్లుగా కూర్చున్నాడు. ఆమె ప్రవర్తన అతనికి ఏ మాత్రం నచ్చలేదన్న సంగతి ముడిచిన అతని కనుబొమల్లో, బాగా సీరియస్ అయిన అతని ముఖంలో స్పష్టంగా ప్రతిబింబిస్తోంది!

14

పూజ సిద్ధార్థని ఇంటికి తీసుకొచ్చేసరికి మునిమాపువేళ అవుతోంది. వీధుల్లో, ఇళ్ళల్లో లైట్లు వెలిగాయి. వానరాక లేకుండా వాతావరణం తెరిపిగా వుంది. పూజ కారు చూడగానే బసవయ్య చేస్తున్న పనిని వదిలేసి పరుగున వచ్చాడు.

పూజ కారు ఆపగానే డోర్ తెరుస్తూ "మీరే వచ్చేశారమ్మా! నేను వచ్చి తీసుకొస్తానని ఫోన్ చేస్తే అయ్యగారు దించుతారని సిద్ధూ చెప్పాడు" అన్నాడు.

"ఆయన పనిలో వుండి రాలేకపోయారు" అంది.

అప్పటికే సిద్ధార్థ కారు దిగేశాడు. బసవయ్య "ఎలా వున్నావు సిద్ధూ?" అంటూ జబ్బ పట్టుకుని లోపలికి తీసుకువస్తున్నాడు. వాళ్ళ వెనక పూజ సిద్ధార్థ కోసం కొన్న మందులు, పళ్ళు, బ్రెడ్ ప్యాకెట్ పట్టుకుని తెస్తోంది.

"పెద్దమ్మగారూ! ఎక్కడ మీరు? మీ మనవడు వచ్చాడండి" బసవయ్య కేకపెట్టి పిలిచాడు. పెరట్లోంచి బక్కెట్‌తో నీళ్ళు మోసుకొస్తున్న ఆమె ఒక్కసారి అది క్రింద పెట్టేసి పరుగున వచ్చి సిద్ధార్థని పట్టేసుకుంది.

"ఎక్కడికి వెళ్ళావురా? ఈ ముసలిదాని మీద నీకు అంతకోపం ఎందుకు? హాస్పిటల్‌కి వస్తానంటే వద్దన్నావు. ఈ నాన్నమ్మ చచ్చిపోయిందనుకున్నావా? ఎంత చిక్కిపోయావురా" ఆవిడ చెంపలు నిమురుతూ అంది. పనిభారంతో జుట్టు రేగిపోయి, పళ్ళూడిపోయిన ఆవిడ ఆ క్షణంలో పెద్ద గొంతుతో అలా అరుస్తూంటే పిల్లల్ని ఎత్తుకుపోయే మాంత్రికురాలిగా గోడమీద ఆవిడ నీడ పడుతోంది.

పూజ ఆ నీడనే చూస్తోంది.

సిద్ధూ అసహనంగా ఆవిడ చేతులు వదిలించుకుని తన గదివైపు వెళ్ళాడు. ఆవిడ పూజని చూడగానే నమస్కారం చేసింది. "బసవయ్య చెప్పాడమ్మా మీరే మా వాడిని ఆదుకున్నారట" అంటూనే వెనక్కి తిరిగి ఆవిడ "ఒరేయ్ సిద్ధూ! వుండు పక్క వేస్తానురా" అంటూ పరుగెత్తింది.

బసవయ్యని ఎవరో వచ్చారని త్వరగా రమ్మని కొడుకు వచ్చి పిలిచాడు. "ఇప్పుడే వస్తానమ్మా" అని వెళ్ళాడు.

పూజ వంటరిగా నిలబడింది. ఎవరూ ఆమెని లోపలికి రమ్మని పిలవలేదు. వెనక్కి తిరిగి వెళ్ళిపోవాలో, వుండాలో తెలియలేదు. చేతుల్లో మందుల ప్యాకెట్, ఫ్రూట్స్ కవరు కన్పించాయి. చొరవ తీసుకుని సిద్ధార్థ గది వైపు వెళ్ళింది.

ముసలామె ఏదో గడగడా చెబుతుంటే సిద్ధార్థ "నానమ్మా! నన్ను విసిగించకు" అంటూ అసహనంగా చెబుతున్నాడు.

ఆవిడ పాత బొంత ఒకటి లాగివేసి, దానిమీద మాసిన చిరుగుల పాత చీర వేస్తోంది. ఆ గదంతా ఎక్కువ వెలుతురు రాక వానాకాలం చెమ్మతో చల్లగా ఐస్‌పెట్టిన గదిలా వుంది. చలికి సిద్ధార్థ ముడుచుకుంటున్నాడు.

"నీ కోసం ధర్మి ఎన్నిసార్లు వచ్చాడో తెలుసా? ఆవిడ చెబుతోంది.

ఆ మాట వినగానే సిద్ధార్థ ముఖం ప్రసన్నం అయింది.

"ధర్మిని పిలు" అన్నాడు. అప్పటికే అతను గది గుమ్మంలోకి వచ్చిన పూజని గమనించాడు. ఆమెని చూడగానే కిటికీలో కూర్చున్న వాడల్లా దిగి నిలబడ్డాడు.

"పిలుస్తానులే" అంటోంది.

పూజ క్షణకాలం చల్లగా, హిమచరియలా వున్న ఆ గదిని, క్రింద పరచిన పాత బొంతని, దాని మీద పరచిన చిరుగుల చీరెని కన్నార్పకుండా చూసింది. సిద్ధార్థ యిక్కడ పడుకుంటే వెంటనే జ్వరం ప్రత్యక్షం అవటములో సందేహం లేదు.

పూజ వెంటనే గదిలోకి అడుగుపెట్టి "పెద్దమ్మగారూ! మీరు సిద్ధూని తీసుకుని మా యింటికి నాతో రండి నాలుగు రోజులు వుండి వద్దురు గాని" అనేసింది.

పూజ తన నోటివెంట చనువుగా 'సిద్ధూ' అనే మాట అత్యంత సహజంగా రావటం చూసి తనే ఆశ్చర్యపోయింది.

ముసలమ్మ పూజ అనే మాటకి ఏం జవాబు చెప్పాలో తోచనట్టు మనవడివైపు చూస్తోంది.

సిద్ధార్థ "వద్దు ఇక్కడ బావుంటుంది నాకు" అన్నాడు.

ఇంతలో బసవయ్య వచ్చాడు. సిద్ధూ రాడని పూజకి తెలుసు. బసవయ్యతో ఇవతలికి వచ్చింది.

"మీరు నాతో ఒక్క క్షణం రావాలి" అంది.

"ఎక్కడికమ్మా?" ఆశ్చర్యంగా అడిగాడు.

"చెబుతాను రండి" చకచకా వెళ్ళి కారు వెనక డోరు తెరిచింది. బసవయ్య వినయంగా అందులో కూర్చున్నాడు. పూజ డోర్ వేసి వచ్చి డ్రైవింగ్ సీట్లో కూర్చుని స్టార్ట్ చేసింది.

గంట తర్వాత ఆ కారు ఆ యింటిముందు మళ్ళీ వచ్చి ఆగింది. బసవయ్య కారులోంచి మెత్తటి పరుపు, దిండు, ఒక పాకెట్ మోసుకుని పూజ వెనక వచ్చి యింట్లో పెట్టాడు.

"ఏమిటివి?" ముసలమ్మ పెద్ద గొంతుతో ఆరాగా అడుగుతుంటే బసవయ్య 'హుష్! మాట్లాడవద్దు' అన్నట్టు ఆమెకి పూజ వెనకనుంచి సైగ చేశాడు.

పూజ గదిలోకి వచ్చి బసవయ్య తెచ్చిన జంపఖానా పరిచి దానిమీద పరుపు వేసి, కొత్త దుప్పటి వేసి, దిండుకి గలీబు తొడిగింది.

అప్పటికే పాత పరుపు మీద ముడుచుకుని, తువాలు కప్పుకున్న సిద్ధార్థ కళ్ళు తెరిచి పూజని చూడగానే లేచి కూర్చున్నాడు.

అతని ముఖం నీరసంతో వడిలినట్లుంది.

"సిద్ధార్థ! రా! ఇక్కడ పడుకో" అంది పూజ పక్క చూపిస్తూ.

"ఇక్కడ బాగానే వుంది"

పూజ అతని దగ్గరకి వచ్చింది. "లే! లేచివచ్చి దానిమీద పడుకో" అంది. ఆమె అధికారానికి బసవయ్య, ముసలావిడ సోద్యం చూస్తున్నారు.

సిద్ధూ వారిని చూశాడు. పూజని చూశాడు. ఏమనుకున్నాడో ఏమో మాట్లాడకుండా లేచివచ్చి పూజ వేసిన పక్కమీద పడుకున్నాడు. రగ్గు తీసి కప్పింది.

పూజ టైమ్ చూసుకుంది.

"మంచినీళ్ళు కావాలి మామ్మగారూ" అంది.

ముసలామె వెళ్ళింది. పూజ మందుల ప్యాకెట్ తెచ్చి అందులో నుంచి మందులు తీసింది.

"నీళ్ళు ఎక్కడ వస్తున్నాయి మాకు. ఇవి మొన్నటి నీళ్ళు. గుక్క గుక్క తాగుతున్నాము" అంటూ గ్లాసు యిచ్చింది.

పూజ సిద్ధార్థ దగ్గరకి వచ్చి మందులిచ్చింది. అతను వేసుకున్నాడు.

"కొంచెం సగ్గుబియ్యం జావ యిస్తానురా సిద్ధూ!" అందామె.

అతను తల వూపాడు.

"నేను వెళ్ళి వస్తాను అమ్మగారూ! ఇంటికి బంధువులు వచ్చారు. సిద్ధూ గురించి మీరేం ఆదుర్దా పడవద్దు. మా అమ్మాయి జయ రేపు వచ్చేస్తుంది. అది వస్తే అతని సంగతి చూసుకుంటుంది" అని బసవయ్య నమస్కరించి వెళ్ళిపోయాడు.

పూజ బిస్కెట్స్, బ్రెడ్ సిద్ధార్థ కిచ్చింది. అతను తిరస్కరించకుండా తల దించుకుని తినేశాడు. పూజ మళ్ళా అతను వేసుకోవాల్సిన మందులు ఇచ్చింది. ముసలమ్మ జావ తెచ్చిచ్చింది. సిద్ధార్థ కొద్దిగా త్రాగి వదిలేశాడు. అతనికి నిద్ర వచ్చేస్తోంది కూర్చోలేకపోతున్నాడు.

"పడుకో!" అంది పూజ.

సిద్ధార్థ పడుకున్నాడు. 5 నిమిషాల తర్వాత వులికిపాటుగా కళ్ళు తెరిచాడు. పూజ అతనికి కాస్త దూరంలో గోడకి ఆనుకుని కూర్చుని పుస్తకం తిరేస్తోంది. అతను కళ్ళు తెరవగానే అతన్ని చూస్తున్న ఆమె చిరునవ్వు నవ్వింది. అతను కళ్ళు మూసుకున్నాడు. ఇంకో రెండు నిమిషాల్లో అతను గాఢనిద్రలో వున్నట్టుగా వుచ్ఛ్వాస విశ్వాసాలు విన్పిస్తున్నాయి.

అతను నిద్ర పోయాడని నమ్మకం కలిగి పూజ లేచింది. అక్కడున్న బిస్కెట్స్, బ్రెడ్, ఫ్రూట్స్ అన్నీ ఒక బాగ్‌లో సర్దింది.

"పెద్దమ్మగారూ! ఇవి జాగ్రత్త చేయండి. ఉదయం సిద్ధూ యివి తిని మందులు వేసుకోవాలి" అంటూ అందించింది.

"ఇంటినిండా ఎలుకలే! బైట పెడితే ఒక్కటి వుంటుందా రేపటికి. అవి చీరలకి చీరలు, పుస్తకాలకి పుస్తకాలే తినేస్తాయి. వాడి పెట్టెలో పెట్టమ్మా! బోలెడంత డబ్బు పెట్టి కొనుక్కు వచ్చినట్టున్నావు" అంది.

"పెట్టె ఏది?" అడిగింది.

"అదుగో! ఆ మూల ఆ పాత పుస్తకాల కట్టల క్రింద వుంది" అంటూ ఆవిడ వెళ్ళింది.

పూజ ఆ మూలకి వెళ్ళి ఆ పుస్తకాల కట్టలు తీసింది. చిత్రం! అవన్నీ ఫాషన్ డిజైన్ల మోడల్స్ గల పాత మాగజైన్స్ సెకండ్ హాండ్‌వి. ఫుట్‌పాత్ మీద దొరికేవి. నలిగి చిరిగి వున్నాయి. పూజ శ్రద్ధగా, జాగ్రత్తగా పక్కకి పెట్టింది. దాని అడుగున పాతది రంగు మాసి తుప్పు పట్టిన ట్రంక్ పెట్టె వుంది. పూజ దాని మూత తెరుస్తుంటే అది కుంయ్ మంటూ పెద్దగా మూలిగింది. పూజ వులికిపాటుగా సిద్ధార్థకి ఎక్కడ మెలకువ వస్తుందో అన్నట్లు తల తిప్పి చూసింది. అతను మెత్తటి పక్కమీద వెచ్చటి రగ్గులో సుఖనిద్రలో వున్నాడు. పాత పెట్టెలో నాలుగు పుస్తకాలు, ఒక నోట్‌బుక్, పాత పెన్ను, పాత కళ్ళజోడు పెట్టి వున్నాయి. మిగతా అంతా ఖాళీ.

పూజ పెట్లో మందులు, బ్రెడ్, ఫ్రూట్స్ పాకెట్ పెట్టి మూయబోయింది. మూత పట్టలేదు. ఎలుకలు వెళ్ళేంత ఖాళీ వుంది. వాటిని సర్దటం కోసం లోపల వున్న పుస్తకాలు తీసింది. పాకెట్స్ సర్ది మళ్ళీ పుస్తకాలు సర్దుతుంటే పాత నోట్‌బుక్ ఒకటి చేతిలోనుంచి జారి క్రింద పడింది. అందులో కాగితాలు క్రిందపడ్డాయి. పూజ వాటిని తీసి సర్ది బుక్‌లో పెడ్తోంది. ఒక ఫోటో ఆమె చేతికి వచ్చింది. నోట్‌బుక్‌లో పెట్టేసిన ఆమె కొద్దిగా కన్పించిన ఆ కనుముక్కు తీరు చూసి వులిక్కిపడినట్టు దాన్ని తీసి చూసింది. వెంటనే సర్వద్రష్టలా అయింది. అది వయసులో వున్న ఒక యువకుడి ఫోటో! దాని మీద అడ్డంగా 'నా జీవనలక్ష్మి నా యీ హృదయ కుసుమం– ప్రేమతో అంకితం– నీ అరవింద్' అని సంతకం చేసి వుంది.

పూజ సర్వం మరచినట్టు నిశ్చేష్టురాలయి చూస్తోంది. పాతిక లేక ముప్ఫయి సంవత్సరాలు వస్తే సిద్ధార్థ ఫోటోలో లాగానే వుంటాడేమో! ఇద్దరిలో అంత అచ్చుగుద్దిన పోలికలు!! పూజ విచిత్రంగా ఫోటోలో వున్న అరవింద్‌ని, పరుపు మీద గాఢనిద్రలో వున్న సిద్ధార్థని మార్చి మార్చి వెర్రిదానిలా చూస్తోంది. ఆమె పెదవుల్లో మొదలయిన చిరుకంపన చేతి వేళ్ళకి పాకి, శరీరం అంతా ప్రకంపిస్తూ చిగురుటాకులా వణుకుతోంది. ఇది సంభవమా? ఇది సంభవమా! కానీ ఎలా? ఈ సిద్ధార్థ అరవింద్‌కి ఏమౌతాడు? అరవింద్‌కి అన్నదమ్ములు లేరు. ఆమె మనసులో ప్రశ్నల భుజంగాలు తోకలమీద సర్రున లేస్తున్నాయి. సందేహం వలలా వచ్చి పడుతోంది. సిద్ధార్థ! అరవింద్!! మైగాడ్!!! ఇది సాధ్యమా? కానీ ఎలా?

"పూజా!" ఇంతలో అభిజిత్ కంఠం గది బైట విన్పించింది.

"రండి రండి నమస్కారం అయ్యగారూ! అమ్మగారు, మీరు చాలా సాయం చేస్తున్నారు" ముసలామె అంటోంది.

"సిద్ధార్థ ఎక్కడా?" అడుగుతున్నాడతను.

"గదిలో నిద్రపోతున్నాడు. అమ్మగారు కూడా అక్కడే వున్నారు."

పూజ చటుక్కున ఫోటో తన బాగ్‌లో పెట్టేసి జిప్ మూసేసి, పెట్టె గబగబా మూసి లేచి నిలబడింది.

అభిజిత్ లోపలికి వచ్చాడు. వస్తూనే అతను సిద్ధార్థ దగ్గరకి వెళ్ళి మోకాలి మీద వంగి నుదురు తాకి జ్వరం చూశాడు.

జ్వరం లేదు అని తెలిసింది.

"సిద్ధూ!" ముసలామె కదిపి లేపుతుంటే వారించాడు! నిద్రలో వున్నాడు వద్దు" అన్నాడు.

పూజ గోడ దగ్గర నిలబడి చూస్తోంది.

"పూజా! వెళ్దామా?" లేస్తూ అడిగాడు.

పూజ తల వూపింది

అతను అలవాటుగా ఆమెకి చేయి అందిస్తున్నట్లు చేయి చాచాడు.

పూజ యాంత్రికంగా దగ్గరకు వచ్చింది.

అతను భుజం చుట్టూ చేయి వేశాడు.

"నా గెస్ కరెక్ట్ అయింది. ఫోన్ చేస్తే నువ్వింట్లో లేవని తాయారు చెప్పింది. ఇక్కడే వుంటావని వచ్చేశాను" అన్నాడు చిరునవ్వుతో.

పూజ మాట్లాడలేదు! తల దించుకుంది.

"వస్తాం మామ్మగారూ! మీ మనవడి మీద యికనుంచి మీకే కాదు, మాకూ బాధ్యత వుంది. మేం అప్పుడప్పుడూ యిలా వచ్చేసి మిమ్మల్ని యిబ్బంది పెట్టేస్తుంటాం" అన్నాడు.

"అయ్యెయ్యో ఎంత మాట? మీరు రావటం మా అదృష్టం" అంది ఆమె సంతోషంగా.

పూజని తీసుకుని బైటకి వచ్చాడు. కారు తాళాలు అడిగాడు.

పూజ యిచ్చింది. అతను డ్రైవింగ్ సీటులో కూర్చున్నాడు. పూజ పక్కన కూర్చుంది.

అతను డ్రైవ్ చేస్తున్న కారు మెయిన్ రోడ్డు మీదకి వస్తోంది. ఈ మధ్యలో ఒకటి రెండుసార్లు అతను తలతిప్పి నిశ్శబ్దంగా వున్న భార్యని చూశాడు.

పూజ తదేకంగా చూస్తోంది. ఆమె ఆలోచన్లు ఎక్కడో శూన్యంలో చిక్కడిపోయి వున్నాయి.

"ఏమిటండీ ఆ పరధ్యాస?" ఆమె కళ్ళముందు చేతి వేళ్ళని చూపిస్తూ అన్నాడు.

"ఆ?!" వులికిపాటుగా అంది.

"ఏమైంది నీకు?"

"ఏం కాలేదే!"

"నేను ఎట్లా వచ్చానని కనీసం అడిగావా?"

"ఎట్లా వచ్చావు?"

"అక్కడే లేట్ అయింది. మన జీప్‌లో డాక్టరుగారిని దింపి నన్ను యిక్కడ దింపి రంగరాజుగారిని తర్వాత దింపమని డ్రైవరుకి చెప్పాను."

"అలాగా!"

"ఏమైందమ్మా! అలా వున్నావు?" అతను దగ్గరకి తీసుకున్నాడు.

"ఏం కాలేదు."

"పూజా! గుడ్‌న్యూస్! మన ఫ్యాక్టరీలో తయారవుతున్న జ్యూట్ క్లాత్‌కి పెద్ద ఆర్డరు వచ్చింది. ఈ ఆర్డరు తప్పక వస్తుంది అని జోస్యం చెప్పి నువ్వేం కోరావు?"

"ఏమి అడిగాను!"

"ఏమిటీ ఈ రోజు యీ అందమైన బుర్రలో ఆలోచనలకి ఫ్యూజ్ పూర్తిగా పోయింది. సింగపూర్ తీసుకువెళ్ళాలి అన్నావా లేదా!"

పూజ తల వూపింది.

"వచ్చేవారం మనం వెళ్తున్నాం. ఓ. కె? అచ్ఛా! మనం హాలిడేకి వెళ్ళి చూస్తుండగానే ఆర్నెల్లు పైగా అయింది. పని! పని!" అన్నాడతను.

పూజ మౌనంగా కూర్చుండిపోయింది.

ఆమె మౌనం అతను క్రీగంటన గమనించినా ఎలాటి వ్యాఖ్యానమూ చేయలేదతను.

15

అర్థరాత్రి....

బెడ్‌రూమ్‌లో పూల గుత్తిమీద వ్రాలిన రెండు పిట్టలు కళ్ళు రెండుసార్లు తిప్పి, రెండు గంటలు అయిన శబ్దం చేశాయి. మంచం మీద అభిజిత్ కాస్త పక్కకి తిరిగి సొమ్మసిల్లినట్లు గాఢనిద్రలో వున్నాడు. అతని ఎడమ చెయ్యి పూజ తల చుట్టూ ఆనినట్టు పూజ దిండు మీద ఆనివుంది. కానీ అతని పక్కన పూజ లేదు. అవతల రూమ్‌లో టేబుల్ లైటు వెలుగుతోంది. పూజ అక్కడ కుర్చీలో కూర్చుని టేబుల్ లైటు దగ్గరకి తల వంగిపోయినట్టు, చుట్టు ప్రక్కల ప్రపంచం సర్వం మర్చిపోయినట్టు చేతుల్లో వున్న ఫోటో చూస్తోంది. ఫోటోలో అరవింద్ నవ్వుతున్నాడు. ఆ నవ్వు సగం సీరియస్‌నెస్, సగం చిరునవ్వులా వుంది. పూజ దగ్గర మాత్రమే ఆ కాస్త చిరునవ్వు. మిగతా యీ లోకం అంతటికీ అతని ముఖం ఒక మౌన ముద్ర! దాని వెనక అతని మనసులో చిత్రలేఖనం పొయిట్రీ తాలుకు సముద్ర కెరటాలులాటి కళల అవిరామ భావతరంగ కల్లోలం. అతనిది ఒక ప్రత్యేక ప్రపంచం! అందులోనే అతనికి సర్వానందాలు! ఈ ప్రపంచాన్ని పట్టి పీడిస్తున్న పరువు ప్రతిష్టలు, సుఖదుఃఖాలు, కలిమిలేములు, ఈ యీతి బాధలు అతనికి ఈషణ్మాత్రం కూడా లేవు. అతను నిరుపేదగా, నిరాడంబరంగా, అత్యంత ఆనందంగా, సుఖంగా బ్రతికేయగలడు. అతను ధనహీనుడు! కానీ భావానంద శ్రీమంతుడు. తన సాటివారితో అతనికి ఎలాటి పేచీలు లేవు. అతనితో మాట్లాడటం ఎవ్వరికీ అంత సులభం కాదు. తన ప్రపంచంలోకి ఎవరినీ రానిచ్చేవాడు కాదు. గిరిజ మేనత్త కొడుకుగా మొదటిసారి గిరిజ యింట్లో చూసినప్పుడు అతని పట్ల ఎలాటి మర్యాద, మన్నన కనపర్చలేదు తను. గిరిజతో కలిసి ఆమె గదిలో పరీక్షకి చదువుతున్నప్పుడు, ఆమె గదిలో ఒక పెయింటింగ్

చూసింది. అది ఒక చిరిగిన బట్టలతో వున్న యువతి, కొడుక్కి స్తన్యం యిస్తోంది. దాని క్రింద 'ప్రకృతి' అని వుంది. తను ఆ పెయింటింగ్ మీద నుంచి దృష్టి మరల్చుకోలేకపోతోంది. స్తన్యం యిస్తున్న యువతి అరమోడ్పు కళ్ళతో అనిర్వచనీయమైన ఆత్మానందం, తల్లి నుంచి జీవనధార అయిన క్షీరం నోటితో అందుకోటంలో బిడ్డలో కూడా తాదాత్మ్యత. పూజకి చూస్తున్నకొద్దీ ఆ పేద యువతి అద్భుతమైన సౌందర్యరాశిలా కన్పించసాగింది. అరవింద్ ఆమెని అందగత్తెగా చిత్రీకరించలేదు. కానీ ఆ బిడ్డని పట్టుకోవటం, ఆ పాలు యివ్వడం, కొద్దిగా ముఖం ఎత్తి ఆ ఆత్మానందం అనుభవించే తన్మయత్వం అత్యంత అపరూపమైన ఆనంద తటాకంలా, చూసినకొద్దీ యింకా అందాలు తెలుస్తున్నట్టుగా వున్నాయి.

"గిరిజా! ఇది చాలా బాగుంది. నేను కొనుక్కుంటాను" అంది.

"కొనుక్కోవటమా! సిల్లీ! ఆ కాగితాలు ఒక్కోసారి నేను పుస్తకాలకి అట్టలు వేస్తాను. తీసేసుకో! మా బావ ఇలాటి పిచ్చిగీతలు రోజుకి వంద గీకుతుంటాడులే" అంటూ ఇచ్చేసింది.

"ఉహు! నేను కొనుక్కుంటాను."

"సరే! నువ్వో పిచ్చిదానివి" అంటుండగానే అరవింద్ "గిరిజా! నా స్కెచ్ పెన్సిల్ చూశావా?" అంటూ వచ్చాడు.

"నేనే తీసాన్లే. సరేగానీ! ఈరోజు నువ్వు నిద్రలేచి ఎవరి ముఖం చూశావు? బహుశా నా మొహమే చూసి వుంటావు. ఇదుగో! నీ పెయింటింగ్ కొనే మహారాణివారు వచ్చారు. ఎంతకిస్తావో చెప్పు" ధర అన్నట్టు బొటనవేలు చూపుడువేలు చిటెక వేసి చూపించింది.

"ధరా!" అన్నాడు ఆశ్చర్యంగా.

"బహుశా నీ జన్మలో ఎవ్వరూ అడిగి వుండరు చెప్పు. 5 రూపాయిలా? పదా? పోనీ డబ్బు పిండేద్దాం. పాతిక చెప్పనా? ఇదే ఛాన్సు నీకు."

అరవింద్ ముఖంలో గిరిజ అంటున్న మాటలు సూదుల్లా వచ్చి గుచ్చుకుపోతున్నట్టు అతని కళ్ళు రెపరెపలాడ్తున్నాయి. తిరగబడలేని, సమాధానం చెప్పలేని అశక్తత.

"గిరిజా" తను వారించింది.

"పోనీ డీల్ డైరెక్టుగా మీరే తెల్చుకోండి" తల్లి పిలవటంతో గిరిజ 'వస్తున్నా మమ్మీ' అంటూ వెళ్ళిపోయింది.

ఇద్దరూ ముఖాముఖీ నిలబడ్డారు. సాదా, సీదా లాల్చీ, పైజామా కళ్ళజోడు అరవింద్ మనిషిలా లేడు. తన కళ్ళకి ఒక తేజోరాశిలా కన్పిస్తున్నాడు.

"ఎంత యివ్వమంటారు?" అడిగింది.

అతను రెండు చేతులూ జోడించాడు. ఆ భావ చిత్రీకరణలో అంత సౌకుమార్యం వుంది.

"మీరు కావాలనుకోవటమే నాకు ఆనందం! ఆ ఆనందానికి వెల ఎంత కట్టాలో నాకు తెలియదు. దయుంచి మీరు అది తీసుకోండి" అతను కళ్ళెత్తకుండానే మొహమాటంగా చెప్పాడు.

పూజ అతన్ని యిక డబ్బు విషయంలో మొహమాట పెడితే అతన్ని బాధించటమేనని తెలుసుకుంది.

"దీనికి ప్రకృతి అని ఎందుకు పేరు పెట్టారు?" కుతూహలంగా అడిగింది.

"ఆ తల్లి ప్రకృతి. ఆ బిడ్డ మానవుడు. ప్రకృతి మనిషికి అన్నీ యిస్తుంది. వారిద్దరి సంబంధం తల్లీబిడ్డల సంబంధం అని నా వుద్దేశ్యం.

పూజ మౌనంగా వింది. మళ్ళా ఆ పెయింటింగ్ చూసింది. అది ఇప్పుడు ఇంకా బాగుంది. తన మామూలుమనసుకి అందని భావం అతని కుంచె రంగులు దిద్దింది.

"యువతిని పేదరికంగా ఎందుకు చిత్రించారు?"

"అది పేదరికం కాదు. నిరాడంబరత. ప్రకృతి ముందు మనిషి ఎప్పుడూ పసివాడే. అందుకే చిన్న బిడ్డగా వేశాను" ఆ మాట చెబుతుంటే అతని కళ్ళలో ఏదో వెలుగు! అతను పెయింట్ చూపిస్తున్నప్పుడు పూజ పరీక్షగా చూసింది. అతని చేతుల వేళ్ళు ఎంతో అందంగా వున్నాయి. వాటిల్లో ఏదో నాజూకుతనం.

"నాకు యిది మీరు డబ్బు తీసుకోకుండా యిస్తున్నారు. ఏదయినా వ్రాసివ్వండి" అడిగింది.

అరవింద్ టేబుల్ మీదకి వంగి పెయింటింగ్ మీద స్కెచ్‌పెన్‌తో వ్రాశాడు. "ప్రతి స్త్రీ మీదా ప్రకృతి పగనైన గురా సృష్టి తాలూరు మాతృత్వం బాధ్యత వుంది. తన యీ బాధ్యత మరిచిన స్త్రీ సంపూర్ణమైన స్త్రీ కాదు" అతను తలెత్తి అడిగాడు– "మీ పేరు పూజా?"

అవున్ననట్లు తల వూపింది.

అతను చివర్లో 'పూజకి ప్రధమ పరిచయ సందర్భంగా అరవింద్' అని వ్రాసి ఆమెకిచ్చేశాడు.

"థ్యాంక్యూ!" అంది.

అతను సమాధానం చెప్పలేదు. గదిలో నుంచి నిశ్శబ్దంగా వెళ్ళిపోయాడు.

అతను వ్రాసిన వాక్యాలు పూజ మనసు మీద పన్నీరు జల్లు కురిపిస్తున్నట్లుగా వుంది.

ప్రతి మనిషికీ ఎదుట మనిషితో పరిచయానికి మొదటి వీక్షణమే శుభ సమయమో, అశుభ సమయమో నిర్ణయమైపోతుందని పూజ అమ్మమ్మ సావిత్రమ్మ ఎప్పుడూ అంటూ వుండేది. పూజకి అరవింద్ విషయంలో అంతా శుభమే జరిగినట్లు సంతృప్తి పడింది. పరిచయమైన మొదటి వారంలోనే పూజ, గిరిజ డిగ్రీ పాసయ్యారు. ఆ వయసులో అది యీ ప్రపంచాన్ని జయించినంత ఆనందమే. గిరిజ ఇంట్లోనే ఫ్రెండ్సుందర్నీ పిలిచి టీపార్టీ చేసుకున్నారు.

గిరిజ తండ్రి, పూజ తండ్రి డిఫెన్స్‌లో వుద్యోగం చేస్తున్నారు. ఇద్దరూ ఎప్పుడూ ఇంటికి దూరంగానే వుండేవారు. పిల్లల చదువుల కోసం హైద్రాబాద్‌లో ఈ మధ్యనే ఇళ్ళు కట్టుకుని, కుటుంబాలు యిక్కడే వుంచేశారు. రెండు కుటుంబాలు ఒకరికి ఒకరు అండగా వుండేవారు. గిరిజావాళ్ళ ఇంట్లో పిల్లలు ఎక్కువ. దానికితోడు బంధువుల రాకపోకలు. పూజ తల్లి సోషల్ వర్కర్. ఎప్పుడూ బిజీ. అందువలన గిరిజా వాళ్ళ ఇంట్లోనే పూజ ఎక్కువ టైమ్ గడిపేది.

పూజ తన ఫ్రెండ్స్ బర్త్‌డేకి కానుకలుగా అరవింద్ పెయింటింగ్స్ కొని బహుమతులు యిచ్చేది. పూజ యివ్వటం వలన వారు ప్రత్యేక శ్రద్ధగా వాటిని గమనించి మెచ్చుకునేవారు. క్రమంగా పూజ ద్వారా వారు కూడా అప్పుడప్పుడూ కొనటం ప్రారంభించారు.

పూజ డబ్బులు తెచ్చి యిస్తుంటే 'ఏమిటీ డబ్బంతా!?' ఆశ్చర్యంగా అడిగేవాడు అరవింద్. ఇద్దరి మధ్యా త్వరగానే చనువు పెరిగింది.

"మీకు డబ్బు సంపాయించాలని లేదా?" ఒకసారి అడిగింది.

"లేదు"

"డబ్బు సంపాయించకపోతే బ్రతుకుతెరువు?"

"అది నేనెప్పుడూ ఆలోచించను. నాకు వచ్చిన విద్య యిది ఒక్కటే" చేతిలో పెయింటింగ్ వేస్తున్న బ్రష్ చూపించాడు. "ఇది నాకు ఆత్మానందం యిస్తుంది తప్ప అన్నం పెట్టదు"

అతను గిరిజావాళ్ళ కారు గేరేజ్‌లో వుంటున్నాడు. అక్కడ పాత టైర్లు, పనికిరాని పాతసామాన్లు ఎన్నో పడి వున్నాయి. కారు పెద్ద కూతురుకి యిచ్చేయటంతో గిరిజా వాళ్ళమ్మ దాన్ని స్టోర్ రూం చేసింది. ఇంట్లో చోటు చాలక ఒకళ్ళిద్దరు మగపిల్లలు యిక్కడే పడుకుంటారు.

"ఇక్కడ యీ చోటు వూపిరాడనట్టుగా జైలులా లేదు?" అంది పూజ.

అతను అరుదయిన చిరునవ్వు నవ్వాడు. "ఈ ప్రపంచమే ఒక పెద్ద జైలు. అందులో చిన్న చిన్న జైలు గదులు మన యిళ్ళు. ఒకసారి కుంచె పట్టుకుంటే నా చుట్టూ ఏమున్నది నాకు గుర్తుండదు" అన్నాడు.

పూజకి అతని మాటలు ఆసక్తిగా వుండేవి. అతని మాటలు విన్న కొద్దీ యింకా వినాలని అనిపించేది. గిరిజావాళ్ళతో మాట్లాడుతుంటే నిమిషం ఒక గంటలా భారంగా, బోరుగా వుండేది.

అరవింద్‌తో టైమ్ వూరికే అయిపోయేది.

ఒకసారి షాపింగ్‌కి వెళ్ళడానికి బస్‌స్టాప్ దగ్గరకి వచ్చింది. అక్కడ అరవింద్ నిలబడి వున్నాడు.

"ఎక్కడికి?" అడిగింది.

"కొన్ని బ్రష్‌లు, రంగులు కొనుక్కోవాలి. బజారు వెళుతున్నాను."

"నేనూ అటే వస్తున్నా. అబ్బా! తోడు ఎవరూ దొరకలేదని విసుక్కుంటూ వచ్చాను. గిరిజ రానంది" అంది.

"మనిషి ఎప్పుడూ ఒంటరివాడే! తోడు అనేవారు కొద్దిసేపే వుంటారు అందుకే నేను తోడు అనేవారి కోసం వెతకను. పైనుంచి వారి వలన కొన్ని లంపటాలు మనకి."

"అయితే నేను రావద్దా?"

"రండి. మీరు ఫర్వాలేదు. ఎదుటవారిని అనవసరం మాటలతో ఊదరగొట్టి విసిగించరు."

"థ్యాంక్యూ!" అంది.

బస్ వచ్చింది. ఇద్దరూ ఎక్కారు.

మొదట పూజకి కావాల్సినవి కొనుక్కున్న తర్వాత అతని షాపింగ్ చేశారు.

"కాఫీ తాగుదామా?" అడిగింది.

అతను తల వూపాడు.

ఇద్దరూ హోటల్లో ఎక్కువ మాట్లాడలేదు. హోటల్లో పై అంతస్థులో వున్న రెస్టారెంట్‌లో కూర్చున్నారిద్దరూ. అక్కడ నుంచి టాంక్‌బండ్ వ్యూ అందంగా కన్పిస్తోంది. అతను దాన్ని పరిశీలనగా చూస్తున్నాడు.

"ఏమిటి ఆలోచిస్తున్నారు?" అంది.

"హైద్రాబాద్ నాకిష్టం. ఎక్కువ సందడి లేకుండా నిద్రపోతున్న పల్లెటూరిలా వుంటుంది. వాతావరణం మనిషినెప్పుడూ వుల్లాసంగా వుంచుతుంది."

"ఏం పెయింటింగ్ వేయాలని ఆలోచిస్తున్నారు?"

"బాగుంది! ఎప్పుడూ పెయింటింగ్స్ గురించే ఆలోచిస్తానా?"

"వేరు కూడా ఆలోచిస్తారా?" ఆశ్చర్యంగా అడిగింది.

"నేను మనిషిని కాదా? పెయింటింగ్స్, పొయిట్రీ నా వ్యక్తిత్వములో ఒక ముఖ్యమైన ఎక్స్‌ప్రెషన్ మాత్రమే."

"అయితే ఇప్పుడు ఏం ఆలో‿స్తున్నారు చెప్పండి?"

"ఆడపిల్లలతో నేను సాధారణంగా కలవలేను. మీతో యింత తక్కువ సమయంలో యింత చనువు ఎలా వచ్చిందా అని ఆలోచిస్తున్నాను."

"అది నా చొరవ అయివుండవచ్చు."

"బహుశా అయివుండవచ్చు."

"ఇంతక్రితం మీకెవరూ ఆడపిల్లలు పరిచయం లేరా?"

"ఉన్నారు."

పూజ సీరియస్ అయిపోయింది.

"పేరు చెప్పగలరా?"

"శ్రీకళ."

ఇద్దరి మధ్యా మౌనం గోడ కట్టేసింది.

అతను టాంక్‌బండ్ చూస్తున్నాడు.

పూజ టీ కప్పు చేతులతో తిప్పుతోంది.

సర్వర్ బిల్లు తెచ్చిపెట్టాడు. పూజ పర్స్ తీస్తోంది.

"నా దగ్గర వుంది" అతను తీసి యిచ్చేశాడు.

"వెళదామా?" అడిగాడు. పూజ లేచింది.

ఇద్దరూ మౌనంగా మెట్లు దిగుతున్నారు. పూజ ఇంతక్రితంలా కలిసి నడవటంలేదు. కాస్త దూరంగా నడుస్తోంది.

అతనేం ప్రశ్నించలేదు. ఆమె అభిప్రాయం అర్థం చేసుకున్నట్లు తను కూడా యింకాస్త దూరం జరిగి నడవసాగాడు.

ఇద్దరూ బస్‌స్టాప్ వైపు వస్తున్నారు. జనం రద్దీగా వుండటంతో తప్పనిసరిగా పక్కపక్కన నడవాల్సి వచ్చింది.

"శ్రీకళ అంటే మీకు చాలా యిష్టమా?" ఎదురుగా చూస్తూ అడిగింది సీరియస్‌గా.

"చాలా యిష్టం" అతనూ ఎదురుగా చూస్తూ సీరియస్‌గా జవాబు యిచ్చాడు.

"పెళ్ళి చేసుకుందామని అనుకున్నారా?"

"ఊ!"

"ఎప్పుడు చేసుకుంటున్నారు పెళ్ళి?"

"మా పెళ్ళి జరగదు."

"ఎందుకని?"

"శ్రీకళ పెళ్ళి వాళ్ళ బావతో జరిగిపోయింది."

పూజ ఆశ్చర్యపోయింది. ఆశ్చర్యంలో నుంచి ఆనందం కూడా వచ్చేస్తోంది.

అతని వైపు తల తిప్పి చూసింది. "ఎందుకని? మీకు డబ్బు లేదని వాళ్ళ వాళ్ళు వద్దన్నారా?"

"ఉహు."

"కారణం ఏమిటి?"

"నేను అసలు శ్రీకళతో నువ్వు నా కిష్టం అని చెప్పలేదు."

"చెప్పలేదా?!" ఆశ్చర్యంగా అడిగింది.

"చెప్పలేదు."

"చెప్పకపోతే ఆ అమ్మాయికి ఎలా తెలుస్తుంది?"

"చెప్పకుండానే తెలియాలి. తెలుస్తుందని నేను అనుకున్నాను. అదే నా ఫూలిష్‌నెస్! కాదు! ఆ ఫూలిష్‌నెస్సే నన్ను రక్షించింది. నువ్వంటే ఇష్టం వుంటే ఎదుటవారికి అది తెలిసిపోతుంది. ఆ వైబ్రేషన్స్ వాటంతట అవి రావాలి. శ్రీకళతో నాది వన్‌సైడెడ్ అని తెలుసుకున్నాను."

"అప్పుడేం చేశారు?"

"ఏం చేశాను? రెండు నెలలపాటు ఒక పెయింటింగ్ కూడా వేయలేదు. నా నెత్తిన ఎక్కిన భూతం దిగిపోయింది. హాయిగా పెయింటింగ్స్ వేసుకున్నాను. ఎవరున్నా లేకపోయినా, ఇవే నా తోడు అనుకున్నాను. ఐయామ్ అన్ ఫిట్ ఫర్ లవ్ ఎక్స్‌ప్రెషన్ అనుకున్నాను."

పూజ నవ్వేసింది. నవ్వు ఆగలేదు.

నవ్వుతూనే వుంది.

అరవింద్ గాభరాగా చుట్టూ చూశాడు. "గట్టిగా నవ్వుతున్నారు" అన్నాడు. పూజ నవ్వుతోంది. హాయిగా! ఆ నవ్వులో ఆనందభాష్పాలు కనుకొలకుల్లోకి వచ్చేస్తున్నాయి.

అతనికి దగ్గరగా నడవసాగింది.

"ఇంతక్రితం దూరంగా నడిచారు కదా?"

"మీ జీవితంలో యింకో అమ్మాయి వుంది అంటే వళ్ళు మండిపోయింది."

"అది తప్పు. జీవితం ఏ ఒక్కరి స్వంతం కాదు! మనం ఎప్పుడో ఒక సమయంలో వచ్చి కలుస్తాం. మన ముందు కొంతమంది వుంటారు. మన తర్వాత కూడా కొంతమంది వచ్చి కలుస్తారు."

"నేను అది సహించనుగాక సహించను. తెలియక ముందు ఏమో! తెలిసిన తర్వాత నీడ కూడా ఎవ్వరిదీ పడనివ్వను."

"మీరు మరీ చిన్న పిల్లల్లా మాట్లాడుతున్నారు."

"నాకు అంతా బాగా తెలుసు."

"తెలియదు. మీ విషయమే చెప్పండి! మీరు ప్రేమించి ఎవరినో వివాహం చేసుకుంటారు. కొద్ది రోజుల తర్వాత మీకు కొడుకు పుడతాడు. ఆ కొడుకు మూడో మనిషే కదా! మీరు మీ భర్తతోపాటు అతన్ని కూడా ఒప్పుకుంటారా లేదా! నిజం చెప్పాలంటే మీ భర్తకంటే యింకా ఎక్కువగా చూస్తారు. అవునా?"

పూజ కాదనలేకపోయింది. అవునని అంగీకరిస్తున్నట్టు తలూపింది.

"నేను చెప్పేది అదే! మన జీవితంలో వచ్చే వారందరికీ వాళ్ళ వాళ్ళ ప్రకరణలు మాత్రమే మిగులుతాయి. ఉదాహరణకి నన్ను చూడండి. నా తర్వాత మీకు నన్ను మరిపించే వారు దొరకవచ్చు."

"అసంభవం!"

"శ్రీకళ వ్యవహారంలో నేనూ అలాగే అనుకున్నాను. జన్మలో యింకో ఆడపిల్లను చూడను. ఇప్పుడు చూడండి. మీతో ఎంత యిష్టంగా ప్రవర్తిస్తున్నానో.

"నేనంటే యిష్టమేనన్న మాట?"

"లేకపోతే యింతసేపు గడపగలనా నేను?" అతను తనని తాను ప్రశ్న వేసుకున్నట్టుగా వుంది.

పూజ చెయ్యి కదిలింది. మెల్లగా అతని చెయ్యి మీద ఆనింది.

అతను అభ్యంతరం సూచించలేదు. పూజ చెయ్యి అతని చేతి మీద బిగిసింది.

ఇద్దరూ కలిసి చేతులు పట్టుకునే ఒకరి వెనక ఒకరు బస్సు ఎక్కారు. కూర్చున్నప్పుడు కూడా చేతులు వదలలేదు.

పూజ ఒకసారి కావాలని చెయ్యి వదలబోయింది. అరవింద్ చేయి వారించలేదు. నిర్లిప్తంగా వుండిపోయింది.

"నా చెయ్యి మీరు పట్టుకోలేదు" ఫిర్యాదుగా అంది.

"అదిమీకు నేనిస్తున్న స్వేచ్ఛకి సంకేతం! ప్రేమ ఉంటే యిష్టంతో వాళ్ళంతట వుండాలి. మనం కట్టి పడేయకూడదు."

"ఓ! అరవింద్!"

"నా పేరు అందమైనదిగా వినిపిస్తోంది నాకు."

పూజ ఆఘమేఘాల మీద పరుగెత్తుతున్న గుర్రం పిల్లలా యింటికి వచ్చింది.

తండ్రి వూరు నుంచి వచ్చి వున్నాడు.

"ఇంతసేపు ఎక్కడికి వెళ్లావు?" ఆయన కళ్ళల్లో వురుములాంటి ప్రశ్న! "నేను వస్తూ నువ్వు ఒక కుర్రాడితో నవ్వుతూ బజారులో వళ్ళు తెలియనట్లు నడవటం చూశాను."

"డాడీ!" ఏదో చెప్పబోయింది. కానీ మాటల్లు పెగలలేదు. ఒక సుందర ప్రపంచంలో నుంచి ధాంమని క్రింద పడ్డట్టు అయింది.

అరవింద్‌తో పరిచయం కుదరదని తండ్రి స్పష్టంగా చెప్పేశాడు. పూజ అరవింద్‌ను కలవటానికి పడనీయలేదు ఆయన. అరవింద్‌కి వుత్తరాలు వ్రాసినా, కలిసినా చంపేస్తానని వార్నింగ్ యిచ్చి వెళ్ళాడు.

10 రోజుల తర్వాత తండ్రి వూరు వెళ్ళాడు. పూజ గిరిజ యింటికి పరుగెత్తింది.

అక్కడ అరవింద్ లేడు. కారు షెడ్‌లో అతని బెడ్డింగ్, కాన్వాస్ పెయింటింగ్స్ ఏమీ లేవు.

"అరవింద్ వూరు వెళ్ళిపోయాడు పూజా" గిరిజ చెప్పింది.

"ఎక్కడికి?"

"వాళ్ళ అమ్మమ్మ దగ్గరకి. మా అమ్మ చెబితే చంపేస్తానంది. కానీ చెప్పకుండా వుండలేను. ఇదుగో అరవింద్ అడ్రస్" అంటూ యిచ్చింది.

"అరవింద్ ఎప్పుడు వెళ్ళాడు?"

"మీ నాన్న వచ్చిన సాయంత్రం. మా ఇంట్లో పెద్ద గొడవయింది. మా అమ్మ తిట్టి పంపేసింది."

పూజ పోస్టాఫీసుకి వచ్చి అరవింద్ అమ్మమ్మ వుండే పేరు చెప్పి వివరాలు అడిగింది. ఇక్కడికి 60 మైళ్ళు. మెదక్ జిల్లాలో ఒక కుగ్రామం.

పూజ మర్నాడు సాయంత్రానికి ఆ వూరు చేరుకుంది.

మనసులో తండ్రిపట్ల భయం వుంది. కానీ అరవింద్‌ని చూడాలనే బాధ తెగింపు తెచ్చేసింది.

పల్లెటూరు! సూర్యాస్థమయం అవుతోంది! పెట్టె తీసుకుని కాలి నడకన బస్సు దిగి మైలు దూరం నడిచి వచ్చింది పూజ! అరవింద్ నులక మంచం మీద వాకిట్లో చేతుల్లోకి తల దించుకుని కూర్చుని వున్నాడు.

"అరవింద్!" పిలిచింది.

అతను వులికిపాటుగా తలెత్తి చూశాడు! తన కళ్ళని తాను నమ్మలేకపోతున్నట్లు చూస్తూ లేచి నిలబడ్డాడు.

"అరవింద్! క్షమించు."

"పూజా!"

"నిన్ను చూడవద్దు అనేవాళ్ళ దగ్గర నుంచి నేను వచ్చేశాను! నేను వచ్చేశాను అరవింద్."

అరవింద్ ఏడుస్తున్న పూజని దగ్గరకు తీసుకున్నాడు.

"నన్ను వెనక్కి వెళ్ళమని అనకు! నాన్న చంపేస్తాడు. అనవుకదూ?" అడిగింది.

"అనను పూజా! నా కంఠంలో ప్రాణం వుండగా నిన్నెవరూ నా దగ్గర నుంచి తీసుకువెళ్ళరు. ఈ పది రోజుల్లో నాక్కూడా నువ్వెంత యిష్టమో అర్థమైపోయింది. ఈ జన్మలో మనిద్దరినీ ఎవ్వరూ విడదీయలేరు" ఆమె నుదుట మీద అతను పెదవులతో వాగ్దానం చేశాడు.

టేబుల్ లైటు దగ్గర ఫోటోని చూస్తున్న పూజ ఫోటో మీదకి వంగింది. ఆమె కళ్ళ నుంచి అశృవులు జలజలా రాలుతున్నాయి. అరవింద్ ముఖం అవి తడిపేస్తున్న పూజ కళ్ళు వత్తిన కొద్దీ యింకా నీళ్ళు వుబికి ప్రవాహాల్లా వస్తున్నాయి.

అదృష్టవశాత్తూ అరవింద్ అమ్మమ్మ వూళ్ళో లేదు. బంధువుల యింటికి పెళ్ళికి వెళ్ళింది.

ఆ మర్నాడు ఉదయం ఆ వూరిలో పాత గుడిలో యిద్దరూ పెళ్ళి చేసుకున్నారు.

"పూజా! పూనాలో మా బంధువు రమానంద్ వున్నాడు. అక్కడికి వెళ్ళిపోదాం. వాడు మనకి ఆశ్రయం యిస్తాడు" అన్నాడు. ఇద్దరూ అదే రోజు వెళ్ళిపోయారు.

రెండు నెలలు యిట్టే గడిచిపోయాయి.

పూజకి జీవితం ఆనందడోలికగా వుంది. రమానంద్ భార్యకి ఒంట్లో బాగా లేకపోతే పుట్టింటికి వెళ్ళింది. వచ్చిన కొద్ది రోజుల్లోనే రమానంద్ అరవింద్‌కి లోకల్ ఇంగ్లీష్ డైలీ పేపర్ ఆఫీసులో చిన్న ఉద్యోగం యిప్పించాడు. చిన్న చిన్న సరదాలు. మధ్య మధ్యలో శని, ఆదివారాలు బొంబాయి ప్రయాణం. అంతా సరదాగానే వుంది. పూజ అరవింద్‌కి జీతం రాగానే మంచి బట్టలు తెచ్చింది. అరవింద్ పూజ డబ్బులు వృధా చేసినందుకు చిరాకుపడ్డాడు. అతనిలో అస్సలు డిసిప్లిన్ లేదు. ఎక్కడి వస్తువులు అక్కడ

పారేసేవాడు. మతిమరుపుకూడా బాగానే వుంది. పూజ విసుక్కున్నా, అతన్ని మార్చాలని ప్రయత్నించి, కొద్ది రోజుల్లోనే అరవింద్ మారడు అనే నిరుత్సాహం వచ్చేసింది. అతనిష్టం వచ్చినట్టు అతను బ్రతుకుతాడు. అతని పద్ధతులకి ఎదుటవారు రాజీపడాల్సిందే! ఒకసారి విసిగిపోయిన పూజ "శ్రీకళ నిన్ను చేసుకున్నా వెంటనే డైవర్స్ యిచ్చేసేది" అంది.

"ఇస్తే నాకేం నష్టం లేదు" అనేశాడు.

"నిన్ను యిష్టపడ్డవాళ్ళు నిన్ను వదిలేసి వెళితే నీకు బాధ వుండదా?"

"ఉండదు. నన్ను వదిలి వెళ్ళిన వారి గురించి నాకు యిక ఆలోచన వుండదు."

"నీకు ఒంటరిగా అన్పించదా?"

"ఊహు! నా కుంచె నా చేతులో వున్నంతకాలం నాకింకే బాధా వుండదు."

పూజ అతన్ని విచిత్రంగా చూసింది. నేను ఇతన్ని త్వరపడి పెళ్ళి చేసుకోలేదు కదా! అన్న ఆలోచనలో పడింది. పూజకి నెల తప్పింది. ఆనందంగా ఈ విషయం చెప్పింది.

"ఇప్పుడు పిల్లలు వద్దు" అన్నాడు ముక్తసరిగా.

"వద్దంటే ఎలా! వాళ్ళు వచ్చేస్తుంటే. నేను ప్రెగ్నెంట్" అంది. అతను మౌనంగా వుండిపోయాడు.

మామూలుగా పనికి వెళ్ళిపోయాడు.

సాయంత్రం వచ్చాడు. ముభావంగా వున్న పూజని దగ్గరకు తీసుకుంటూ "ముందు మనం స్థిరపడిన తర్వాత పిల్లలు. పెళ్ళే పెద్ద బాధ్యత అని ఇప్పుడు తెలుస్తోంది. పిల్లలు కూడా వుంటే...."

"భయపడ్తున్నావా?"

"ఊహు! పుట్టిన బిడ్డకి సరిగ్గా అన్నం పెట్టకపోతే, అసౌకర్యం కలిగితే నా మనసు చాలా క్షోభ పడ్తుంది. పూజా! నువ్వు అబార్షన్ సంగతి ఆలోచించు" తగ్గు స్వరంతో అన్నాడు.

పూజ ఛరాలున లేచింది. శివంగిలా చూసింది.

కళ్ళలో గిర్రున నీళ్ళు తిరిగాయి. చూపుడువేలు చూపిస్తూ "నువ్వు, నువ్వేనా యీ మాట అనేది?" అంది. గిరుక్కున వెనక్కి తిరిగి సుడిగాలిలా గదిలోకి వెళ్ళింది. "పూజా!" అతను ఆదుర్దాగా లేచి వెనక రాబోతున్నాడు.

పూజ అప్పటికే పెనుగాలిలా గదిలోనుంచి దూసుకువచ్చింది.

ఆమె చేతుల్లో అతను ప్రప్రథమ పరిచయంలో యిచ్చిన 'ప్రకృతి' పెయింటింగ్ చూపిస్తూ "ఇది వేసిన నువ్వేనా ఈ మాట మాట్లాడేది?" అంది.

"అది సాటివారికి ఒక సందేశం మాత్రమే! ఇది వేరు. ఇది జీవితం. పిల్లలు అంటే చాలా పెద్ద బాధ్యత. అసలు జాగ్రత్త పడకపోవటం నాదే తప్పు. నా ఈ తప్పుని. నేనే సరిచేయాలి."

"ఎలా?"

"అబార్షన్ చేయించి."

పూజ గుండెలమీద పిడుగు పడ్డట్టయింది. ఆ పిడుగుపాటుకి తన కడుపులో అంకురం ఎక్కడ దద్దరిల్లిపోతుందోనని భయపడ్డట్టు పొట్ట చేత్తో పట్టుకుంది. "అరవింద్! నువ్వు-నువ్వు" ఆమె యిక మాట్లాడలేనట్టు వెనక్కి తిరిగి గదిలోకి పరుగెత్తి ధడాలున తలుపులు వేసుకుంది. పూజ రోదిస్తోంది. తనని అరవింద్ అర్థం చేసుకోలేదు. తన రక్త బీజాంకురం గురించి వినగానే ఎంతో సంతోషం పంచి యిస్తాడని అనుకుంది. చేదు అనుభవం ఎదురయింది. అతనికీ, తనకి ఎంతో దూరం అన్పిస్తోంది.

ఆ సాయంత్రం పెడముఖంగా వున్న పూజతో రమానంద్ నచ్చ చెప్పాడు. "అరవింద్‌కి పిల్లలంటే యిష్టంలేదని కాదు. అంత బాధ్యత ఎలా తీర్చటమా అని భయపడ్తున్నాడు."

"నేను అబార్షన్ చేయించుకోనని అతనికి చెప్పండి"

"కానీ పూజా.... !" అరవింద్ ఏదో చెప్పబోయాడు.

"నాతో మాట్లాడకు. జన్మలో నీతో మాట్టాడను."

"పూజా!"

"నా గదిలోనుంచి వెళ్ళు! వెళ్ళిపో. నీ ముఖం నాకు చూపించకు" అరిచేసింది. అరవింద్ ఖిన్నుడైనట్టు వెళ్ళిపోయాడు.

ఆ మర్నాడు పూజ అతనితో మాట్లాడలేదు. ఆఫీసుకి వెళ్ళేటప్పుడు అతనే వచ్చి పలకరించాడు. పూజ ముఖం తిప్పుకుంది.

అరవింద్ వెళ్ళిపోయాడు. గది బయట అతను తచ్చాడుతూ కన్పించాడు. అతను తప్పక తనతో రాజీకి రావాలి. వచ్చి తీర్తాడు. తను కావాలంటే అది ఒక్కటే మార్గం! లేకపోతే ఎవరిదోవ వారిది! పూజ ప్రతిన బూనినట్టే ఆవేశంగా అనుకుంది.

"వెళుతున్నాను పూజా! ఆవేశంలో పిచ్చి పని చేయకు. జాగ్రత్తగా వుండు" అనేసి వెళ్ళిపోయాడు.

నాలుగు గంటలవేళ కాలింగ్‌బెల్ మోగింది. పూజ ఆనందంగా పరుగెత్తుకు వచ్చి తలుపు తీసింది. తనకి తెలుసు! బాగా తెలుసు. అరవింద్ యింటికి త్వరగా వచ్చేశాడు. ఉదయమే వెళ్ళలేక వెళ్ళాడు. తలుపు తీయగానే కన్పించింది ఎదురుగా అరవింద్ కాదు. రమానంద్!

"పూజా! అరవింద్‌కి యాక్సిడెంట్ అయింది. అరవింద్ వెళుతున్న సైకిలుకి బస్సు ఢీ కొట్టింది. అరవింద్ హాస్పిటల్లో వున్నాడు."

అర నిమిషంలో యిద్దరూ బయలుదేరారు.

అరవింద్ అప్పటికే కొన వూపిరితో వున్నాడు. "పూజా! నీ కోసం యింకెవరో ఎదురుచూస్తున్నారు. నా ప్రకరణం అయిపోయింది."

"అరవింద్! అలా అనకు."

"నువ్వు అబార్షన్ చేయించుకోక తప్పదు" అతని ఎండి వాచిన పెదవులమీద సన్నటి చిరునవ్వు.

అతనికి తలకి, ఛాతీమీద బాగా గాయాలు తగిలాయి. ఆ రాత్రి అతను పోయాడు.

పూజ నిశ్చేష్టురాలు అయింది.

రమానంద్ టెలిగ్రాం యిచ్చినట్టున్నాడు. మర్నాటి సాయంత్రానికి తల్లీ, తండ్రీ వచ్చారు. రమానంద్ యిచ్చిన టెలిగ్రాం వినగానే అరవింద్ అమ్మమ్మ కుప్ప కూలిపోయిందని, డెడ్‌బాడీని స్వంత వూరు తీసుకురమ్మంటోందని బంధువులు ఫోన్ చేశారు.

"నేను డెడ్‌బాడీని తీసుకువెళ్లక తప్పదు. ఆ ముసలామె నన్ను చంపేస్తుంది" అన్నాడు రమానంద్.

"ఇంటికి వెళదాం రామ్మా!" అంది తల్లి.

"పూజా! నిన్ను నేనేం తప్పు పట్టను. ఇంటికి రామ్మా" అన్నాడు తండ్రి కూడా.

పూజ ఒంటరిగా కడుపులో అరవింద్ అంకురంతో తల్లిదండ్రులతో హైదరాబాద్ తిరిగి వచ్చేసింది.

పూజకి వెంటనే పెళ్ళి చేయాలని తల్లి తండ్రి త్వరపడుతున్నారు.

పూజ వారితో తను ప్రెగ్నెంట్ అని చెప్పి వారిని నిశ్చేష్టులని చేసింది.

ఈ వార్త తెలిసి 24 గంటలు అయినా కాకముందే, తల్లి పూజతో "నీకు అబార్షన్‌కి ఏర్పాటు చేశాను" అని చెప్పింది.

"నో! మీరు ఆ పని చేయించలేరు. నాకు తెలియకుండా ఏదయినా నా శరీరానికి చేశారా నా శవాన్ని చూస్తారు" అంటూ అరిచింది.

పూజ ముఖం చూస్తే ఆ మాట అక్షరాలా అమలు చేసేట్టు వుంది. వారు భయంతో తగ్గారు. తండ్రి డిసిప్లిన్‌కి మారుపేరు! తల్లి పెద్ద సోషల్ వర్కరు. ఇద్దరికీ ఎంతో పేరు ప్రతిష్టలు!

అవి దక్కించుకోవాలని వారి తాపత్రయం.

పూజ నిర్భయంగా తల్లి తండ్రులని ఎదుర్కొంది. 'నేను యింట్లోంచి వెళ్ళిపోతానని' బెదిరించింది. తల్లి తండ్రులిద్దరూ చివరికి ఏమనుకున్నారో రాజీకి వచ్చినట్టు ప్రకటించారు.

అది వారు తప్పనిసరిగా వచ్చిన మార్గం అని, తన కడుపులో శిశువు పట్ల వారికేం ప్రేమ లేదని పూజకి అర్థం అవుతోంది.

రాత్రివేళ పూజ మంచంమీద పడుకుని తన పొట్టమీద చేయి ఆనించి ఎవరు వద్దన్నా నేను నిన్ను యీ ప్రపంచంలోకి తెచ్చుకుంటాను!! ఇకనుంచి నాకు నువ్వు! నీకు నేను!" అనుకుంది.

పూజకి 5వ నెల వస్తుండగానే తల్లి మళ్ళీ రమానంద్ దగ్గరకే తీసుకువచ్చింది. అక్కడయితే పూజ భర్త పోయాడని అందరికి తెలుసు. ఎవ్వరూ ఏమీ అనుకోరు.

పూజ క్షణం క్షణం ఎదురుచూస్తూ కడుపులో శిశువుకి అరవింద్ జ్ఞాపకాల ముచ్చట్లు వినిపిస్తూ 9 నెలలు గడిపింది.

పూజ ప్రసవించింది.

కానీ మృత బేబీ జన్మించింది అని డాక్టరు చెప్పింది. పూజ ఏడ్చింది.

తల్లీ తండ్రీ ముఖాల్లో పెద్ద రిలీఫ్....

తన తపస్సు నీరు కారిపోయింది. ఈ ప్రపంచంలో తను ఏకాకి అయిపోయింది. "మీరేమైనా చేశారా?" తల్లిని, తండ్రిని బెదిరించింది. వాళ్ళమీద నమ్మకం లేకనే హాస్పిటల్ కాన్పు అంతా రమానంద్ ద్వారా ఏర్పాటు చేసుకుంది.

"డాక్టరుగారు చెప్పారు కదా! ఇక ఆ విషయం మర్చిపోండి. మీ మనసు బాధపెట్టుకోవద్దు" రమానంద్ చెప్పాడు.

పూజ తల్లిదండ్రులతో హైదరాబాద్ తిరిగి వచ్చేసింది. తన పెట్టె తల్లిదండ్రులు తీసుకురాలేదా రమానంద్‌కి వుత్తరం వ్రాసింది. ఆ పెట్టె అరవింద్ ప్రాణం. వాళ్ళ అమ్మమ్మకి పంపా! అని వ్రాశాడు.

కాలగమనంలో క్రమంగా అరవింద్‌ని గురించిన జ్ఞాపకాలు మనసులో ఎక్కడో నిశ్శబ్దంగా నిక్షిప్తమైపోతున్నాయి. పూజ యూనివర్శిటీలో చేరింది. చదువులో రెట్టింపు శ్రద్ధతో తలదూర్చేసుకుంది. అభిజిత్ పనిమీద హైదరాబాద్ వస్తూ తల్లిని తీసుకువచ్చి తన యింట్లో వున్నాడు. అమ్మా, ఆమె ఫ్రెండ్స్. అమ్మా నాన్నా చాలా గడుసుగా వారికి తన వివరాలు యిచ్చారు. "అమ్మాయి ఒకతన్ని యిష్టపడింది. పెళ్ళి సింపుల్‌గా మేమే చేశాం. అతను రెండునెలలు తిరగకుండా యాక్సిడెంట్‌లో పోయాడు. మాకున్నది ఒకే అమ్మాయి. ఆమె గురించే బెంగ" అభిజిత్ తల్లి పూజ తల్లితండ్రులని ఓదార్చింది. జరిగిన సంగతికి సగం నిజానికి, సగం అబద్ధపు జలతారు ముసుగు వేసి వారు నిజం చెప్పీ చెప్పనట్లు చెప్పి ఆవిడ మనసులో గౌరవం, సానుభూతి పొందారు.

అభిజిత్ మెల్లగా తదియనాటి వెన్నెలలా తన జీవితంలో ప్రవేశించి రాను రాను తన జీవితాన్ని నిండు పౌర్ణమిలా చేశాడు. మొదట అతను వెళ్ళిన తర్వాత అపుడపుడూ పంపే గ్రీటింగ్ కార్డ్స్‌లో "జీవితాన్ని ఓర్పుతో మనం స్వీకరించాలి, అర్థం చేసుకోవాలి" అనే ఫిలాసఫీ వుండేది. తర్వాత ఫోన్‌లో ఎప్పుడైనా "ఎలా వున్నారు?" అని మెత్తని పలకరింపు. పరీక్షలు అయింతర్వాత తల్లితండ్రులు తనని బెంగుళూరు అభిజిత్ యింటికి తీసుకువెళ్ళారు. అక్కడున్న రెండు వారాలు సందడిగా గడిచిపోయాయి. ఒకసారి అందరితో, ఒక్కోసారి తనూ అభిజిత్ కలిసి వెళ్ళేవారు.

అతని సాన్నిహిత్యంలో ఏదో హాయి!

తన మనసులో గాయం వుందని అతనికి అర్థమైనట్టు మృదువైన ప్రవర్తన. ఒక విధంగా అతను తనకి చాలా నచ్చాడు. అతని ప్రవర్తనలో, జీవన పద్ధతిలో చాలా తీరైన శైలి వుంది. ఎదుటవారికి అతను కొండంత అండ అనే ధైర్యం వస్తుంది. అతను మాటలతో

ఏమీ చెప్పడు. ఎదుట మనిషి పట్ల వారి అవసరాలు గురించి అతను తీసుకునే శ్రద్ధ, జాగ్రత్త చాలా తక్కువమందిలో చూస్తాం. అందరినీ ఆదరంగా చూస్తాడు. వారి మనసులో మాట నిర్భయంగా చెప్పే చనువు యిస్తాడు. అలాగని నెత్తిన ఎక్కే స్వతంత్రం యివ్వడు. ఒక్క చూపుతో, ఒక్క మాటతో దూరం పెట్టేస్తాడు. ఈ ప్రపంచం అతనికి కావాలి. దానితో అతను అరమరికలు లేకుండా అమరిపోగలడు. అతనిలో వున్న సెల్ఫ్ డిసిప్లిన్ చూసే ఎదుటవారు భయపడ్తారు. తిరుగు ప్రయాణం దగ్గరకి వస్తోంది. ఆ రోజు షాపింగ్ పూర్తిచేసుకుని హోటల్లో కాఫీ తాగుతున్నారు.

"నా యీ బిజినెస్‌లో ఒకతనితో పార్టనర్‌గా వున్నాను. అతను నాకు స్వతంత్రం యిస్తాడు. నిర్ణయం అంతా నాదే! కానీ ఎక్కడో ఒక సారి అతను నాకు తెలియకుండా వాగ్దానాలు చేసేస్తాడు. అది అతని బలహీనత, నేను తీర్చక తప్పదు. ఏం చేయాలో నాకు తోచటం లేదు" అన్నాడు. అప్పటికే యిద్దరి మధ్యా చనువు పెరిగింది.

"బైటవారితో సర్దుకుపోవచ్చు. కానీ వ్యాపార భాగస్వాములతో, యింట్లో వారితో సర్దుకుపోతూ జీవితం గడపాలంటే అది చాలా తలనొప్పి" అంది పూజ.

"యూ ఆర్ కరెక్ట్" అన్నాడు అతను. పూజని నిశితంగా చూశాడు. ఈ అమ్మాయితో మాట్లాడినకొద్దీ యింకా మాట్లాడాలనిపిస్తుంది.

పూజ చెప్పింది.

"నాకు మీరు అర్థం అయినంతవరకూ మీరు స్వతంత్ర భావన కలవారు. ఎప్పటికైనా మీ వ్యాపారం మీకు స్వంతంగా వుంటే మంచిది. దాని వల్ల బాధ్యత పెరిగినా, కొన్ని తలనొప్పులు తగ్గుతాయి."

"అవును" అన్నాడు. ఆమె కప్పులో పంచదార వేసి తనే చెంచాతో కలుపుతూ, "పూజా! మీకో విషయం చెప్పనా?"

"ఊ!"

"నా కెందుకో నా జీవితం అంతా అటు నా వయసుకి మించిన పెద్ద వాళ్ళతో కలిసి పనిచేయుటమో, లేక ఇటు నా కంటే చాలా చిన్నవాళ్ళతో మాట్లాడటమో యీ స్నేహాలే ఎక్కువ! మీతో మాట్లాడుతుంటే పరిచయం కొద్దిదే అయినా సమవయస్కులతో స్నేహం, ఆ సరదా చాలా వేరు అని అర్థం అవుతుంది" అన్నాడు.

పూజ మౌనంగా వుండిపోయింది.

వెళ్ళే రోజు వచ్చింది. పెద్దవాళ్ళు ముందు గదిలో మాట్లాడుతున్నారు. తన బాగ్ కోసం గదిలోకి వచ్చింది. అది అభిజిత్ చేతిలో వుంది.

"విల్ యూ కమ్ ఎగైన్" అడిగాడు.

రానని తల వూపింది. బాగ్ యిచ్చేశాడు.

రైలులో కూర్చున్న తర్వాత ప్రయాణంలో కొద్ది దూరం వచ్చిం తర్వాత బాగ్ ఎందుకో తెరిచింది. అక్కడ ఒక కార్డు వుంది.

పూజ తీసి చూసింది. అందులో యిలా వుంది.

"ప్రియనేస్తం! నిన్ను చూసిన తర్వాత నా యీ జీవితానికి ఒక గొప్ప అర్థం వుందని తెలిసింది. ఈ ప్రపంచం ఎంతో అందంగా కళ్ళకి కన్పిస్తోంది. నేను శక్తిమంతుడిని అయ్యాను. నీతో మళ్ళీ కలిసే అమృత ఘడియ కోసం ఎదురుచూస్తుంటాను. ఇంగ్లీషులో కొటేషన్ వుంది. దాని క్రింద అభిజిత్ అని సంతకం వుంది. అతను స్వయంగా ఆ కొటేషన్ వ్రాయలేదు. కానీ అతని మనసుని ప్రతిధ్వనించే వాక్యాలని వెతికి పట్టుకున్నాడు. ఒక రకంగా ఒంటరితనంతో యీ ప్రపంచంతో తలుపులు మూతబడినట్టు ఏకాకిగా వున్న తనకి అతని ఆగమనం స్నేహపరిమళ వీచికలని గుబాళింపచేయసాగింది. అతను తన ఒంటరితనపు తలుపుల్ని బలవంతంగా తెరిచేసి బైట ప్రపంచంలోకి లాగటానికి ప్రయత్నిస్తున్నాడు, అతనితో స్నేహంగా వుండకుండా ఎవ్వరూ వుండలేరేమో!

తర్వాత నెలలో హఠాత్తుగా తన తల్లి మరణించింది. అభిజిత్ వెంటనే వచ్చాడు. కృంగిపోయిన తండ్రిని అనునయించాడు. అతను వున్న 9 రోజులూ అతనికి అతిథి మర్యాదలు తనే చేయాల్సి వచ్చింది. ఆ తర్వాత అభిజిత్ రాకపోకలు తమ యింటికి తప్పనిసరి అయినాయి. తండ్రి సుస్తీ పడ్డాడు. తల్లి ఎంత మొత్తుకున్నా సిగరెట్స్, డ్రింక్ మానేవాడు కాడు. అవి ఆయన వ్యసనం. ఇప్పుడు ఆవిడని తలుచుకుని కుమిలి కుమిలి ఏడుస్తున్నాడు. ఆయన అనారోగ్యంతో పాటు తనని గురించిన ఆదుర్దా.

అభిజిత్ వచ్చి ఆయనని, తనని బలవంతంగా తనతో బెంగుళూరు తీసుకువెళ్ళాడు.

అక్కడ వున్న నెలరోజులూ తన జీవితంలో మరుపురానివి.

అభిజిత్, అతని తల్లి చూపిన ఆదరణ మరువరానిది.

సరైన వైద్య సహాయం, ఆర్థిక వసతి వుండటంతో నెలరోజుల్లో తండ్రి కోలుకున్నాడు.

ఇంటికి తిరిగి వెళ్ళటానికి నిశ్చయించుకున్నారు.

ఆ రోజు రాత్రికే ప్రయాణం!

తండ్రి క్రింద అభిజిత్ అమ్మగారితో తన కృతజ్ఞతలు తెలియచేస్తూ మాట్లాడుతున్నాడు.

పూజ పై గదిలో పెట్టె సర్దుతోంది.

అభిజిత్ లోపలికి వచ్చాడు.

"అయిపోతోంది! నేను రెడీ" అంది.

"పూజా!"

"ఊ!"

అతను మాట్లాడలేదు. పెట్టె సర్దుతున్న పూజ తలెత్తి చూసింది.

అభిజిత్ దగ్గరకి వచ్చాడు. పెట్టె మీద చేయి వేశాడు.

అతను పూజ ముఖంలోకి తదేకంగా చూస్తున్నాడు.

పూజ అతన్నే చూస్తోంది.

"పూజా! నేను నిన్ను వివాహం చేసుకోవాలని నిర్ణయించుకున్నాను" అతని మాటలు ఎటువంటి తడబాటుగా లేకుండా సూటిగా వున్నాయి.

పూజ పెట్టె వదిలేసి మెల్లగా లేచి సరిగ్గా నిలబడింది.

"ఇది నేను హఠాత్తుగా చేసిన నిర్ణయం కాదు. నిన్ను చూసిన మొదటి క్షణంలోనే నేను నీ వాడిని అన్పించింది. నా భవిష్యత్తు నువ్వు లేకుండా అర్థవిహీనం అని నాకు తెలిసిపోయింది.

పూజ నిలబడలేనట్లు మంచం మీద కూర్చుంది. పెదవులు కంపిస్తున్నాయి.

"ఈ ప్రపంచంలో రెండు రకాల ప్రేమ వివాహాలున్నాయి. ప్రేమించి పెళ్ళి చేసుకున్నవారు. పెళ్ళి చేసుకుని ఒకరి నుంచి ఒకరు ప్రేమను పొందేవారు."

"కానీ...."

"ఎలాటి సందేహాలు వద్దు. ధైర్యంగా నా చేయి అందుకో! నాకు శక్తినివ్వు. నా నుంచి నువ్వు శక్తిని తీసుకో."

"కానీ మీ అమ్మగారు?"

"అమ్మకి నా ఇష్టం నిన్ను చూసినప్పుడే చెప్పాను"

"కానీ అభిజిత్! నేను ఒకసారి...."

"అంకుల్ నాకు అంతా చెప్పారు. నేను దానికి ప్రాధాన్యత ఇవ్వను. నువ్వు నా చెయ్యి అందుకున్నప్పటి నుంచి మనిద్దరి జీవితాలు ఒకటి. నీ గురించి నాకు సందేహాలు లేవు. నువ్వు సమాధానం ఇవ్వాల్సిన పనిలేదు."

పూజ మాట్లాడలేదు. తల దించుకుంది. అతని మాటల్లోంచి ఏదో ధైర్యం తన రక్తంలోకి ప్రవహిస్తూ వస్తోంది.

అతను ఒక అడుగు దగ్గరకి వేశాడు.

"నిన్ను ఎంత ఆనందపెట్టగలనో నేను యిప్పుడే అంచనా వేయలేను. కానీ బాధపెట్టే మాటగాని, పనిగానీ ఏ చిన్నదీ చేయను. ఇటీజ్ మై ప్రామిస్" అతను ఒట్టు వేయడానికి చేయి చాచాడు.

"మీరు తర్వాత ఎప్పుడైనా త్వరపడ్డారని...."

"నా విషయంలో జరగదు. నీ విషయంలో కూడా అలాంటి ఆలోచన రాకుండా నేను జాగ్రత్త తీసుకుంటాను."

"నేనేం నిర్ణయించుకోలేకపోతున్నాను. మనమిలా ఆనందంగా వున్నాంగా. ఇది చాలదా?"

"చాలదు. నిన్ను ఎక్కువ సంతోషపెట్టాలన్నా, నీ నుంచి నేను పొందాలన్నా మనం భార్యా భర్తలమే అవ్వాలి. పెళ్ళి ఒక్కటే మనకి అర్హతని, ఆధిక్యతని యిస్తుంది."

పూజ తల దించుకుంది. తల్లి మరణం, తండ్రి సుస్తీ, మనసులో ఒంటరితనం వీటితో కృంగిపోయిన పూజకి అతని మాటలు ఒక వెలుగుపుంతలా కన్పిస్తున్నాయి. కానీ అటువైపు నడిచే శక్తి తనకి వుందా? తన మనసులో మాట తెలిసినట్టే అన్నాడు.

"పూజా! సందేహం వద్దు. ఒకసారి తలెత్తు"

పూజ తలెత్తింది. ఆమె కళ్ళలో నీటి తెరలు కమ్ముకుంటున్నాయి.

అతను చేయి అందించాడు.

మౌనంగా ఆమె అంగీకారానికి వేచి చూస్తున్నాడు.

పూజ అతన్ని తిరస్కరించలేకపోతోంది.

మెల్లగా చేయి చాచి అతని చేతిమీద ఆన్చింది.

అతని చేయి ఆ చేతిని బిగించి పట్టుకుంది.

అతని స్పర్శ ఆమె శరీరంలో కొత్త వూపిరి పోసింది.

అతను చెప్పలేని భాష్యాలెన్నో అతని చేతి స్పర్శలో ఆమె ప్రశ్నలకి సమాధానాలుగా దొరికి ఆమె భయ సందేహాలని పటాపంచలు చేసినాయి.

అతను మెల్లగా ఆమె చేయిపట్టి లేవదీశాడు.

పూజ భుజాల చుట్టూ చేయివేసి దగ్గరకు తీసుకున్నాడు.

పూజ ముగ్ధలా తలెత్తి అతని వైపు చూసింది.

అతను ఆమె కళ్ళలోకి చూస్తున్నాడు. అతని చూపుల్లో ఆమెకి తన ఆత్మ సాక్షాత్కారం అయింది.

అభిజిత్ పూజ భుజాలు చుట్టూ చేయి వేశాడు. ఇద్దరూ మెట్లు దిగి వస్తుంటే క్రింద వున్న పూజ తండ్రి, అభిజిత్ తల్లి ఆశ్చర్యంగా చూస్తున్నారు.

"అంకుల్! మీరు ప్రయాణం వాయిదా వేసుకోవాలి" అన్నాడు అభిజిత్.

ఆయన కళ్ళు పెద్దవి చేసి చూస్తున్నాడు.

"మేము వివాహం చేసుకోవటానికి నిశ్చయించుకున్నాం" తల్లి వైపు పూజని తీసుకువెళుతూ అన్నాడు.

ఆ క్షణం నుంచీ జీవితం ఒక మధురస్వప్నం అయిపోయింది. అభిజిత్ చేతిని తను అందుకున్న నిమిషం అనూహ్యమైనది. తన జీవనం అతని జీవితంలో అంతర్వాహినిగా కలసిపోవటం అని అర్థమయిపోయింది. వ్యాపారపరమైన ఆలోచనలు తనతో అతను పంచుకోవటం త్వరలోనే అలవాటయిపోయింది. తనకి తెలిసిన సలహాలు యివ్వటం, ఆ ఇచ్చేముందు వాటి గురించి క్షుణ్ణంగా తెలుసుకోవటం తన ముఖ్యమైన దినచర్యగా మారింది. స్తబ్దుగా, ఒంటరిగా బాల్యం గడిపిన తనకి యీ సందడి ఎంతో ఆనందం ఇస్తోంది. అభిజిత్ చుట్టూ ఎంత ప్రపంచం! అందులో తనకి ఒక ప్రత్యేకమైన స్థానం. అతన్ని పెళ్ళి చేసుకున్న తర్వాత తీన స్వతంత్రానికి, అభిరుచులకి ఎలాటి మార్పు, నియంత్రణ రాలేదు. పైగా అవి అభివృద్ధి చెంది ప్రవేశం చెందినాయి.

తనదంటూ ఒక వ్యక్తిత్వం! అతనితో ప్రేమని పంచుకునే దాంపత్యము! అతను జీవితంలో చకచకా విజయావకాశ అదృష్ట సోపాన అవరోహణ చేస్తుంటే అది గమనిస్తూ ఆనందం పొందటం తన ఏకాంతం. అతను! అతని ఆత్మీయత! ఒక్కక్షణం కూడా అతన్ని వదిలి వుండలేదు. వుండనీయడతను. అభిజిత్ ప్రతి చిన్న విషయంలో ముందు పూజ మనసు ఏమిటో అర్థం చేసుకుని తర్వాత నిర్ణయం చేస్తాడు. పూజకి నోరు విప్పి

చెప్పనవరసరం లేదు. చాలావాటిలో యిద్దరికి ఏకాభిప్రాయమే. వ్యతిరేకత వుంటే తర్కించి అర్థం చేసుకుంటారు.

అభిజిత్‌తో తన పెళ్ళి అయి నాలుగు నెలలు నిండలేదు. తండ్రి అంతవరకు అజ్ఞాతంగా వున్న గర్ల్ ఫ్రెండ్‌ని వివాహం చేసుకుని యింటికి తెచ్చుకున్నాడు.

"అభిజిత్! నువ్వు నన్ను పెళ్ళి చేసుకోకపోతే ఏమయేదాన్నో?" అంది.

"ఇది జరగబోతోందని నాకు తెలుసు" అన్నాడు.

"తెలుసా?" ఆశ్చర్యంగా అడిగింది.

అతను తల వూపాడు. "అందుకే మన పెళ్ళికి అంత త్వరపడ్డాను."

అతని అభివృద్ధికి అవసరం అన్పించిన ప్రతి విషయంలో ప్రతిదానికి సంబంధించిన వ్యక్తితో తగు జాగరూకతతో, మెలకువతో వ్యవహరించటం అలవాటయిపోయింది. అతనితో తన జీవితం విడదీయలేని అనుబంధం. పూజ అరవింద్ ఫోటోనే చూస్తోంది. అరవింద్‌ని గురించిన జ్ఞాపకాలని అభిజిత్ జయించాడు. కానీ.... కానీ ఆమె మనసులో ఆలోచనలు వెలుగునీడల్లా ముసురుకుంటున్నాయి.

సిద్ధార్థ! మైగాడ్! ఆమె ఆత్మ ఆక్రోశిస్తోంది. అప్రయత్నంగా ఆమె చెయ్యి తన పొట్టమీద ఆనింది. పూజ కళ్ళవెంట నీళ్ళు వుబికి వచ్చేస్తున్నాయి.

ఇది నిజమేనా? భగవంతుడా! ఇది నిజమే అయితే యీ ప్రపంచములో నా అంత అదృష్టవంతురాలు వుండదేమో. కానీ నా అంత దురదృష్టవంతురాలు కూడా వుండదేమో. జ్వరం తగ్గినా నీరసంతో వడిలి పాత ఇంట్లో తను వేసిన పక్కమీద పడుకున్న సిద్ధార్థ ముఖమే అరవింద్ ముఖంలో నుంచి కన్పిస్తోంది. అది తదేకంగా, సీరియస్‌గా పూజని చూస్తోంది. కళ్ళజోడులో నుంచి సిద్ధార్థ తన వైపు చూస్తున్న చూపులో కోటి ప్రశ్నలు విన్పిస్తున్నాయి. "నాకు నువ్వు! నీకు నేను" అన్నావు ఆ రోజు. అతను నిలదీస్తున్నట్టుగా వుంది పూజకి.

ఆ క్షణంలో తలుపులు తెరుచుకుని ఇంట్లోంచి ఆ నిశీధిలో పరుగెత్తుకు వెళ్ళి ఆ పాత యింటి తలుపులు బాది సిద్ధార్థ తెరవగానే "సిద్ధూ" అంటూ అతన్ని కౌగిలించుకోవాలనిపిస్తోంది. కాదు.... అతన్ని ఎత్తుకుని పసిపాపలా చేతుల మధ్య అడ్డంగా పట్టుకుని వూపాలని అన్పిస్తోంది. వంట్లో బాగాలేని అతన్ని తన భుజం మీద వేసుకుని వీపుమీద చిచ్చు కొడుతూ నిద్రపుచ్చాలని కోరికగా వుంది. పూజకి ఆ క్షణంలో సిద్ధార్థ 18 సం॥ కుర్రాడిగా అన్పించటం లేదు. పుట్టిన 18 నిమిషాల పసిపాపగా అనిపిస్తున్నాడు.

ఎక్కడో బిగపట్టి బలవంతంగా ఎత్తయిన అడ్డుకట్ట వేసిన మాతృత్వపు ప్రవాహానికి ఒక్కసారి అడ్డుకట్టతెగి ప్రవాహం వురికి సర్వం ముంచేస్తోంది.

ఆ ప్రవాహానికి వుచితానుచితాలు తెలియటంలేదు. స్వేచ్ఛ లభించిందనే సంతోషంతో సుళ్ళు తిరుగుతూ, పరవళ్ళు దొక్కుతూ వేగంగా పరుగులు దీస్తోంది.

ఇంతలో బెడ్‌రూంలో లైటు వెలిగింది.

"పూజా!" అభిజిత్ కంఠం పిలిచింది.

పూజ చప్పున అరవింద్ ఫోటో డ్రాయర్ సొరుగు తెరిచి పెట్టేసి మూసేసింది. అభిజిత్ లేచి వచ్చాడు.

"పూజా! ఇక్కడున్నావా?"

పూజ తల టేబుల్ మీదకి వంగిపోయింది. ఏడుపు నిగ్రహించుకోవటము సాధ్యం కావటంలేదు.

"ఏమిటి? అలా వున్నావు?" అతను దగ్గరకి వచ్చి తలమీద చేయి వేశాడు. పూజ భుజాలు కంపిస్తున్నాయి. బలవంతంగా ఆమె తల ఎత్తాడు. "ఏమిటిది? ఏమైంది? ఇదేమిటి?" ఖంగారుగా అడిగాడు.

సమాధానంగా ఏడుపు వరదలా పొంగి వచ్చేసింది.

"ఏమైంది? డాడీ గుర్తుకు వచ్చారా? ఫోనేమైనా చేశావా?"

పూజ మాట్లాడలేదు.

"ఎంతసేపటినుంచి ఒంటరిగా యిలా కూర్చున్నావు? నేను మొదట నిద్రపోయాను కదూ?" అభిజిత్ పూజని కుర్చీలో నుంచి లేవదీసి అమాంతం చేతుల్లో ఎత్తేశాడు.

"ఏమైందిరా? ఏమైంది? నన్ను ఖంగారు పెడ్తున్నావు నువ్వు." చేతుల మధ్య చిన్నపిల్లలా వూపుతూ అన్నాడు.

"అభీ!"

"ఊ! చెప్పు."

"నాకు భయంగా వుంది."

"ఎందుకు?"

"నేను–నేను–ఒకసారి సిద్ధార్థని చూస్తాను."

"సిద్ధార్థనా! ఇప్పుడా?" అతను ఆశ్చర్యంగా టైమ్ చూశాడు. 3 గం॥ కావస్తోంది.

"అతనికి తగ్గిపోయింది కదమ్మా! ఎందుకంత ఖంగారుపడ్తున్నావు? తప్పక వెళదాం. నేను తీసుకువెళతానుగా ప్రొద్దుటే."

అతను పూజని పడకగదిలోకి తీసుకువచ్చి మంచంమీద పడుకోబెట్టాడు.

"సిద్ధార్థ గుర్తుకువచ్చాడా?" మృదువుగా ఆమె మీదకి వంగి దిండు మీద మోచేయి ఆనించి అడిగాడు.

అవునన్నట్టు తల వూపింది.

ఆమె ఏడుస్తున్న ధ్వని ఆగటం లేదు. నిగ్రహించుకోవటానికి చేస్తున్న ప్రయత్నం ఫలించటం లేదు.

అభిజిత్ ఆమె జుట్టు సరిచేస్తూ అన్నాడు. "ఏమిటో పూజా! మనకి పిల్లలు లేకపోవటం వల్లనేమో! పిల్లల్ని ఎవర్ని చూసినా వాళ్ళు ఏ యీడు వాళ్ళయినా, వాళ్ళకి కాస్త బాధ వస్తే మన మనసులు విలవిలలాడుతున్నాయి. వెంటనే వెళ్ళి వాళ్ళకి సాయం చేయాలని అన్పిస్తోంది. సిద్ధార్థ విషయంలో కూడా మనకి అలాగే అన్పిస్తోంది."

"సిద్ధార్థ వేరు" అంది పూజ.

"అవును. అతను వేరు. హియీజ్ వెరీ టాలెంటెడ్" అన్నాడు.

పూజ సమాధానం చెప్పలేకపోతోంది.

16

అనంతగిరి శానిటోరియమ్‌లో శివనాథం అప్పుడే వాకింగ్‌కి వెళ్ళి వచ్చి ఒక కప్పు టీ తాగుతూ, జేబులో సిగరెట్ మీద చేయిపెట్టి ఎవరైనా వస్తారేమోనని అటూ యిటూ కళ్ళతోనే చూస్తున్నాడు. ఎవ్వరూ లేరని తెలియగానే సిగరెట్ తీసి లైటర్‌తో వెలిగించాడు. గబగబా నాలుగు గుక్కలు పీల్చేశాడు. గబగబా ఎవరో వస్తున్న అడుగుల చప్పుడు అయింది. డాక్టరు అయి వుంటాడు. ఆయన భయంగా కిటికీలో నుంచి విసిరేశాడు. ఆయన సిగరెట్ జోలికి వెళ్ళకూడదు. దాని పేరు కూడా తలవకూడదు అని డాక్టరు స్ట్రిక్ట్‌గా వార్నింగ్ యిచ్చాడు.

ఆయన నవ్వుతూ యిటు తిరిగేసరికి ఎదురుగా పూజ నిలబడి వుంది.

కూతురుని చూడగానే ఆయన ముఖం ఆనందంతో విప్పారింది.

"అమ్మా పూజా! ఎప్పుడు వచ్చావు? అభిజిత్ కూడా వచ్చాడా?" అడిగాడు.

"డాడీ!" పూజ ఆయన్ని తీక్షణంగా చూస్తూ అంది. "నేను నీతో ఒకటి తేల్చుకోవటానికి వచ్చాను. నువ్వు అబద్ధం చెప్పావా జన్మలో యిక నీ ముఖం చూడను."

"ఏమిటది?"

"ఆ రోజు.... పూనాలో నేను ప్రసవించినప్పుడు నాకు పుట్టినది నిజంగా మృతశిశువేనా?" పూజ కళ్ళు తీక్షణంగా వున్నాయి.

"ఇదేమిటి? అది యిప్పుడెందుకు?"

"నువ్వు దాచిన రహస్యం బయటపడింది. నాకు కొడుకు పుట్టాడు. లక్షణంగా ప్రాణంతో వున్నాడు. అవునా?"

"కొడుకని కూడా తెలిసిపోయిందా?" ఆయన గొణుక్కున్నట్టుగా అన్నాడు.

"చెప్పు డాడీ!"

ఆయన మాట్లాడలేదు.

"ఇప్పుడైనా నిజం చెప్పు. నువ్వు చెప్పకపోయినా నేను తలుచుకుంటే తెలుసుకోగలను. నీ నోటివెంటే నిజం వినాలని వచ్చాను."

"ఈ కట్టు కథ ఎవరు చెప్పారు పూజా! ఇదంతా అబద్ధం. ఎవరో నిన్ను మోసం చేస్తున్నారు. నీ దగ్గర డబ్బు లాగడానికి ఎత్తు వేస్తున్నారు."

"అంతేనా! కట్టు కథేనా! డాడీ! నీ కంటే కట్టుకథలు చెప్పగలవాళ్లు యీ ప్రపంచంలో వున్నారా? బెంగుళూరులో రెండో సంసారం నడుపుతూ, అమ్మని, నన్ను నీ అంత సత్యవంతుడు లేడని నమ్మించావు. ఇది కట్టు కథే అని నువ్వు అంటే నేను వెళుతున్నాను డాడీ! కానీ నేను నీ మాట నమ్మి వూరుకునే చిన్నప్పటి పూజని కాను. నేను తెలుసుకుంటాను. కానీ- కానీ- అది ఋజువై నువ్వు చెప్పింది అబద్ధమని తేలితే యిదే ఆఖరి చూపు"

పూజ గిరుక్కున వెనక్కి తిరిగి వెళ్ళిపోతోంది. ఆమె ఏదో ఆవహించిన మనిషిలా వుద్రేకంగా, చాలా ఆగ్రహంగా వుంది. ఆమె తనని వదిలేస్తే యీ వార్థక్యంలో, యీ అనారోగ్యంతో తనకి యిక దిక్కులేదు.

"పూజా!" కేకపెట్టి ఖంగారుగా పిలిచాడు.

పూజ ఆగింది.

"తొందరపడకు! ఇలారా" అర్థించాడు.

పూజ వెనక్కి తిరిగింది.

"ఇలా రామ్మా!"

పూజ రాలేదు. సంజాయిషీ కోరుతున్న న్యాయమూర్తిలా వుంది.

ఆయనే దగ్గరకి వచ్చాడు.

"పూజా! నువ్వు యిలా హఠాత్తుగా ఎందుకు అడుగుతున్నావో చెప్పు?"

"అది నీకు అనవసరం డాడీ!"

ఆయన మాట్లాడలేదు.

"నేను వెళుతున్నాను."

"వెళ్ళకు. ఆగు! నా మీద కోపం తెచ్చుకోకు. నిజమే! ఆ రోజు నీకు మగపిల్లవాడు పుట్టాడు."

పూజ కళ్ళలో గిర్రున నీళ్ళు తిరిగాయి.

"నిజం కదూ!" అంది.

"అవును. నేనే! రఘానంద్‌ని ఆ పిల్లాడిని ఎవరికైనా ఇచ్చేయమని యిచ్చాను. మీ అమ్మా, నేనూ నీకు పుట్టిన పిల్లాడు చచ్చిపోయాడని చెప్పమని అర్థించాం. రమానంద్ మొదట ఒప్పుకోలేదు. నీ చిన్న వయసు, నీ భవిష్యత్తు సమస్యలు చెప్పిన తర్వాత అంగీకరించాడు."

"రమానంద్ ఆ బాబుని ఏం చేశాడు డాడీ?"

"నాకు తెలియదు. నేను మళ్ళీ అతన్ని కలవలేదు."

"ఎంతపని చేశావు డాడీ!" పూజ కళ్ళనుంచి నీళ్ళు జలజల రాలుతున్నాయి. అవి ఆవేదన, ఆనందం కలిసినట్టుగా వున్నాయి.

"అప్పుడు నేను చేసింది మంచిపనే! లేకపోతే నీ భవిష్యత్తు యిలా వుండేదా?"

"దయయుంచి యిక మాట్లాడవద్దు. నాకేది ప్రాణప్రదమో నీకు తెలియలేదు. అది నా దురదృష్టం."

"నిన్ను బాధపెడితే క్షమించమ్మా!"

"క్షమిస్తాను డాడీ! అమ్మ పోయిన వెంటనే రెండు నెలలు తిరకుండా నువ్వు యింకో అమ్మాయితో జోరుగా తిరిగావు. అప్పుడు క్షమించినట్టే యిప్పుడు క్షమిస్తాను. కనీసం నిజం ఒప్పుకున్నావు చాలు!" పూజ వెనక్కి తిరిగి వెళుతోంది.

ఆయన వెంటే పరుగెత్తుకు వచ్చాడు. "పూజా! నా మీద కోపంలేదు కదూ! నన్ను వదిలేయకు."

"లేదు డాడీ! నీకు ఎలాంటి లోటూ చేయను. నువ్వు నన్ను యిప్పటికి కూడా అర్థం చేసుకోలేదు. నిజం చెప్పమని గద్దిండానికి అలా బెదిరించాను తప్ప యీ వార్ధక్యంలో, యీ అనారోగ్యంతో పైసా మిగలకుండా రెండో భార్య మోజులో అంతా పోగొట్టుకున్న నిన్ను, నేను నిజంగా వదిలేస్తానని ఎలా అనుకున్నావు? నేను నీ అంత కసాయిరాలిని కాదు డాడీ" ఆమె కళ్ళనుంచి ఆనంద జలపాతం చెంపలమీద వురుకుతుంది.

పూజ కారు స్టార్ట్ చేసింది. మరుక్షణం కారు వెళ్ళిపోయింది.

ఆయన పరుగున రావటంతో దగ్గు వచ్చింది.

కూతురు అన్న ఆఖరి మాటలు ఆయనని కృంగదీశాయి.

పూజ కారు వెళ్ళిపోయింది.

చేతులు వూపుతూ- "ఆ రోజు నేను అలా చేయకపోతే అభిజిత్ నిన్ను పెళ్ళిచేసుకునేవాడా? ఈ కారు వేసుకుని రంయ్‌ని వచ్చి నన్ను బెదిరించే స్థితిలో వుండేదానివా? ఏమిటో యీ జెనరేషన్? మంచి చేస్తే చెడు అని నిలదీస్తారు" అంటూ విసుక్కున్నాడు.

17

దూర ప్రయాణంతో దుమ్ముకొట్టుకున్న పూజ డ్రైవ్ చేస్తున్న కారు సరాసరి వచ్చి సిద్ధార్థ వుండే చిన్న ఇంటిముందు ఆగింది. కారు ఆపుచేసి పూజ దిగింది. డోర్ వేస్తూ ఆ చిన్న ఇంటి వైపు చూసింది. అదొక పవిత్రమైన గుడిలా కన్పిస్తోంది. ప్రయాణపు భారంతో, పడిన అశాంతితో పూజ ముఖంలో అలసట స్పష్టంగా కన్పిస్తోంది. కానీ తన అన్వేషణ ముగిసి, కోరుకున్న తీరం అనుకోకుండా చేరిన అదృష్టవంతురాలిలా ఆమె కళ్ళు కాంతివంతంగా వున్నాయి.

పూజ మెట్లెక్కి ఇంట్లోకి వచ్చింది. గుండెలనిండా అనిర్వచనీయమయిన భావావేశపు పొంగు!

కారు చప్పుడు వినగానే దానికోసమే వేచిచూస్తున్నట్టు అనసూయమ్మ ఆతురతగా చేస్తున్న పని వదిలి తొంగి చూసింది.

ఎదురుగా పూజ లోపలికి వస్తూ కనిపించింది. ఆవిడ ముఖం సంబరంతో విప్పారింది. చప్పున ఎదురువస్తూ "వచ్చావమ్మా! నీ కోసమే చూస్తున్నాను. నిన్నంతా రాలేదు. ఏమైందా అనుకున్నాను" ప్రేమ ఒలకబోస్తున్నట్టు అంటూనే వుంది. ఆవిడ కళ్ళు ఆశగా పూజ చేతిలో వుండే బుట్టలవంక చూశాయి. కానీ ఆ చేతులు ఖాళీగా వున్నాయి. పూజ ఏమీ తీసుకురాలేదు. వట్టి చేతులతో వచ్చింది. ఆవిడ నవ్వు మాయమైంది.

"మామ్మగారూ! సిద్ధూ.... సిద్ధూ ఎక్కడ? సిద్ధూ అనటంలో, ఆ పేరు పలకటంలో ఆమె ప్రాణం ఆ పేరులో ఐక్యం అయిపోతున్నట్టే వుంది.

"వాడా? కాస్త బాగానే వుందిగా! ఎక్కడికో వెళ్ళాడు."

"ఇంట్లో లేడా?" ఆశాభంగంగా అంది.

"ఒంట్లో బాగుంటే వాడి కాళ్ళు ఇంట్లో నిలుస్తాయా?"

"ఎప్పుడు వస్తాడు?"

"ఏమో! నాకు చెబుతాడా? వెళ్తూ చెప్పడు. వచ్చింతర్వాత పోయి ఆ గదిలో కూర్చుంటాడు. వచ్చాడో లేదో నేనే తొంగిచూసి తెలుసుకోవాలి." ఆవిడ విసుగ్గా వెళ్ళిపోయింది.

ఈవిడ వచ్చింతర్వాత పళ్ళు, బిస్కెట్స్ సిద్ధూకంటే తనే ఎక్కువ తింటోంది. ఇంటినిండా అలా తినే సామగ్రి వుంటే ఆవిడకి జీవితం స్వర్గంలా అన్పిస్తోంది. హార్లిక్స్ రెండుసార్లు తనే గ్లాసుడు కలుపుకుని తాగేసింది.

పూజ సిద్ధార్థ గది దగ్గరకొచ్చింది. జాగ్రత్తగా పాదం ఎత్తి గర్భగుడిలో కాలు పెడుతున్నట్టే పెట్టింది. గదంతా కళ్ళారా కలయచూసింది.

తను కొని తెచ్చివేసిన పక్క చుట్టి ఓ మూలన పెట్టివుంది.

తను అతని కోసం తెచ్చిన డ్రెస్‌లు కూడా మడతపెట్టి కాగితం పొట్లంలో నుంచి తొంగిచూస్తూ ఆ పరుపు మీద వున్నాయి.

పెట్టె మీద అతని పాతబట్టలు అస్తవ్యస్తంగా మడతపెట్టున్నాయి.

పూజ వాటిమీద చేయి ఆనించింది. ఆ స్పర్శతో ఆమెలో నిదురపోతున్న స్వప్నాలు మేలుకుంటున్నాయి. పూజ పాతబడి, చిరిగి, కుట్టిన వాటిని సజల నయనాలతో చూస్తోంది. అవి అతను పడిన కష్టాలు ఏకరువు పెడుతున్నాయి. వాటిని రెండు చేతులతో గట్టిగా

గుండెలకి హత్తుకుని కళ్ళు మూసుకుంది. ఆమె కళ్ళవెంట నీళ్ళు ఆగటంలేదు. చెంపల మీదకి జాలువారుతున్నాయి.

అడుగుల చప్పుడయింది.

పూజ తిరిగి చూసింది.

గుమ్మంలో సిద్ధార్థ నిలబడి వున్నాడు. అతను తన పాత ప్యాంట్, షర్ట్‌ని ఆవిడ గుండెలకి అదిమి పట్టుకోవటం చూశాడు.

అతని కనుబొమలు ముడిపడ్డాయి.

పూజ సిద్ధార్థనే చూస్తోంది.

"సిద్ధూ!" ఆమె పెదవులు కదులుతున్నాయి.

"గుడీవెనింగ్!" సీరియస్‌గా అన్నాడు.

"సిద్ధూ!" కలలో నడుస్తున్న మనిషిలా చూస్తూ అతని దగ్గరకు వచ్చింది. ఆమె కళ్ళవెంట నీళ్ళు జలజలా రాల్తున్నాయి. అయినా యీ లోకంలో వున్న శాంతి, ఆనందం అంతా వచ్చి ఆమె ముఖంలో విరబూస్తోంది.

"సిద్ధూ!" ఎంతో లలితంగా పిలుస్తూ చేయి చాచి అతని భుజంమీద వేసి గట్టిగా పట్టుకుంది. అతని భుజం మీద గుచ్చి ఆనిన ఆమె చేతి ఐదువేళ్ళూ ఆమె పంచప్రాణాల్లా వున్నాయి.

అతని స్పర్శలో జీవశక్తి ఆమె కనురెప్పల వెనక యిన్నేళ్ళూ దాగివున్న చీకటి వాల్మీకాన్ని ఒక అణు ఇంధనశక్తిలా మారి పటాపంచలు చేస్తోంది.

"సిద్ధూ!" ఆమె ఎంతో చెప్పాలని అనుకుంటుంది. కానీ భావావేశపు ఇంద్రధనస్సుల సుడిగుండంలో గిర్రున తేలియాడుతున్న ఆమెకి నోటివెంట యింకే మాటా రావటంలేదు.

అతను మెల్లగా, నిర్మొహమాటంగా భుజం క్రిందకు వంచి ఆమె చెయ్యి తప్పించుకుని దూరంగా వెళ్ళాడు.

గదిలోకి వెళ్ళి పాత పుస్తకాల్లో నుంచి వెతికి రెండు డిజైన్ల పుస్తకాలు తీసుకున్నాడు. అవి తీసుకుని గదిలో నుంచి వెళ్ళిపోతుంటే వెనకనుంచి పూజ 'సిద్ధూ' అని పిలిచింది. ఆమె పిలుపు ఆర్తనాదంలా వుంది.

అతను గుమ్మం దాటుతుంటే ఆ పిలుపు వినిపించింది.

ఆశ్చర్యంగా భుజం మీద నుంచి తిరిగిచూశాడు. ఆమె చేయిచాచి తనని వెళ్ళవద్దన్నట్టు వారిస్తోంది.

అతను ఆమె వైపు తిరిగాడు. "నాకు బాగా తగ్గిపోయింది మేడమ్! థ్యాంక్స్" అనేసి వెనక్కు తిరిగి వెళ్ళిపోయాడు. వెళ్తూ ఆమె ప్రవర్తన బొత్తిగా అర్థంకానివాడిలా భుజాలు కదిపి 'ఏమిటో?' అన్నట్టుగా కనుబొమలెత్తాడు.

అనసూయమ్మ అతని దగ్గరకొచ్చి అతని చొక్కా పట్టుకుని "సిద్ధూ! అవిడని 200 రూపాయలు అడగరా! ఇంటిలోకి సామాను తెచ్చుకుందాం" అంది రహస్యంగా.

సిద్ధార్థ ఆవిడ తన చొక్కా పట్టుకున్న చోట చిరాకుగా చూసి కళ్ళు ఎత్తి ఆవిడ వైపు చూశాడు.

అనసూయమ్మ ఆ చూపులకి భయపడినట్టుగా అతని షర్ట్ వదిలేసింది.

అతను వెళ్ళిపోయాడు.

అనసూయమ్మ వచ్చి గదిలోకి తొంగిచూసింది.

పూజ సిద్ధార్థ బట్టలు చేతుల మధ్య పట్టుకుని అలాగే నిలబడింది.

అనసూయమ్మ ఏడుపు కంఠంతో "చూశావుగామ్మా! ఆ బట్టలు కొని నాలుగేళ్ళయింది. ఒకే జత. రోజూ రాత్రి ఉతికి ఆరేసుకుని ప్రొద్దుట వేసుకునేవాడు. చూడు! నేను ఎన్నిసార్లు వాటిని కుట్టానో తెలుస్తుంది?"

"మామ్మగారూ! సిద్ధూ ఏడి?"

"వెళ్ళిపోయాడు. వాడికి కోపం. ఏం చేయను-బిడ్డ ఇంటికొస్తే గుప్పెడు అన్నం పెట్టలేని దరిద్రురాలిని" ముక్కు చీదేస్తూ అంది.

"అదేమిటి? సిద్ధూ అన్నం తినలేదు!"

"లేదమ్మా. బియ్యం లేవు."

"అయ్యో! జ్వరంపడి లేచిన పిల్లాడు" పూజ వెంటనే బ్యాగ్ తెరిచి డబ్బు తీసి ఆవిడ చేతిలో పెట్టింది. "వెంటనే సామాను తెప్పించండి" అంది.

అనసూయమ్మ చూసుకుంది. ఆరు వందలున్నాయి. ఆవిడ బోసినోరంతా కన్పించేలా నవ్వేస్తూ "నిన్ను ఆ దేవుడు చల్లగా చూడాలి.... కూర్చోమ్మా! కూర్చో! అలా నిలబడ్డావేమిటి? కాళ్ళు నెప్పి పుడతాయి" అంటూ జంపఖానా తెచ్చి వేసింది.

డబ్బు చూపిస్తూ "నువ్వు యిస్తున్నావు. మా వాడు నన్ను తిడతాడేమో?" అంది భయంగా.

"ఏం తిట్టడు. నేను బలవంతంగా యిచ్చానని చెప్పండి. మామ్మగారూ! సిద్ధూకి భోజనంలో ఏం ఎక్కువ యిష్టం?"

"ఇష్టమేమిటి నా బొంద! పప్పు, కూర, అన్నం దొరికితే అదే మాకు పండగ. ఎప్పుడన్నా ఇంత అన్నంలో పాలుపోసి, పంచదారవేసి, ఒక యాలక్కాయ కొట్టి, ఒక్క జీడిపప్పు ముక్క పడేస్తాను. వాడికి ఆ పరమాన్నమే చాలా యిష్టం. గొప్పలు చెప్పుకోకూడదు మేమెప్పుడోగాని అది చేసుకోమమ్మా. ఒకరోజు పాయసం చేస్తే ఆ రోజు పెరుగు మానెయాల్సిందే."

పూజ క్రింద పెదవి నొక్కిపెట్టింది.

"మీకు... మీకు.... సిద్ధూ స్వంత మనవడా?"

"లేదమ్మా! మా చెల్లెలి మనవడి కొడుకు అరవింద్ అని యాక్సిడెంట్‌లో చచ్చిపోయాడులే."

"సిద్ధూ తల్లి?"

"ఆమె కూడా పోయిందన్నారు. అవన్నీ నాకు తెలియదు. ఆఖరి రోజుల్లో మా చెల్లెలు వాడిని ఆరేళ్ళ పిల్లాడిగా తీసుకుని నా దగ్గరే వుండిపోయింది. అప్పటినుంచీ నేనే పెంచి పెద్దచేశాను. వాడి కోసం చాలా కష్టపడ్డాను. మగబిడ్డ. పెద్దయితే ఇంత గంజిపోస్తాడు కదా అని. వాడేమో యిప్పుడు నా మాటే వినడు."

"సిద్ధూని చదివించలేదా మీరు?"

"చదువా! అంత డబ్బులు నా దగ్గరెక్కడివి! వాడే ఏదో కష్టపడి ప్రైవేట్‌గా ఇంటర్ పాసయ్యాడు. నేను మిషన్ కుట్టేదాన్ని. సిద్ధూకి మిషన్ పని బాగా వచ్చు. 10 సం॥లకే వాడు కత్తిరింపులు నేర్చుకుని, మిషన్ మీద అన్ని కుట్లూ కుట్టేవాడు. నాలుగేళ్ళ క్రితం ఒక సింధీ ఆవిడ రెడీమేడ్ డ్రెస్‌షాపులో పనిచేశాడు. ఆవిడ వీడికి బాగానే జీతం యిచ్చింది. ఆ సంపాయించిన డబ్బుతోనే ఇల్లు గడిపేవాడు. కానీ ఏమైందో ఏమో! ఆవిడ దగ్గర వుద్యోగం మానేసి చక్కా వచ్చాడు. ఏమైందిరా అంటే చెప్పడు. ఈ నాలుగేళ్ళ నుంచీ మేము పడని కష్టం లేదు. తన సొంత షాపు చిన్నది పెట్టుకోవాలని అప్పుల కోసం తిరిగాడు. ఎవ్వరూ యివ్వలేదు. అక్కడా యిక్కడా నాలుగు రోజులు వుద్యోగం చేయటం. వాళ్ళతో కుదరక మానేయటం? ఇదీ వరస. వీడి కోపం వీడిని ఎవ్వరితో కలవనీయదు."

పూజ చిత్తరువులా వింటోంది.

"నేను బజారు వెళ్ళి సామాను తెచ్చుకోవాలి. మీరు వుంటారామ్మా! వెళతారా?" అనసూయమ్మ అడిగేసింది.

"నేను వుంటాను. మీరు వెళ్ళిరండి!" అంది పూజ నిస్సంకోచంగా.

అనసూయమ్మ తెల్లబోయింది. తటపటాయింపుగా చూస్తూ "పోన్లెండి.... నేను తర్వాత వెళ్తాను. వీధి చివరే కొట్టు" అంది.

"వెళ్ళిరండి! సిద్ధూ వచ్చేసరికి భోజనం వండి రెడీగా వుంచండి. యాలకులు, జీడిపప్పులు మర్చిపోకండి. మీ పాయసం యీ రోజు నేను కూడా రుచి చూస్తాను" అంది.

అనసూయమ్మ తర్వత్వరగా వెళ్ళింది.

పూజ గదంతా చూసింది! ఆ గదిలో సిదార్ధ సామాను కొద్దిగా తప్ప పెద్దగా లేవు. అతను చిన్నప్పటి నుంచీ పడ్డ కష్టాలు అనసూయమ్మ ద్వారా చూచాయగా తెలిశాయి. పూజ మనసులో నుంచి కన్నీటి జల వుబికి ఆమె ముఖంలోకి తన్నుకువస్తోంది. తన ఇంట్లో పిల్లల కోసం తపిస్తూ పుట్టని పిల్లల కోసం, పుడతారా అనే ఆశతో తమ బెడ్‌రూమ్ పక్కన ప్రత్యేకంగా కట్టించిన పిల్లల గది, అందులో సుఖమైన ఏర్పాటు గుర్తుకొచ్చాయి. ఈ 19-20 సంవత్సరాలు తనకీ సిద్ధార్థకి ఒక శాపం, ఇంకనుంచి సిద్ధూని వదిలి తను ఒక్కక్షణం కూడా వుండదు. ఉండలేదు తను.

పూజ అతని సామాను ప్రేమగా సర్దివున్నదే మళ్లా సర్దింది. అతని పక్క వేసింది. 'సిద్ధూ!' ఆమెకి ఆ పక్కమీద నిస్సంకోచంగా వున్న ఒక పసిపిల్లాడు కన్పిస్తున్నాడు.

మంత్రముగ్ధలా ఆ దృశ్యాన్ని చూస్తోంది. పిల్లలు పెరిగే వయసులో రోజురోజుకీ మారుతుంటారు. ఈ ప్రపంచం గురించి తెలుసుకుంటున్న కొద్దీ వారి సంబరం, ఆశ్చర్యం చూడముచ్చటగా వుంటుంది. 19 సంవత్సరాల నిండు ఆనందం తన తండ్రి మూలంగా తను కోల్పోయింది.

'ఫర్వాలేదు. గతించిన విషాదం వద్దు. డాడీని ఏమీ అనవద్దు! సిద్ధూ బ్రతికి క్షేమంగా వున్నాడు. 19 సం॥ల గతం తమకి చెందకపోయినా.... రాబోయే భవిష్యత్ తమ యిద్దరిదీ. దీన్ని ఎవ్వరూ ఆపలేరు. ఆమెలో మాతృత్వం ఒక ప్రచండశక్తిగా మారుతోంది.

అనసూయమ్మ సామాను కొనుక్కుని త్వరగానే తిరిగి వచ్చేసింది.

"అబ్బబ్బ! ఏం ధరలు మండిపోతున్నాయి. బండీ మీద డబ్బు మోసుకెళ్ళి గంపలో సామాను తెచ్చుకునే రోజులు వచ్చాయి" అని తిట్టుకుంటోంది.

ఆవిడ వంట చేస్తుంటే పూజ గుమ్మంలో చేతులు కట్టుకుని నిలబడి చూస్తోంది. యాలకులు వలిచి యిచ్చింది, జీడిపప్పు అలా కాదని తనే దోరగా వేయించి యిచ్చి సాయం చేసింది. సిద్ధూని గురించి వివరాలడుగుతోంది. ఆవిడ చెబుతుంటే తన్మయత్వంతో వింటోంది.

రాత్రి 9 గంటలు అయింది.

సిద్ధార్థ ఇంటికి తిరిగొచ్చాడు. వంటగది దగ్గర నానమ్మతో నవ్వుతూ, తుళ్ళుతూ కబుర్లు చెబుతూన్న పూజని చూసి చకితుడైనట్టు ఆగిపోయాడు.

"రా! నీ కోసమే ఎదురుచూస్తున్నాం! నానమ్మ పాయసం చేశారు" అంది పూజ ఎదురు వస్తూ.

"ఆమెగారే చేశారురా సిద్ధూ! రా!రా! ఘుమఘుమలాడుతోంది. మనమెప్పుడు యిలాంటిది తినలేదు" అంది అనసూయమ్మ గిన్నెలో పోసి తెస్తూ.

పూజ ఆవిడ చేతుల్లో నుంచి లాక్కున్నట్టుగా గిన్నె తీసుకుంది.... "తిను సిద్ధూ!" చెంచాతో తీసి అతని నోటికి అందిస్తుంటే అతను ఒక అడుగు వెనక్కివేసి దూరంగా జరిగాడు.

"తినమ్మా! మంచివాడివికదూ?" ఆమె బ్రతిమలాట చిన్న పసిపాపని అడుగుతున్న తల్లిలా వుంది.

సిద్ధార్థకి ఆమె ముఖంలో సంతోషం ఆశ్చర్యం గొలుపుతోంది. ఆమె ముఖం చూసి తిరస్కరించలేకపోతున్నాడు.

"తిను. ప్లీజ్!"

అతను కావాలని వాచీ చూసుకుంటూ "చాలా టైమైంది మేడమ్!" అన్నాడు.

"ఓ! నేను ఇంటికి వెళ్ళాలి కదూ? తిను సిద్ధూ! నువ్వు తినకపోతే నేను ఇంటికి వెళ్ళను" అనేసింది.

అతని కళ్ళల్లో భయం. ఆమె అందిస్తున్న చెంచాని ఆమె చేయి స్పర్శ తగలకుండా జాగ్రత్తపడి తనే తీసుకుని నోట్లో పెట్టేసుకున్నాడు.

"అవునమ్మా! చాలా టైమ్ అయింది సుమా!" అంది అనసూయమ్మ. సిద్ధార్థ చిరాకు ఆవిడ పసిగట్టింది.

పూజ బలవంతంగా బయలుదేరింది. వెళ్ళలేనట్టుగా వెళుతోంది.

"పొద్దుపోయింది. నువ్వు కూడా తోడువెళ్ళి దించిరారా" అంది వరమ్మ.

"నువ్వు మాట్లాడకు నానమ్మా" పళ్ళబిగువున శబ్దం ఎక్కువ రాకుండా కసిరాడు.

పూజ వెళ్ళిపోయింది.

కారు వెళ్ళగానే సిద్ధార్థ అనసూయమ్మ వైపు తిరిగాడు. చేతులు నడుంమీద పెట్టుకుని కళ్ళెర్రచేస్తూ "నువ్వు మళ్లా నీ నాటకం మొదలుపెట్టావా నానమ్మా" అంటూ మండిపడ్డాడు.

"నేనేం చేయలేదురా" ఆవిడ మొత్తుకుంది.

"చాలించు నానమ్మా! కాస్త డబ్బుగల వాళ్ళని చూడగానే బుడిబుడి రాగాలు తీస్తూ నీ బాధలు వెళ్ళబోస్తావు. నువ్వేం చెప్పందే ఆమెగారు యింత సామాను తెప్పించిందా?"

"ఇంకెప్పుడూ అననులే" ఆవిడ దణ్ణం పెట్టింది.

"ఛీ ఛీ! ఆ జ్వరంతో నేను ఛస్తే పోయేది" సిద్ధార్థ విసుక్కుంటూ తన గదిలోకి వెళ్ళాడు.

18

పూజ డ్రైవ్ చేస్తున్న కారు పూజా నిలయం ముందుకు వచ్చింది.

గూర్ఖా కారు చూడగానే పరుగెత్తుకు వెళ్ళి గేటు తెరుస్తూ గొంతెత్తి బిగ్గరగా "సాబ్! అమ్మాజీ ఆగయే!" అంటూ అరిచాడు.

పూజ కారు పోర్టికోలో ఆపి ఇంట్లోకి వచ్చేసరికి పైనుంచి మెట్లు దిగి అభిజిత్ పరుగున వస్తున్నాడు.

తాయారు, వంటచేసే పెరుమాళ్ళు, బోయ్ అందరూ అప్పటికే ఎదురొచ్చి ఆనందంగా చూస్తున్నారు.

అభిజిత్ దగ్గరకి వచ్చి భార్య చేయి పట్టుకుంటూ "పూజా! ఎక్కడికి వెళ్ళావు?" అని ఆదుర్దాగా అడుగుతున్నాడు.

పూజ సమాధానంగా చెప్పలేని సంతోషంతో "అభీ!" అంటూ అతన్ని గాఢంగా కౌగలించుకుంది.

"ఇంత ఆలస్యం అయిందేమిటి? నువ్వు ఉదయం డాడీ దగ్గరకు వెళుతున్నానని ఫోన్ చేసి నాకు చెప్పమన్నావని వర్ధన్ చెప్పాడు. అంకుల్‌కి బాగాలేదా అనే ఖంగారుతో ఫోన్‌చేశాను. నువ్వు వచ్చి వెళ్ళిపోయావని చెప్పారు. ఎంతసేపైనా రాలేదు. కారు ఎక్కడైనా బ్రేక్ అయిందా? పెట్రోల్ చూసుకున్నావా లేదా అని భయపడుతున్నాను. నేనే యిక బయలుదేరి వద్దామని అనుకుంటున్నాను."

అతను తన ఆదుర్దా వినిపిస్తుంటే పూజ అదేం పట్టనట్టుగా గట్టిగా, ఇంకా గట్టిగా అతన్ని కౌగలించుకుని వదలటంలేదు.

యజమాని, యజమానురాలు అలా దగ్గరగా వున్న దృశ్యం చూసి నౌకర్లు పక్కకి తప్పుకున్నారు.

"తాయారూ! మీ అమ్మగారికి ముందు వేడివేడి కాఫీ తీసుకురా. ఎదురుచూసి చూసీ అలసిపోయాను. నాకు కూడా కావాలి" అన్నాడు.

"ఇప్పుడే తెస్తున్నా అయ్యగారూ" అంది తాయారు.

అభిజిత్ భార్యని చేయి పట్టుకుని మెట్లమీద నుంచి తీసుకువెళ్తూ–మిసెస్ మాథుర్‌కి ఫోన్ చేశాను. రాలేదంది. శారదాంబగారిని అడిగాను–తెలియదు అంది" అతను భార్యని తీసుకువచ్చి పడకగదిలో కుర్చీలో కూర్చోపెట్టాడు. "ఎంత అలిసిపోయినట్లున్నావో చూడు" అన్నాడు.

"అలిసిపోయానా?! నన్ను సరిగ్గా చూడు?" పూజ ముఖం ఎత్తి నవ్వేస్తూ అంది.

"ఏమిటి యీ సంతోషం? ఏమైంది?" అడిగాడు.

సమాధానంగా పూజ కుర్చీలో నుంచి గభాల్న లేచింది. అతని మెడ చుట్టూ చేతులు వేసింది. అతని గుండెల్లో ముఖం దాచేసుకుంది. "అభీ! నేను చాలా సంతోషంగా వున్నాను" అంది.

"నువ్వు ఎప్పుడూ ఇలాగే వుండాలి!"

"కారణం అడగవా?"

"నువ్వే చెప్పేస్తావుగా. నువ్వు ఆనందంగా వున్నావు. అదే నాకు ముఖ్యం" అతను ఆమె తల మీద చెంప ఆనించి కళ్ళుమూసుకున్నాడు.

క్షణం క్రితం అతని మనసునిండా ఆందోళన! పూజకి ఏదయినా ప్రమాదం జరిగిందా! కారు కేదయినా అయిందా! తనంటే ఈర్ష్యతో బుసలుకొడుతున్న త్రాచుపాముల్లాటి మనుష్యులున్నారు. వారేమైనా చేశారా! అతని కళ్ళముందు రకరకాల భయాలు! పూజ క్షేమంగానే వుండి వుంటుంది. ఇప్పుడో యింకాసేపట్లోనో రావటమో, ఫోన్‌లో పలకటమో తప్పక చేస్తుంది. తన మనసుకి ధైర్యం చెప్పుకుంటూ ఆ గదిలో అటూ ఇటూ పచార్లు చేస్తూ క్షణం ఒక యుగంగా గడిపాడు.

ఇలా పూజని దగ్గరకి తీసుకుంటే 'హమ్మయ్య' అన్పిస్తోంది. అతనిలో ఆదుర్దా మెల్లగా సద్దుమణుగుతోంది.

"నేను ఎందుకింత సంతోషంగా వున్నానో తెలుసా?" పూజ అతడిని విడిపించుకుని తలెత్తుతూ అంది.

"చెప్పు" అభిజిత్ చిరునవ్వుతో చూస్తున్నాడు. అతని ముఖంలో ఆమే తన సర్వస్వం అనే భావన!

అతని కళ్ళలోకి చూస్తున్నకొద్దీ పూజ సంతోషం పొంగు తీసేసిన పాలకుండలా అయింది. అడుగున ఎక్కడో భావావేశం ముమ్మరంగా మరుగుతోంది! కానీ అది పైకి రావటం లేదు.

ఇంతలో తాయారు ట్రేలో పదిలంగా కాఫీ తెచ్చి అక్కడ పెడ్తూ "అమ్మగారూ! అయ్యగారు మీ కోసం చూస్తూ కాఫీ కూడా తాగలేదు" అని వెళ్ళింది.

పూజ భర్త వైపు చూసింది. అతనే కాఫీ కప్పుల్లో పోసి పూజకి అందించాడు. "పూజా! ప్లీజ్! నన్నెప్పుడూ యిలా వర్రీ పెట్టద్దమ్మా. వయసు వస్తోంది. పెద్దవాడిని అవుతున్నాను. నీ గురించి ఆతురత తట్టుకోలేను."

అతను సరదాగా అన్న మాటలు పూజని నవ్వించలేకపోయినాయి.

ఎప్పుడూ ఎదురు సమాధానాలు వారిద్దరి మధ్యా పూల చెండు ఆటలా వుంటుంది. పూజ ఏమీ అనలేదు. కాఫీ తీసుకుంది. ఆమె కాఫీ కప్పులో సిద్ధార్థ ముఖం కనిపిస్తోంది. అది ఆనందంగా చూసింది. వెంటనే అభిజిత్‌కి చెప్పేయాలని సంతోషంతో మళ్ళీ తలెత్తింది. అభిజిత్ వెళ్ళి మిసెస్ మాథుర్‌కి ఫోన్ చేస్తున్నాడు. పూజ నిగ్రహించుకుంది. ఆమె సంతోషం మళ్ళీ అడుగంటులోంది. ఇది పనికాదు! అతనికి చెప్పేయాలి. చెప్పకుండా వుండలేదు! చెప్పకపోతే తనకి పాపం వస్తుంది! పూజ రెండు గుక్కలు కాఫీ తాగి కప్పు ప్రక్కన పెట్టేసింది. నిర్ణయం చేసుకున్న దానిలా లేచి అతని వెనకగా వెళ్ళింది. అతని నడుం చుట్టూ చేతులు పెనవేసి, అతని వీపు మీద తల ఆనించుకుంది.

మిసెస్ మాథుర్‌తో మాట్లాడి ఫోన్ పెట్టేసిన అతను, కుడి చేయి వెనక్కి పోనిచ్చి ఆమె పెదవుల మీద వేలితో స్పృశించాడు.

పూజకి పట్టరాని సంతోషం వచ్చినప్పుడు యిలా వెనక నుంచి వచ్చి చిన్న పిల్లలా పట్టేసుకుంటుంది. అది ఆమె ఆపుకోలేని ఆనంధానికి సంకేతం!

ఆమె మాట్లాడలేదు.

"ఏమిటీ?" అడిగాడు.

"అభీ! నా సంతోషం నీ సంతోషం కదూ?" అంది.

"అనుమానం ఎందుకు వచ్చింది?"

"నువ్వు చెప్పు?"

"చిన్న కరెక్షన్! నీ సంతోషం నీకంటే నాకు ఎక్కువ ఆనందం. చెప్పు"

ఇంతలో మళ్ళీ ఫోన్ మ్రోగింది. అభిజిత్ తీశాడు. పూజ అతన్ని వదిలి వెళ్ళబోతుంటే కుడిచేయి వెనక్కి పోనిచ్చి ఆమె నడుం మీద చుట్టి ఆపేశాడు.

ఫోన్ చేసింది కరుణాకరంగారు. ముఖ్య విషయం మాట్లాడుతున్నారు. అతను అర్జెంట్ పని వున్నట్టే తర్వాత మళ్ళీ చేస్తానని ఫోన్ పెట్టేసి యిటు తిరిగాడు.

"ఇప్పుడు చెప్పు" అన్నాడు.

పూజ అతని కళ్ళలోకి చూస్తోంది! అతను కుతూహలంగా చూస్తున్నాడు.

పూజ మనసులో ఎక్కడో మెల్లగా తలుపులు మూసేసుకుంటున్నాయి!

పూజకి మెల్లగా ఒంటిమీదకి తెలివి వచ్చి ఈ లోకంలోకి వస్తున్నట్టుగా అనిపిస్తోంది. అతను తన భర్త! దాదాపు 18 సంవత్సరాల నుంచి పిల్లలు కావాలి అనేది యిద్దరూ సమిష్టిగా పొందాలనుకున్న సువర్ణ స్వప్నం! ఆ స్వప్నం తన ఒడిలోనే పడి అమృతఫలం అయి తనని అదృష్టవంతురాలిని చేసింది! ఈ మాట వినగానే అతను ఒంటరితనం ఫీలవుతాడా! అతని స్వప్నం చిన్నాభిన్నం అవుతుందా! దానికి కారణం స్వయంగా తనే అవటం తను సహించగలదా! పూజ మనసు చిత్రమైన అలజడికి లోనవుతోంది. ఈ క్షణంలో తన యీ ఆనందం అతని మీద విరజిమ్మేసి అతని ద్వారా తను ద్విగుణీకృత... రెట్టింపు సంతోషం పొందాలనే ఆతృతని ఆమె మనసులో ఏదో బెరుకుతనం వెనక్కి లాగుతోంది. నోటిని 'తొందరపడకు సుమా' అని అదుపుచేస్తోంది.

"చెప్పరా! ఏమిటది? నా కంటికి నువ్వు పదేళ్ళు తగ్గిన చిన్నపిల్లలా అనిపిస్తున్నావు. ఏమిటా వండర్ న్యూస్?"

పూజ మాట్లాడలేదు.

"పోనీ కళ్ళు మూసుకోనా? చెవిలో చెబుతావా?" కళ్ళు మూసుకుంటూ అడిగాడు.

పూజ అతన్నే గమనిస్తోంది. సమాధానం చెప్పలేనిదానిలా అతన్ని కౌగలించుకుంది.

"చెప్పు" అన్నాడు చెవి అందిస్తూ.

"ఊహు! ఇప్పుడు కాదులే" అస్పష్టంగా అంది. పూజ మనసులో ఆనందం బిత్తరపోయినట్టు ఒంటరిగా నిలబడిపోయింది.

పూజకి జీవితంలో మొట్టమొదటిసారిగా అర్థమైంది.

అభిజిత్‌ని బాధపెట్టిన సంతోషం ఏదీ తనకి నిజమైన సంతోషం కాదని!

రాత్రి 11 గంటలు అయింది. పగలంతా పన్లతో అలిసిపోయిన అభిజిత్ త్వరగా నిద్రపోయాడు. పూజకి నిద్ర రావటం లేదు. అభిజిత్ చేయి ఆమె నడుం చుట్టూ వేసి వుంది. అతను సిద్ధార్థ విషయం ఎలా తీసుకుంటాడా అని పూజ మనసులో వున్న బెరుకు క్రమంగా ఆందోళనగా మారుతోంది. ఆమె చెయ్యి యిష్టంగా గాఢనిద్రలో వున్న అతని చేతి మీద ఆనింది. ప్రక్కకి తిరిగి పడుకున్న అతని వుచ్ఛ్వాస నిశ్వాసాలు ఆమె చెవి దగ్గర వినిపిస్తున్నాయి. ఆమె కళ్ళ ముందు సిద్ధార్థ ముఖమే కన్పిస్తోంది. అతను పడిన బాధలు ముసలమ్మ మాటల్తో చెవుల్లో ప్రతిధ్వనిస్తున్నాయి.

"ఒకసారి ఏమయిందనుకున్నావు? వాడికి జ్వరం, వాంతులు. కాళ్ళు చేతులు పుల్లల్లా అయ్యాయి. డాక్టరు మందులు వ్రాసి యిచ్చాడు. నా దగ్గర డబ్బుల్లేవు. ఇంటాయన అద్దె యివ్వలేదని అప్పటికే మండిపడుతున్నాడు. ఇది కలరా అని తన పిల్లలకి అంటుతుందని ఇంట్లోంచి పొమ్మన్నాడు. నేను వాడిని ఎత్తుకుని ఒక షాపు అరుగు మీద పడుకోబెట్టాను. మగబిడ్డ. బ్రతికి నన్ను వుద్ధరిస్తాడని అనుకున్నాను. నాకా అదృష్టం లేదు. ఏం చేస్తాం! మా ఋణం యింతే అనుకున్నాను. పేవ్‌మెంట్ మీద కూర్చున్న ముష్టిది అనుకుని ఒకాయన పదిపైసలు వేసి వెళ్ళాడు.

మొదట బాధ వేసినా, డబ్బు చూసి సంతోషం వేసింది. ఇంకో యిద్దరిని అడుక్కున్నాను. వచ్చిన డబ్బులతో బండి మీద కప్పు చాయ్ కొని నేనింత తాగి, వాడికి పోశాను. పెద్ద వాంతి చేసుకున్నాడు. అప్పుడే షాపు ఆయన వచ్చాడు. పిల్లాడు చచ్చిపోతాడు

అంటూ నన్ను తిట్టి మందు తెచ్చి వేశాడు. నన్ను అక్కడ నుంచి పొమ్మన్నాడు. అందరూ డబ్బులేస్తున్నారు. నేనూ వాడిని పట్టుకుని కూర్చున్నాను. డబ్బులు బాగానే వచ్చాయి. మందులు కొని వేశాను.

'ధర్మాసుపత్రి వుంది తీసుకోపో" అన్నది పక్క ముసిలిది. దానికి తెలుసట! నన్ను తీసుకువెళ్ళింది.

అక్కడ డాక్టరమ్మ నన్ను, పిల్లాడినీ బాగా చూసింది. సిద్ధూ కోలుకున్నాడు. డాక్టరమ్మ మాకెవ్వరూ లేరని తెలిసి వాళ్ళింట్లో పనికి పెట్టుకుంది. నేను వంట చేసేదాన్ని. సిద్ధూ వాకిలి వూడ్చేవాడు. డాక్టరుగారి మొగుడు తాగుబోతు. తాగి వచ్చి చీటికి మాటికి సిద్ధూని కొట్టేవాడు. పూజ ఆ మాటలు గుర్తుచేసుకోకూడదు అని ఎంత శపథం చేసుకున్నా అవే గుర్తుకువస్తున్నాయి. ఆ దెబ్బలు తనకే తగులుతున్నంత బాధగా అన్పిస్తోంది. పూజ భరించలేనట్లుగా లేచి కూర్చుంది. ఆ కూర్చోవటంలో తనకి తెలియకుండానే భర్త చెయ్యి తోసేసింది.

దానికి అతనికి కొద్దిగా మెకువ వచ్చింది. "ఏమిట్రా?" నిద్రాభారంతో అంటూ అతను పూజని భుజం మీద చేయి వేసి వెనక్కి లాక్కున్నాడు. ఛాతీ మీద ఆమె తల ఆనించుకున్నాడు. మరుక్షణం మళ్ళా నిద్రలోకి ఒరిగిపోయాడు.

పూజ అతని వక్షస్థలం మీద ముఖం ఆనించింది. ఆమె కళ్ళనుంచి కన్నీళ్ళు జాలువారుతున్నాయి. భగవంతుడు తనకి ఎందుకింత సుఖమయ జీవితం యిచ్చాడు? ఆ కష్టాలేవో తనకే పంచి, సిద్ధూని ఎందుకు సుఖంగా బ్రతకనీయలేదు? 19 సంవత్సరాలు! పూజకి ఏడుపు ఆగటంలేదు.

'సిద్ధూ! సిద్ధూ" ఆమె మనసు ఆక్రోశిస్తోంది. ఆమె అభిజిత్‌తో సుఖం పొందిన యీ అన్ని సంవత్సరాల జ్ఞాపకాలూ చిత్రంగా అట్టడుక్కి వెళ్ళిపోతున్నాయి.

ఆ రోజు రాత్రి తల్లి అబార్షన్ చేయిస్తానని అన్నప్పుడు, తను వ్యథతో తన పొట్టమీద చేయి ఆనించుకుని 'నాకు నువ్వు! నీకు నేను' అనుకున్న ఆలోచనే గుర్తుకువస్తోంది. అది ఈ క్షణంగానే అన్పిస్తోంది. తను ప్రసవించి ఆ శిశువుని యీ లోకంలోకి తీసుకురావటానికి ఎంత తపిస్తూ ఎదురు చూసింది! ఎన్ని కలలు కన్నది! ఆ స్వప్నం 19 సంవత్సరాల తర్వాత నిజంగా మారి తన కళ్ళెదుట నిల్చింది! సిద్ధూ ఎవరో తెలియగానే అతని దగ్గరికి పరుగెత్తటానికి తన నడుం చుట్టూ ఒక అనుబంధం! అభిజిత్ ఈ నిజం ఎలా స్వీకరిస్తాడు అనేదే జంకుగా వుంది. అతనికీ, తనకీ పిల్లలు వుంటే, తను యింత గుంజాటన పడేది కాదు! ఇద్దరూ కలిసి కన్న కల, ఆ ఆనందం హఠాత్తుగా తన ఒక్కదాన్నే వరించింది.

పూజకి మనసు ఆనందం, దుఃఖం సమపాళ్ళ సమ్మేళనంగా వుంది. ఈ విషయంలో అభిజిత్ మనసు రవ్వంత కూడా బాధపెట్టలేదు. అతన్ని సంతోషపెడితే, అది రెట్టింపు అయి తనకి ఎలా తిరిగి వస్తుందో, బాధ అయినా అంతే! అతనికి తన ద్వారా వ్యధ కలిగితే అది వందరెట్లుగా మారి తన మనసుని వేయి రంపాలతో ముక్కలుగా కోస్తుంది. పూజకి ఎంతకీ టైమ్ గడవటంలేదు.

ఎప్పుడు తెల్లవారుతుందా, ఏ సాకుతో సిద్దార్థ దగ్గరకి వెళ్దామా అని తొందరగా అన్పిస్తోంది.

ఆలోచనలతో అలిసిపోయిన ఆమెకి తెలతెలవారుతుండగా కళ్ళు మూసి కాస్త నిద్ర పట్టింది.

పూజకి మెలకువ వచ్చి గభాల్న లేచి కూర్చుంది.

టైమ్ 6-30 కావస్తోంది.

అభిజిత్ అప్పటికే నిద్రలేచాడు. స్నానం కూడా పూర్తి అయింది. బాత్‌రూమ్‌లో నుంచి తల తుడుచుకుంటూ వచ్చాడు.

పక్కమీద లేచి కూర్చున్న భార్యని చూడగానే “గుడ్‌మాణింగ్” అన్నాడు.

“అబ్బా! 6-30 అయిందా?” పూజ గభాల్న మంచంమీద నుంచి వురికినట్లుగా దిగుతుంటే, అభిజిత్ వచ్చి చేయి పట్టి బలవంతంగా ఆపుచేశాడు. వంగి చేయి చాచి టేబుల్ మీద వున్న పేపర్ తీసి చూపిస్తూ-

“చూడు! మన యాడ్ ఈ రోజే వచ్చింది. బాగుంది కదూ?” అతను పేపర్ పూజ ఒడిలో పరిచాడు. దానిలో సోనాలి ఫోటో, సిద్ధార్థ వాక్యాలతో వుంది. బ్యాక్ గ్రవుండ్, ఆమె ధరించిన దుస్తులు, ఆమె నిలుచున్న తీరు, ఆమె ముఖంలో భావం అంతా అద్భుతమైన కంపోజిషన్‌లా చూసినవారు వెంటనే కళ్ళు తిప్పేసుకోలేనంత అందంగా వుంది. సిద్ధార్థ వ్రాసిన వాక్యాలు అభిజిత్ వ్రాసి చదివి విన్పించాడు.

పూజ మంత్ర ముగ్ధలా వింటోంది. ఆ వాక్యాల మీద చేయి ఆనించింది. అవి ఆమెకి తన కొడుకు చెంప స్పర్శలా వుంది.

అభిజిత్ ఆనందంగా, సగర్వంగా చెబుతున్నాడు. “యాడ్స్ అన్ని రకాలుగా మార్కెట్‌లోకి వెళ్ళిపోయాయి. పోస్టర్స్, స్టిక్కర్స్, టీవీలో, రేడియోలో జింగిల్స్ అన్నీ వెళ్ళిపోయాయి. ఈ రోజు నుంచి యీ ప్రభంజనం మొదలైంది. ఇది ఎంత త్వరగా

కన్స్యూమర్స్‌ని షాపుల వైపు లాగుతుందో చూడాలి. షోరూమ్స్‌కి ఫోటోలు వెళ్ళిపోయాయి.

అభిజిత్ ఏది చేసినా అంతే! ఏకాగ్రత! తను అనుకున్న విజయం సాధించటానికి అతను సూటిగా విసిరే బాణాల్లా వుంటాయి అతని పన్లు. అతను కోరుకుంటే సాధించలేని విజయం వుండదు! నిజమే! అతను కోరుకుంటే ఏదీ అసాధ్యం కాదు! సిద్ధార్థ విషయం కూడా!

"మేడమ్! త్వరగా వస్తారా తమరు? కాఫీ తాగుదాం" అతను లేచి డ్రెస్సింగ్ టేబుల్ వైపు వెళుతూ అన్నాడు.

పూజ మంచం దిగింది.

పది నిమిషాల తర్వాత పూజ ముఖం కడుక్కుని వచ్చేసరికి, అభిజిత్ ఫోన్‌లో మాట్లాడుతున్నాడు. మిసెస్ మాధుర్ పేపర్ చూసినట్టుంది ఫోన్ చేసింది.

పూజ వచ్చి కూర్చుంది. సిద్ధూ యీ సరికి లేచి వుంటాడా? ముసలామె కాఫీ యిచ్చి వుంటుంది. పూజకి ఆ క్షణంలో వెళ్ళిపోయి సిద్ధార్థకి తనే స్వయంగా కాఫీ యివ్వాలని అన్పిస్తోంది. ఆ క్షణం వచ్చేదెప్పుడో! సిద్ధూ తెలిసిన తర్వాత కూడా యిక దూరంగా వుండటం తనవల్ల జరగదు.

పూజ పరధ్యాసగా కాఫీ తాగుతోంది.

"ఏయ్! ఏమిటిది ఈ విపరీతం? నన్ను వదిలేసి నువ్వు కాఫీ తాగుతున్నావు?" అభిజిత్ ఫోన్ సంభాషణ అవడంతో వస్తూ అన్నాడు.

"ఆ.... !?" పూజ కాఫీ తాగుతున్నదల్లా ఆగిపోయింది. క్షణంలో తనని తాను సమర్థించుకుంటూ, "మనం చిన్నపిల్లలమా! ఇంకా ఆనాటి సరదాలు, పట్టింపులూ వుండటానికి?" అంటూ లేచి వెళ్ళబోయింది.

అభిజిత్ చేయి పట్టి ఆపేశాడు. "ఏమిటీ! ఈ రోజు కొత్త ప్రవచనాలు వింటున్నాను. చిన్నపిల్లలమా! అవునూ! పెద్దవాళ్ళం అవుతున్నా, ఇంట్లో పిల్లలు లేని మనం, మనమే పిల్లలుగా...."

పూజ హఠాత్తుగా చేయి చాచి అతని నోరు గట్టిగా మూసేసింది.

"దయుంచి ఆ మాట అనకు" అంది.

"ఏ మాట?" చేతి వెనకనుంచి అడిగాడు.

"పిల్లలు లేరని"

"మనకి వున్నారా?"

పూజ అతని నోటి మీద నుంచి చేయి తీసేసి అతని వైపు వీపు పెట్టి నిలబడింది.

"ఓ! అయామ్ సారీ పూజా! రియల్లీ సారీ! మనకి పిల్లలు లేరు అనటం నాది తప్పే!" ఆమెని తనవైపు తిప్పుకుంటూ "కరుణాశ్రమంలో అనాథ పిల్లలంతా మనవాళ్ళేనని నేనే చెప్పానుగా! అయామ్ రియల్లీ సారీ! ఏమిటీ అలా వున్నావు? ఒంట్లో బాగాలేదా?" అడిగాడు.

పూజ మౌనం సమాధానం అయింది.

"ఈరోజు ఏమిటో డల్‌గా మొదలైంది. ఓ. కే! అన్ని రోజులూ ఒక్కలా వుండవు కదా.... ! ఉంటే అది యాంత్రికంగా వుంటుంది. అవునా?"

తిరుగు సమాధానం మరి ఎప్పటిలా రాలేదు.

పూజ అలాగే నిలబడింది.

"పూజా! ఏమైంది?"

ఏమీ లేదు అన్నట్లు తల తిప్పింది.

అతను టైమ్ చూసుకున్నాడు. "ఈ రోజు మనింటికి బోర్డు మెంబర్స్ అందరూ లంచ్‌కి వస్తున్నారు. నేను 8 గంటలకల్లా ఆఫీసులో వుంటానని, వర్ధన్‌ని రమ్మనమని చెప్పాను. 9 గం. కల్లా ఒక ఫైల్ పంపాలి. తర్వాత వేరే వాళ్ళు వస్తారు. నీకు 10. 30 లోపల ఫోన్ కూడా చేయలేనేమో! ఓ. కె! బుద్ధిమంతురాలిలా స్నానం చేసి బ్రేక్‌ఫాస్ట్‌తిని హాయిగా ఒక అరగంట నిద్రపోయి లేచి, అప్పుడు లంచ్‌కి ఏం చెయ్యాలో వంట అతనికి చెప్పు. ఓ. కె!" చెబుతూనే అతను వెళ్ళిపోయాడు. పూజ అక్కడే కూర్చుంది.

తాయారు వచ్చింది. "అమ్మా! అయ్యగారు బ్రేక్‌ఫాస్ట్‌కి ఎన్నింటికి వస్తారు?"

"తెలీదు" అంది పూజ.

తాయారు చిత్రంగా చూసి వెళ్ళిపోయింది. ఎన్నడూ ఖచ్చితంగా చెప్పే మనిషి తెలియదు అంటోందేమిటి?

పూజకి నిస్సత్తుగా అన్పించింది. అభిజిత్‌ని తను అడగలేదు.

అతను ఏ కాస్త టైమ్ దొరికినా యింటికి వస్తాడు. లేకపోతే అతని ఆఫీసుకి అతను చెప్పిన టైమ్‌కి పంపిస్తుంది. ఈ రోజు ఆ మాటే గుర్తురాలేదు.

9 గం॥ తర్వాత అభిజిత్ తనే ఫోన్ చేసి, పూజని నిద్రపోయావా లేదా అని అడిగి బ్రేక్‌ఫాస్ట్ నలుగురికి సరిపోయేట్టు పంపమని చెప్పాడు.

10 గం॥ కావస్తోంది. పూజ గదిలో అటూ యిటూ పచార్లు చేస్తోంది. ఆ యింట్లో ఒక్క క్షణం వుండలేకపోతోంది. తనకి తను ఎంత నచ్చచెప్పుకుంటోంది! తొందరపడకూడదు! అస్సలు తొందర అనేదే కూడదు! జాగ్రత్తగా యీ విషయం పరిష్కారం చేసుకోవాలి. అభిజిత్ తనని అర్థం చేసుకుంటాడు. ఆ సంపూర్ణ నమ్మకం తనకి వుంది. సిద్ధార్థని అతను అంగీకరిస్తాడు. కాకపోతే కాస్త టైమ్ పట్టవచ్చు. ఇది చిన్న విషయంకాదు. అభిజిత్‌ని తను తొందరపెట్టి విసిగించకూడదు. అతను చాలా సహనమంతుడు! అదే తనని రక్షిస్తుంది! అతను ఎదుటవారిని అర్థం చేసుకోవటానికి ఆలోచిస్తాడు. అతనిలో ఆ సంస్కారమే తనని భద్రంగా ఒడ్డుకి చేరుస్తుంది. తన మనసుకే నియంత్రణ చాలా అవసరం. ఈ సమస్య పరిష్కారం తన భావావేశపు తప్పటడుగులతో చిక్కులమయం కాకూడదు. ఇన్నేళ్ళ సహచర్యంలో అభిజిత్ నుంచి తాను నేర్చుకున్నది అదే!

ఇన్నేళ్ళ దాంపత్యంలో తనకి కావాల్సిన నిజమైన సంతోషం ఇవ్వటానికి అభిజిత్ వెనుకడుగు వేయడు అనే నిర్భీతి తనకి వుంది.

కానీ.... సిద్ధార్థని చూడకుండా వుండలేకపోతోంది. ఇకనుంచి తన ప్రతి ఆలోచనా అతని కోసమే వుండాలి! ఈ 19 సం॥ సిద్ధార్థ దురదృష్టవశాత్తూ పోగొట్టుకున్న ఆనందం, వేయిరెట్లుగా తన కన్న మమకారం రూపంలో అతనికి దక్కాలి. భగవంతుడు తన ప్రాణముద్రికని మళ్ళా తన చేతులకి పదిలంగా అప్పగించాడు. దానిని కంటికి రెప్పలా కాపాడుకుంటూ స్వంతం చేసుకోవాలి అని ఆమె మనసు తహతహలాడుతోంది. ఆమె శరీరం పూజా నిలయంలో నిలవటంలేదు. సిద్ధార్థని కళ్ళారా చూడాలని విలవిలలాడుతోంది.

పూజ స్థిర నిర్ణయం చేసుకున్నదానిలా చెప్పులేసుకుని, బ్యాగ్ తీసుకుని గది దాటి మెట్లు దిగి చకచకా క్రిందకి వచ్చేస్తుంటే తాయారు ఎదురైంది. "అమ్మగారూ! భోజనంలోకి ఏం చెయ్యమంటారు?"

"ఏదో ఒకటి చేయించు తాయారూ! ఇలాంటి చిన్న విషయాలతో నన్ను విసిగించకు" అనేసి వెళ్ళిపోయింది.

పూజ కారు గేటుదాటి బయటకి వస్తుంటే, ఆమె మనసు ఒక ఆనంద శ్వేతకపోతంలా గగనాన ఎగురుతున్నట్టే వుంది.

19

పూజ చెరో చేత్తో బరువైన పాకెట్లు పట్టుకుని సిద్ధార్థ యింట్లో అడుగుపెట్టింది. అనసూయమ్మ చీరకి చిరుగు కుట్టుకుంటూ కూర్చుంది.

"ఏం మామ్మగారూ! అప్పుడే పని అయిపోయిందా? తీరికగా కూర్చున్నారు?" నవ్వుతూ ఆమెని పలకరించింది.

"పనా! అసలు మొదలు పెడ్తేగా! రాత్రి నుంచి వాడు నా మీద అలిగి కూర్చున్నాడు. అదుగో! మీరు యిప్పించిన సామానంతా పాకెట్లు కట్టించాడు. తిరిగి యిచ్చేయటానికి."

"అదేమిటి?" ఆశ్చర్యంగా అంది పూజ.

"అదీ మా నెత్తిమీద శని!" ఆవిడ నెత్తిమీద కొట్టుకుంది. "భగవంతుడు నీ రూపంలో మాకింత అన్నం పెడుతుంటే అది మాకు తిననీయకుండా చేస్తున్నాడు. కలిగే దరిద్రం అంటే యిదే కాబోలు."

"సిద్ధూ ఎక్కడ?"

"గదిలో వున్నాడు. జయ వచ్చింది. మాట్లాడుతున్నాడు."

పూజ గబగబా అడుగులు వేస్తూ అతని గదివైపు వచ్చింది. సిద్ధార్థ అక్కడ క్రింద కూర్చుని, కాగితం మీద డ్రెస్ డిజైన్స్ స్కెచెస్ వేస్తున్నాడు.

పక్కన పొట్టిగా, లావుగా కూర్చుని వున్న ఒక అమ్మాయి పూజని చూడగానే సిద్ధార్థ వైపు చూసింది. అతను అప్పటికే ఆమె కంఠం విన్నట్లుగా లేచి నిలబడ్డాడు.

"సిద్ధూ!" ఏదో అనబోయిన పూజ పక్కన జయని చూడగానే ఆగింది.

ఈ అమ్మాయేనా జయ? నిశితంగా చూస్తోంది. జయ కూడా పూజని చురుగ్గా చూస్తోంది.

"జయా! నువ్వు యింటికి వెళ్ళు" అన్నాడు సిద్ధార్థ.

జయ లేచింది. సిద్ధూ వంక చూసింది. అతను కళ్ళు వాల్చి సీరియస్‌గా చేతిలో స్కెచెస్ వైపు చూస్తున్నాడు. జయ ఏమనుకుందో! ఇంకేం మాట్లాడలేదు.

పూజ పక్క నుంచి జయ వెళ్ళిపోతుంటే పూజ స్నేహపూర్వకంగా చిరునవ్వు నవ్వింది.

జయ పట్టించుకోనట్టు నిరసనగా చూస్తూ వెళ్ళిపోయింది.

పూజ పాకెట్లు తెచ్చి అతని పక్కన పెడుతూ "మామ్మగారిని కేకలేశావుట. సామాను నేనే తెప్పించాను."

అతను మాట్లాడలేదు.

"నీ మంచి చెడులు నేను చూడకూడదా?"

అతను జవాబు చెప్పలేదు. పూజ అతని ముందు పరిచి వున్న స్కెచెస్ కాగితాలు చూసింది. వాటిని చూస్తూ ఆనందంగా "ఈ బ్లాక్‌కి సిల్వర్ ఎటాచ్" అంటూ అతని పక్కన కూర్చుని గబగబా ఆ కాగితాలు తీసి చూసింది. "అద్భుతంగా వున్నాయి. ఇంత బాగా ఎలా వేయగలవు?"

అతను ఎదురుగా వున్న పాత పుస్తకాలు చూపించాడు. "ఇదివరకు వాటిల్లో నుంచి ఇన్స్పిరేషన్ తీసుకుని, నా స్వతంత్రంగా డిజైన్స్ వేసే వాడిని. ఇప్పుడు నేను నా అంతట నేను వేసినవి వాటికి ఎక్కడైనా పోలికలున్నాయా అని చెక్ చేస్తున్నాను."

"సిద్ధూ! నువ్వు యిలా నీ పనిలో ఏకాగ్రతగా వుండు. మిగతా విషయాలన్నీ నేను చూసుకుంటాను" చెబుతుంటేనే ఆమె కళ్లు చెమర్చసాగినాయి.

"చూడు నీ కోసం డ్రెస్‌లు తెచ్చాను" అంటూ ఒక బ్యాగ్‌లో నుంచి పాకెట్లు తీసి విప్పి ఖరీదైన బట్టలు అతని ఒడిలో పెట్టింది. అతను వాటి స్పర్శ కూడా తగలటం యిష్టంలేని వాడిలా, స్కేలుతో తన కాలుమీద నుంచి క్రిందకి నెట్టాడు.

"అదేమిటీ?"

"నాకు కావల్సినవి నేను అడుగుతాను. మీరిలా నేను కోరనివి తెస్తూ మీ డబ్బు చిత్తు కాగితాలు చేసుకోవద్దు. మమ్మల్ని చిత్తుకాగితాలు ఏరుకునే వాళ్ళని చేయవద్దు."

పూజ నిశ్చేష్టురాలయింది. క్షణంసేపు మాట్లాడలేకపోయింది.

"నీకు నేనేదయినా యిస్తే తప్పా?" ఆమె కంఠంలోకి ఆవేశం వస్తోంది.

"అడగనివి యివ్వటం తప్పే! అందులో ఎదుటవారిని బాధ పెట్టేవి. మన గొప్పకోసం యివ్వాలని అనుకోవటం ఇంకా తప్పు!"

"ఏమంటున్నావ్ తెలుసా నీకు?"

"తెలుసు. మీరంటే గౌరవం వుంది. ఆ గౌరవం పాడు చేయకండి. సర్‌నాకు డబ్బు అడ్వాన్స్ యిచ్చారు. అది ఇంటి బకాయి, దుకాణంలో అప్పు కట్టేశాను. మేం ఈ నెల ఆకలితో చచ్చిపోవటంలేదు. వచ్చే నెల నుంచిమాకు ఏ లోపం వుండదు" అతని

తల స్కెచెస్‌లోకి వంగింది. బ్లాక్ మీద సిల్వర్ అంచు డిజైన్ జాగ్రత్తగా దిద్దుతున్నాడు. అతని మాటలలో ఆవేశం ఏ మాత్రం లేదు. అవి వున్న విషయం చెబుతున్నట్లుగా వున్నాయి.

"బైట అనసూయమ్మతో జయ అడుగుతోంది "మన బజారులో అందరూ చెబుతున్న "కారు అమ్మగారు యీవిడేనా?" ఆ అమ్మగారు అనటంలో వత్తిపలుకుతూ కావాల్సినంత వ్యంగ్యం వుంది.

"అవును! మాకు లేకపోతే ఎవ్వరూ అడగరు. కాస్త మమ్మల్ని ఎవరైనా దయగా చూస్తే అందరికీ కుళ్ళు."

"మాటలు సరిగ్గా రానీయండి. మా నాన్న మీకు చాలాసార్లు డబ్బు అప్పిచ్చాడు. నేనేగా తెచ్చి యిచ్చాను."

"మేం తీర్చేసేయలేదా? ఇదుగో జయా! నువ్వు వాడికి కాబోయే పెళ్ళానివి. నువ్వు కూడా యిలాగే మాట్లాడితే ఎలాగమ్మా? అసలే వాడికి కోపం, నువ్వు కాస్త నచ్చచెప్పు తల్లీ!"

"అలా అన్నారు బాగుంది. ఏమిటీ చీర కుడ్తున్నారు? నేను కుట్టిపెట్టనా?"

జయ అక్కడే కాపలా కాసినట్టు తిష్ట వేసుక్కూర్చుంది. ఆమె కళ్ళన్నీ సిద్ధూ గది మీదనే వున్నాయి. చెవులు రిక్కించి వారి సంభాషణ వినటానికి సిద్ధంగా వుంది.

జయ మాటలు పూజతో పాటు సిద్ధార్థ కూడా విన్నాడు. విని గది బైటకి వచ్చి "ఇంటికి వెళ్ళు జయా!" అన్నాడు.

"నేను వుంటే నీకేమిటి నష్టం?" అంది.

పూజ బ్యాగ్‌లో నుంచి పేపర్ తీసి యాడ్ చూపించింది.

"నేను పొద్దుటే చూశాను" అన్నాడు.

"చాలా బాగుంది కదూ!"

అతను తల వూపాడు. ఫోటోగ్రాఫర్ కరెక్ట్‌గా స్నాప్స్ తీశాడు." తనలో అనుకున్నట్లే అన్నాడు. అతని తల మళ్ళీ స్కెచెస్ వైపు తిరిగింది. మళ్ళీ మౌనంగా గోడ వెనక్కి వెళ్ళిపోయాడు.

పూజ వంచిన అతని తలవైపే చూస్తోంది. అతని తలమీద చేయి వేయాలని ప్రాణం కొట్టుకుంటోంది. అతను ఏమనుకుంటాడోనని వెరపుగా వుంది. అతని మాటలు ఆమె ఆనందానికి కళ్లెం వేసి వెనక్కి లాగుతున్నాయి.

"ఇంత ప్రతిభ ఎలా వచ్చింది నీకు?" డిజైన్స్ చూస్తూ అంది.

అతను మాట్లాడలేదు.

"మాట్లాడు.... ఏదో ఒకటి మాట్లాడు. అలా మౌనంగా వుండకు" ఆమె కంఠంలో అదుపు తప్పుతున్న ఆవేశంతో కూడిన అభ్యర్థన.

అతను తలెత్తి చూశాడు. ఆమె ముఖం మీద నుంచి వెంటనే చూపుమరల్చుకోలేకపోయాడు. ఆవిడ ముఖంలో ఎందుకా కన్నీటి తెర? ఏమిటా అభ్యర్థన? అతనికి అర్థంగాలేదు.

అతన్ని చూస్తూ అంది- "సిద్ధూ! నువ్వు నాకెంత కావాలో తెలుసా! నేను చెప్పలేకపోతున్నానేమిటి? నీ దగ్గరకి రావటం నాకు పిచ్చి ఆనందంగా వుంటుంది. నన్ను తప్పుపట్టకు. ప్లీజ్!

అతని చూపులు మళ్ళీ నేలమీద పరిచిన కాగితాలవైపు మరల్చుకున్నాడు. అతను దిద్దుతున్న స్కెచ్ పెన్ అయిపోయింది.

"హుష్! అప్పుడే అయిపోయింది" అనుకున్నాడు.

"నేను వెళ్ళి తెచ్చి పెడ్తాను" అంది వెంటనే లేస్తూ.

"వద్దు" అతను లేచాడు. మేకుకి తగిలించిన పాత షర్ట్ తీసుకుని వేసుకుని వెళ్ళిపోయాడు.

"ఇదుగో-ఎక్కడికి? జయ అడిగింది.

అతను మాట్లాడలేదు. వెళ్ళిపోయాడు.

సిద్ధూ తిరిగి రాలేదు. పూజ చూసి చూసి తిరిగి వచ్చేసింది.

20

సాయంత్రం అయింది. పూజ చాలా నిస్త్రాణగా యింటికి వచ్చింది. నిరాశ ఆమెని వలయంలా చుట్టేసుకుపోయింది. పూజ మెట్లెక్కి వెళ్ళిపోతుంటే తాయారు వచ్చింది. "ఇంత సేపు ఎక్కడికి వెళ్ళారమ్మగారూ? అయ్యగారు మీ కోసం చాలాసేపు చూశారు" అంటూ వార్త విన్పించింది. పూజ ఒక్కక్షణం ఆగి యధాలాపంగా వింది. ఆమెకి యీ క్షణంలో యీ ప్రపంచంలో ఏదీ పట్టేట్టు లేదు. దేనిమీదా ఆసక్తి లేదు. తాయారుకి ఏం సమాధానం చెప్పకుండా భర్తని గురించిన ఏం ప్రశ్నలూ వేయకుండానే పైకి వచ్చేసింది.

పైన అభిజిత్ వరండాలో వుయ్యాల బల్లమీద వున్నాడు. అతని చేతిలో ఫైల్స్ వున్నాయి. పూజ అడుగుల చప్పుడు అతను విన్నాడు. పూజ కూడా అతన్ని చూసింది. ఒక్కక్షణం అతను తనని పలకరిస్తాడని ఆమె, ఆమె చప్పున దగ్గరకి వస్తుందని అతనూ ఎదురు చూశారు. ఎవ్వరూ ముందడుగు వేయలేదు.

పూజ నిశ్శబ్దంగా పడక గదిలోకి వెళ్ళిపోయింది. తీరా గదిలోకి వెళ్ళిన తర్వాత ఏం చేయాలో తోచలేదు. తనే వెళ్ళి అభిజిత్‌ని పలకరించాల్సింది అనుకుంది. అభిజిత్ కూడా అదే అనుకుంటున్నాడు.

పూజ ఏమీ తోచనిదానిలా బాత్‌రూమ్‌లోకి వెళ్ళి చల్లని నీళ్ళతో ముఖం కడుక్కుని వచ్చింది. డ్రెస్సింగ్ టేబుల్ దగ్గర బొట్టు పెట్టుకుంటుంటే వెనక గుమ్మంలో అభిజిత్ ప్రతిబింబం కన్పించింది.

చప్పున యిటు తిరిగింది.

పూజ అతన్నే చూస్తోంది. అతనూ ఆమెని చూస్తున్నాడు.

"అయామ్ సారీ" అంది.

అతను దగ్గరకు వచ్చాడు. పూజ తల దించుకుంది. లంచ్‌కి ఇంటికి అతిథులు వస్తారన్న విషయం అభిజిత్‌ని చూసింతర్వాత గుర్తుకువచ్చింది.

అతను దగ్గరకు వచ్చాడు.

పూజ తల దించుకుంది.

అతను గడ్డం పట్టి ఎత్తాడు. "ఈరోజు లంచ్‌కి బోర్డు డైరెక్టర్స్ అంతా మనింటికి వస్తారని చెప్పాను."

"సారీ అన్నానుగా" క్రిందకి చూస్తూ అంది.

"నీకు పని వుందని ఒక్కమాట చెబితే ఎంత బాగుండేది!"

"త్వరగా వచ్చేద్దామని వెళ్ళాను. సిద్ధూ స్కెచెస్ వేస్తుంటే...."

అలాటిదే ఏదో జరిగిందని అనుకున్నాను."

పూజ తలెత్తింది. "నేను అక్కడికే వెళ్ళానని నీకు తెలుసా?"

"అంతే అయివుంటుందని అనుకున్నా."

"నా కోసం కబురు పంపవచ్చుగా" నిష్టూరంగా అంది.

తాయారు కాఫీ తెచ్చి అక్కడ పెట్టి వెళ్ళిపోయింది.

పూజ తీసుకుని కాఫీ కప్పులో పోసి అతనికిచ్చింది. "సిద్ధార్థ డిజైన్స్ స్కెచెస్ చాలా బాగా వేశాడు. యాడ్ చూశాడుట! పనిలో తపస్సులా మునిగిపోయాడు" అంది.

"ఫస్ట్ యాడ్ బాగానే సంచలనం తెచ్చింది. మన వాళ్ళంతా చాలా మంది ఫోన్ చేశారు."

"నిజంగానా?" కుతూహలంగా అడిగింది.

అతను తల వూపాడు. "అందరూ ఒకే ప్రశ్న"

"ఆ డ్రెస్ ఎవరు డిజైన్ చేశారు అనా?" సంతోషంగా అడిగింది.

"కాదు! ఆ యాడ్‌లో వున్న మోడలు ఎవరు? అని సోనాలి బాగా ఆకర్షించింది అందరినీ."

పూజ ముఖంలో సంతోషం పోయింది. అభిజిత్ అది గమనించాడు.

గదిలో సంధ్య చీకట్లు కమ్ముకుంటున్నాయి.

అభిజిత్ భార్య చేతిని తన చేతుల్లోకి తీసుకున్నాడు. "పూజా! ఈ రోజు లంచ్‌లో నిన్ను చాలా మిస్ అయ్యాను."

"లంచ్ జరగలేదుగా!"

"ఎవరన్నారు?"

"నేను లేనుగా యింట్లో."

"అవును! నువ్వు లేవు. 11 గంటల నుంచి ఫోన్ చేస్తుంటే తాయారు నువ్వు యింట్లో లేవని, బైటికి వెళ్ళావని, రాలేదని చెప్పసాగింది. సాధారణంగా నువ్వు మర్చిపోవు. ఎక్కడో, ఏదో పనిలో చిక్కడిపోయి వుంటావు అనుకున్నాను. 12 గంటలు అయినా నీ దగ్గర నుంచి ఫోన్ రాలేదు. ఇంటికి వచ్చాను. తాయారు భయపడ్తోంది. మేం లంచ్‌కి బైటకి వెళుతున్నాం. ఇంట్లో కాదు అన్నాను. అందరికీ ఫోన్ చేసి లంచ్‌లో చిన్న మార్పు ఇంట్లో కాదు. హోటల్లో అని చెప్పాను. లంచ్‌కి అందరూ వచ్చారు. నువ్వు ఎందుకు రాలేదు అని అడిగారు."

చీకట్లు కమ్ముకుంటున్నాయి కాబట్టి సరిపోయింది.

పూజ ముఖం బాగా క్రిందకు వంగిపోయి వుంది. ఇటు అభిజిత్‌తో తను గడపలేదు. అక్కడ సిద్ధార్థతోనూ వుండలేదు.

అభిజిత్ చెబుతున్నాడు. "ఈరోజు మా మీటింగ్‌లో మిగతా నిర్ణయాలతో పాటు యింకో ముఖ్యమైన నిర్ణయం చేశాం."

పూజ మాట్లాడలేదు.

"వినాలని లేదా?" అడిగాడు.

"చెప్పు" అంది. ఆమె కంఠంలో నిరుత్సాహం యింకా పొగలా కమ్ముకునే వుంది.

"సిద్ధార్థని మన కంపెనీ తరఫున యాడార్టిస్ట్ చేసుకోవాలని నిర్ణయించుకున్నాం. అతనికి అన్ని వసతులు కల్పించాలని, చదువుకునే ఏర్పాటు చేయాలని, డిగ్రీ పూర్తి చేసింతర్వాత ఫాషన్ టెక్నాలజీలో స్పెషలైజ్ చేయించాలని ఆ ఖర్చులు కంపెనీ భరించాలని."

పూజ హఠాత్తుగా తలెత్తింది. అస్తమించిపోతున్న సూర్యుడి ఆఖరి కిరణం ఆమె ముఖం మీద పడింది. దానితో సమానంగా ఆమె ముఖం ఆనందంతో మెరిసిపోతోంది.

"అభీ! నిజంగానా? ఇంతమంచి ఆలోచన ఎవరికి వచ్చింది?" ఆమె ముఖంలో ఆశ్చర్యానందాలు పోటీ పడుతున్నాయి.

"ఎవరికి వచ్చి వుంటుంది? నువ్వు చెప్పు".

పూజ అతని కళ్ళలోకి చూసింది. ఆ కళ్ళలో మనోహరమైన చిరునవ్వు.

"అభీ! నువ్వే.... నువ్వే" అంటూనే హఠాత్తుగా అతని మెడచుట్టూ చేతులు పెనవేసింది. "ఎంత మంచివాడివి! ఎంత సంతోషకరమైన వార్త చెప్పావు" అతని గుండెల్లోకి ఒదిగిపోయినట్టే ముఖం దాచేసుకుంది.

"నేను ప్రపోజ్ చేశాను. అందరూ ఒప్పుకున్నారు. అదీ విశేషం. ఎప్పుడూ ప్రతిదానికీ ప్రశ్నలు వేసే కోటిలింగంగారు కూడా పేపర్లో యాడ్ చూశారట. మనం చేయాల్సిన కరెక్ట్ పని అదే" అంటూ నన్ను సెకెండ్ చేశారు. అందుకే లంచ్‌లో నిన్ను మిస్ అయ్యాను అని చెప్పాను."

పూజ తలెత్తి చూసింది. కెంజాయరంగు వెలుగులో ఆమె ముఖంలో వెలిగిపోతున్న సంతోషం అతను కళ్ళారా చూస్తున్నాడు. అతని గొంతులో మెత్తటి నవ్వు. ఆమె తలమీద చెయ్యి వేశాడు.

"అభీ!" పూజ సంతోషం పట్టలేనట్టు అతని గుండెల్లో మళ్ళా తలదాచేసుకుంది. అతని చెయ్యి ఆమె భుజం చుట్టూ పడి యింకా దగ్గరగా తీసుకుంది. అతనికి ఆ క్షణంలో

యిద్దరూ ఏకాత్మగా అన్పిస్తున్నారు. నిశ్శబ్దంగా వుండిపోయిన యిద్దరికీ దూరంగా పార్కులో నుంచి పిల్లల ఆటలతో కేరింతలు విన్పిస్తున్నాయి. పూజ మనసు అవి వినగానే ఆనందంతో ప్రతిస్పందిస్తోంది. అతని మనసు విషాదంతో ఎప్పటిలా మూగపోతోంది.

21

ఆలిండియా కల్చరల్ సెంటర్ వారు ఫ్యాషన్ షో నిర్వహించారు. దానిలో 'పూజా మోడరన్ డ్రెసెస్' విభాగం తరపున సోనాలి మోడల్‌గా పాల్గొంది. అభిజిత్, పూజ, మిసెస్ మాథుర్, మిగతా కంపెనీ డైరెక్టర్స్ కూడా ప్రదర్శన తిలకించటానికి వచ్చారు. అభిజిత్ కారు పంపి సిద్ధార్థని తప్పక రావాలని ఆదేశించాడు. సిద్ధార్థ కూడా వచ్చాడు. ఫ్యాషన్ షో పోటీ చాలా తీవ్రంగా వుంది. మోడల్స్ అందరూ బాగున్నారు. వారి డ్రెస్‌లూ బాగున్నాయి. సోనాలి వసంత సమీరంలా స్టేజి మీదకి వచ్చింది. ఆమె నడకలో లయ విన్యాసం, ఆ చిరునవ్వు ముగ్ధమనోహరంగా వుంది. ఆమె ధరించిన డ్రెస్ ఇటు ఇండియన్‌ని విడవకుండా, అటు అధునాతనని సంతరించుకుని పాత, కొత్త మేలు కలయికలా వుంది. శరీరాచ్ఛాదన నిండుగా వుంది. అయినా ఆమె శిల్పంలాటి శరీర ఒంపుసొంపులని రేఖామాత్రంగా తెలిసీ తెలియనట్లుగా కన్పరుస్తోంది. ముఖ్యంగా ఫ్రీగా, స్పీడ్‌గా నడవటానికి వెసులుబాటుగా వుంది. సోనాలి స్టేజీ మీదకి వచ్చేటప్పుడు మెల్లగా వచ్చి తిరిగి వెళ్ళేటప్పుడు స్పీడ్‌గా వెళ్ళి ఆ డ్రెస్ వసతిని అద్భుతంగా ప్రదర్శించింది. ఆమెలో అంగాంగ ప్రదర్శన చూడాలని ఆశించిన ప్రేక్షకులు నిరుత్సాహం చెంది కరతాళధ్వనులు చేయలేదు. సోనాలి స్టేజీ మీద తిరుగుతూ ప్రదర్శన ఇచ్చేటప్పుడు ముందు వరసలో కూర్చుని వున్న అభిజిత్ వైపు మెరుపులాటి చూపు ఒకటి రెండుసార్లు విసరటం మిసెస్ మాథుర్ గమనించకపోలేదు. సోనాలి వేసుకున్న డ్రెస్‌నే చూస్తున్న పూజ యిది పట్టించుకోలేదు. సోనాలి ఆ క్షణంలో అభిజిత్ ఒక్కడికే తను ప్రదర్శన యిస్తున్నట్లుగా చూస్తోంది.

న్యాయ నిర్ణేతలు చివరిలో ప్రథమ విజేత పేరు 'పూజా మోడరన్ డ్రెసెస్'కి ప్రకటించి అందర్నీ ఆశ్చర్యపరిచారు. న్యాయ నిర్ణేతల కమిటీ చైర్మన్ తామందరూ ఆ డ్రెస్‌కి ఎందుకు ప్రథమ స్థానం యిచ్చామో సవివరంగా వివరణ ఇస్తూ ఈ రోజుల్లో మనిషిని డ్రెస్‌లు, సినిమాలు, పుస్తకాలు యువతరాన్ని పెడదోవ పట్టిస్తున్నాయి. అని సుదీర్ఘ వుపన్యాసమిచ్చాడు.

డ్రెస్ ధరించి ప్రదర్శించిన సోనాలికి ప్రత్యేక బహుమతి వుంది. డ్రెసెస్ తరఫున పూజా ప్రొడక్ట్స్ అధినేత అభిజిత్‌ని వచ్చి స్వీకరించమని కోరారు. అభిజిత్ భార్యని

వెళ్ళమని కోరాడు. పూజ అభిజిత్‌నే వెళ్ళమని ఆనందంగా అడిగింది. అభిజిత్ వెళ్ళి బహుమతిని అందుకున్నాడు. అధ్యక్షుడు రెండు మాటలు మాట్లాడమని అడిగినప్పుడు అభిజిత్ మైక్ దగ్గరకి వచ్చి "ఈ డ్రెస్ డిజైన్ చేసిన వ్యక్తి సిద్ధార్థ. వయసు చిన్నదైనా చక్కని అవగాహనతో డ్రెస్ డిజైన్ చేశాడు. సిద్ధార్థని స్టేజీ మీదకి ఒక్క క్షణం రమ్మనమని ప్రెసిడెంటుగార్ని అనుమతి కోరుతున్నాను" అన్నాడు.

"ఓ యస్!" అన్నారాయన.

సిద్ధార్థ వెళ్ళకుండా కూర్చుంటే మిసెస్ మాథుర్ జబర్దస్తీగా అతని కుర్చీలో నుంచి లెమ్మని చేయిపట్టి స్టేజీ దగ్గరకు తీసుకువెళ్ళి వదిలింది.

సిద్ధార్థ స్టేజీ మీదకి రాగానే మొదట చప్పట్లు ప్రారంభించింది మాథుర్ దంపతులు. వారితోపాటు పూజ, మిగతా డైరెక్టర్స్ తర్వాత హాలులోని వారంతా. ఆ చిన్న ప్రతిభారత్నానికి ప్రోత్సాహంగా, అభినందనగా చప్పట్లు మారుమోగించారు.

"ఏదయినా ఒకటి రెండు మాటలు చెప్పు" అధ్యక్షుడు ప్రసన్నంగా చూస్తూ అడిగాడు.

"ఈ అర్హత, గౌరవం నాకు దక్కించిన శ్రీ అభిజిత్ గార్కి నా కృతజ్ఞతలు" అని స్పష్టంగా చెప్పి ఒక పక్కన నిలబడ్డాడు. అప్పటికప్పుడు అతనికి ఒక ప్రత్యేక బహుమతిని ఎనౌన్స్ చేశారు. సిద్ధార్థ అది తీసుకుని అభిజిత్ దగ్గరకి వచ్చాడు. సోనాలి చప్పున "కంగ్రాట్స్" అంటూ అతని చెంపమీద గాఢంగా ముద్దు పెట్టుకుంది. బిత్తరపోయి, ముఖం కందిపోయిన సిద్ధార్థని చూసి జనమంతా ఘొల్లున నవ్వేశారు.

సిద్ధార్థ అభిజిత్ దగ్గరగా ఒక అడుగు వేసి నిలబడ్డాడు.

అభిజిత్ నవ్వుతూ సిద్ధార్థ భుజాల చుట్టూ చేయి వేశాడు.

పూజ కళ్ళలో నీళ్ళు తిరుగుతున్నాయి. ఆమె మనసులో ఆనందపు వెల్లువ పొంగి వచ్చేసింది. కళ్ళారా ఇద్దర్నీ చూసుకుంటోంది. ఫ్లాష్‌లు వెలుగుతుంటే సోనాలి అభిజిత్ రెండో పక్కకి వచ్చి నిలబడింది.

ప్రదర్శన ముగిసింది.

"మన మీదిప్పుడు చాలా బాధ్యత వుంది. మన ఎడ్వర్టయిజ్‌మెంట్స్ ఎక్కడ చూసినా వచ్చేస్తున్నాయి. అందులో ఇప్పుడు బహుమతి కూడా వచ్చింది" అన్నాడు కరుణాకర్.

అభిజిత్ సిద్ధార్థ వైపు చూస్తూ "సిద్ధార్థా! నీ ముందు రాత్రింబవళ్ళు శ్రమించాల్సిన పని ఇంకా ఎంతో వుంది" అన్నాడు.

పూజ దగ్గరకి వచ్చేసింది. ఆమెకి సిద్ధార్థని గట్టిగా పట్టుకుని నుదుటి మీద, చెంపల మీద గట్టిగా ముద్దుపెట్టుకోవాలనిపిస్తోంది. నిగ్రహించుకోవటము చాలా కష్టమయింది.

“సోనాలీ! మరీ అలా చేసేశావేమిటి స్టేజీమీద. సిద్ధార్థ ముడుచుకుపోయాడు” అంది మిసెస్ మాథుర్ నవ్వుతూ.

“చిన్నపిల్లాడు కదా! ఇంత చిన్న వయసులో గుర్తింపు నిజంగా లక్కీ! నాకు ముద్దు వచ్చేశాడు. ఇప్పుడు కూడా ముద్దు వస్తున్నాడు” సోనాలి కావాలని సిద్ధార్థ వైపు వెళుతుంటే సిద్ధార్థ భయంగా అభిజిత్ వెనుక దాక్కున్నాడు.

అందరూ ఘొల్లున నవ్వేశారు.

“సిద్ధార్థా! నువ్వు దాక్కున్నా నేను పట్టేసుకుంటాను” అభిజిత్ భుజం పక్క నుంచి తొంగిచూస్తూ చూపుడువేలు చూపించింది.

ఆమె తగులుతూ వుండటంతో అభిజిత్ కూడా వెనక్కి సిద్ధార్థ వైపు అడుగువేశాడు,

“సోనాలీ! నువ్వు చాలా ఎక్సైటెడ్‌గా వున్నావు సుమా!” మిసెస్ మాథుర్ అంది.

“ఎస్ ఆంటీ! ఐయామ్ హాపీ! వెరీ వెరీ హాపీ!” సోనాలి అభిజిత్‌నే చూస్తూ చెప్పింది. ఆ మాటలు మళ్ళా అతనికి ఒక్కడికే చెబుతున్నట్లుగా వున్నాయి. మిసెస్ మాథుర్ యిది చూసింది. భయంగా పూజ వైపు చూసింది. పూజ కరుణాకర్‌తో మాట్లాడుతుంది. ఆయన సిద్ధార్థ టాలెంట్‌ని మెచ్చుకుంటున్నాడు. పూజ సర్వం మర్చిపోయినట్టు వింటోంది.

తర్వాత అందరికీ విందు భోజనం వుంది.

భోజనానికి వెళుతూ “సిద్ధూ ఎక్కడ?' అని అడిగింది పూజ.

“వెళ్ళిపోయాడు. నానమ్మకి ఒంట్లో బాగాలేదుట. నాకు చెప్పి వెళ్ళిపోయాడు” అన్నాడు అభిజిత్.

“వెళ్ళిపోయాడా?” అంది పూజ.

“అవును డ్రైవర్‌ని దింపి రమ్మన్నాను” అన్నాడు.

పూజకి సడన్‌గా చుట్టూ వున్న కోలాహలం అంతా తలనొప్పి కలిగించే గందరగోళంలా, తను ఒక సంతలో ఒంటరిగా వున్నట్టుగా అనిపించసాగింది. అభిజిత్‌తో ప్రదర్శకులు యింకేదో బెనిఫిట్ షో గురించి చర్చిస్తున్నారు. పూజ అతనితో కలిసి

తప్పనిసరిగా భోజనానికి వుండాల్సి వచ్చింది. చివరలో సోనాలి ఐస్‌క్రీం కప్పు తెచ్చి అభిజిత్‌కి యిచ్చింది. పూజ అతని పక్కనే వుంది.

"నో! థ్యాంక్స్! నేను తినను."

"తీసుకోండి సర్! ఈ రోజు మీరు నాకు ఎంత సంతోషాన్ని కలగచేశారో! నా కృతజ్ఞతగా-ప్లీజ్! లెటజ్ సెలబ్రేట్ విత్ దిస్ స్మాల్ ఐస్‌క్రీమ్."

అభిజిత్ తప్పనిసరిగా తీసుకున్నాడు.

"ఐస్‌క్రీమ్ యివ్వటం ఏమిటి? మీ ఇంటికి భోజనానికి పిలు. మేమంతా కూడా వస్తాం. అభిజిత్! సోనాలి బెంగాలీ వంటకాలు చాలా బాగా చేస్తుంది" అన్నాడు మాథుర్.

"ఐసీ! వంట కూడా బాగా వచ్చునా?" అన్నాడు అభిజిత్.

"కావాలని నేర్చుకున్నాను" అంది.

"నీకెందుకు చెప్పు ఆ పాట్లు?" మిసెస్ మాథుర్ అంది.

"ఎక్కడో చదివాను ఆంటీ! భర్తకి భార్య మీద ప్రేమకి పునాది ఆమె చేతి వంట తిన్న సంతృప్తితో మొదలవుతుందిటగా."

సోనాలి అభిజిత్‌ని చూస్తూ అంది. "నా వంట ప్రావీణ్యం నాకు నచ్చినవారికి మాత్రమే."

అభిజిత్ ఆమె మాటలు, చూపులు పట్టించుకోనట్టే మాథుర్‌తో మాట్లాడుతున్నాడు. అభిజిత్‌కి సోనాలి మాటలు, చూపులు యిబ్బందిగానే వున్నాయి. కానీ వాటిని పట్టించుకోనట్టే మిస్టర్ మాథుర్‌ని తీసుకుని కాస్త దూరం వెళ్ళాడు.

"అభిజిత్! నిషా విషయం ఆ దరిద్రుడితో మాట్లాడతానన్నావు కదా! మాట్లాడావా?"

"తొందరలోనే ఆ పని జరుగుతుంది. ఆ వ్యక్తిని గురించి ఎంక్వయరీ చేశాను. నేను అనుకున్నట్లే అయింది. అతను తనకన్నా చిన్నవయసు పిల్లల్ని పెళ్ళాడి వారికి నగలు, డబ్బు ఎరవేసి తన వ్యాపారం విస్తరణకి వారిని వుపయోగించుకుంటాడు. గిరిజ అనే అమ్మాయి సూయిసైడ్ చేసుకుని చచ్చిపోయింది" తగ్గు స్వరంతో చెప్పాడు.

"మైగాడ్!" అన్నాడు మాథుర్.

"ఏమిటి నిషా అంటున్నారు?" మిసెస్ మాథుర్ దగ్గరకి వచ్చింది.

"ఏం లేదు" అని మాధుర్ అభిజిత్‌తో "ఈమెకేం చెప్పవద్దు అభిజిత్! ఈవిడ నోట్లో మాట ఫ్రెండ్స్‌కి చెప్పకుండా వుండలేదు. అది ఆవిడ బలహీనత" అని హెచ్చరించాడు.

అభిజిత్, పూజ యింటికి తిరిగి వచ్చారు.

డ్రైవరు జీప్సీ గ్యారేజ్‌లో పెట్టి వెళ్ళిపోబోతున్నాడు.

"సిద్ధార్థని దించి వచ్చావా?" అభిజిత్ అడిగాడు.

"దించి వచ్చాను సార్."

"ఇంత ఆలస్యం అయిందేం?"

"సిద్ధార్థ సరాసరి యింటికి వెళ్ళలేదు సర్."

"ఎక్కడికి వెళ్ళాడు?"

లోపలికి వెళ్ళిపోబోతున్న పూజ అభిజిత్ సిద్ధార్థ విషయం అడుగుతుంటే ఆగిపోయి వెనక్కు తిరిగింది.

"టాంక్‌బండ్ దగ్గర దించేయమన్నాడు. ఇంటి దగ్గర దించి రమ్మన్నారుగా మీరు. అందుకే నేనూ జీప్ దిగి నుంచున్నాను. అతను వెన్నెల్లో టాంక్‌బండ్ చూస్తూ కాసేపు బెంచీ మీద కూర్చున్నాడు.

తర్వాత లేచి చేతిలో ప్రైజ్ రెండు చేతులతో ఎత్తి పట్టుకుని– "ఐయామ్ హేపీ!" అన్నాడు. నేను చిత్రంగా చూస్తున్నాను. అతను యింకా బిగ్గరగా "డుయూ హియర్ మీ? మై మదర్ ఎర్త్! ఐయామ్ హేపీ!" బిగ్గరగా అంటూంటే అతని మాటలే ప్రతిధ్వనించాయి. నాకు భయం వేసింది. ఏమిటి అరుస్తున్నాడు ఈ కుర్రాడు అని దగ్గరకి వెళ్ళాను. భుజం మీద తట్టాను.

అతను నా వైపు తిరిగాడు. "ఐయామ్ వెరీ వెరీ హేపీ?" అన్నాడు.

ఏమనాలో తెలియక 'కంగ్రాచ్యులేషన్స్' అన్నాను సర్. అంతే! అతను నా చెయ్యి గట్టిగా పట్టుకున్నాడు "నీకు గుండె జబ్బు లేదుగా?" అని అడిగాడు.

"లేదు" అన్నాను.

"నాతో పరుగెత్తుతావా?' అంటూనే నా చెయ్యి పట్టుకుని టాంక్‌బండ్ పేవ్‌మెంట్ మీద పరుగెత్తాడు. నేనూ పరుగెత్తాను సర్! నాకూ సంతోషం అనిపించింది. వెన్నెల్లో!

నీళ్ళ పక్కన పరుగు బాగుంది. ఇద్దరం అలిసిపోయి వగరస్తూ వూపిరి అందినంత వరకూ పరుగెత్తి జీప్ దగ్గరకి తిరిగి వచ్చాం.

నాకు అర్థమైంది సర్. అతను చాలా సంతోషంగా వున్నాడు. చెప్పుకునేందుకు ఎవరూ లేనట్టున్నారు.

జీప్‌లో కూర్చోగానే అతను చొక్కాతో కళ్ళు తుడుచుకుంటున్నాడు.

ఈ సంతోష సమయంలో ఏడుస్తున్నాడు ఏమిటి అని ఆశ్చర్యం వేసింది.

"నీకెవ్వరూ లేరా?" అని అడిగాను.

"మా నానమ్మ వుంది. కానీ ఆవిడకి యివి అర్థంగావు" అన్నాడు.

"ఓహో! అదా" అన్నాను. అక్కడే జీప్‌లో చాలాసేపు కూర్చున్నాము.

"వెళదామా" అన్నాను, "ఊ!" అన్నాడు.

నేనే దోవలో ఒక కాకాహోటల్ దగ్గర జీప్ ఆపి స్పెషల్ టీ తెచ్చి యిచ్చాను.

"వద్దు" అన్నాడు.

"తాగు! నీకు ప్రైజ్ వచ్చిందిగా మనం సెలబ్రేట్ చేసుకుంటున్నాము" అన్నాను. ఇద్దరం తాగాం. నేను వద్దంటున్నా అతనే డబ్బులు యిచ్చాడు. ఇంటి దగ్గర దించి వచ్చాను సార్. అందుకే యింత ఆలస్యం అయింది. డ్రైవర్ చాలా రోజుల నుంచీ వుంటున్నాడు. అభిజిత్‌కి నమ్మకమైన వాడు.

అభిజిత్ చకితుడైనట్లు వింటున్నాడు.

అతని వెనక రెండడుగుల దూరంలో నిలబడి వింటున్న పూజ ముఖం వడిలిపోయింది. రివ్వున వెనక్కి తిరిగి యింట్లోకి పరుగెత్తింది.

22

అభిజిత్ అందరికీ హోటల్ గ్రాండ్ ప్యాలెస్‌లో డిన్నర్ యిచ్చాడు. తన కంపెనీ బోర్డ్ ఆఫ్ డైరెక్టర్స్ వారి కుటుంబాలతోపాటు మాథుర్ కుటుంబం, సోనాలి, సిద్ధార్థ, ఆఫీస్ స్టాఫ్ అందరూ వచ్చారు. నిషాని డిన్నర్‌కి తప్పనిసరిగా రమ్మనమని తనే స్వయంగా ఫోన్‌లో ఆహ్వానించాడు. శారదాంబగారు, డాక్టర్‌గారు వచ్చారు.

"పూజా! నేను కొంచెం నిషాతో మాట్లాడాలి. సిద్ధార్థని చూసుకో. అతను ఎవ్వరితోనూ కలవడు" అభిజిత్ ముందే చెప్పేశాడు.

పూజ తల వూపింది.

డిన్నర్ మొదలైంది. ఆహుతులంతా వచ్చారు. అందరూ సరదాగా కబుర్లు చెప్పుకుంటున్నారు. సోనాలి అందరి కళ్ళకీ ఆకర్షణగా వుంది.

ఆమె విపరీతమైన మేకప్ చేసుకోలేదు. జుట్టు వదిలేసుకుంది. చెవులకి పొడుగాటి జూకాలు పెట్టుకుంది. మెడలో ముత్యాలహారం మాత్రం వుంది. ఆమె నడక, ఆమె డ్రెస్, చదువుకున్న ఆత్మ విశ్వాసం, ఆమె ముఖ్యంగా అందరినీ ఆకర్షించే కనుముక్కు తీరు, సోనాలి త్వరలోనే ఆడవారిలో, మగవారిలో పాపులర్ అయింది. అందరూ పలకరిస్తున్నారు. పలకరించని వారిని తనే స్వయంగా వెళ్ళి పనిగట్టుకుని పలకరిస్తోంది. మాటిమాటికి ఏదో ఒక వంకతో అభిజిత్ పక్కన వెళ్ళి నిలబడుతోంది? మిసెస్ మాథుర్ ఒక్కత్తే అసహనంగా సోనాలి ప్రవర్తన నచ్చనట్టు చూస్తోంది.

పూజ సిద్ధార్థ దగ్గరే కూర్చుంది. ఇద్దరూ ఒకే టేబుల్ దగ్గర కూర్చున్నారు.

ఆమె రాక గమనించగానే సిద్ధార్థ లేచి నిలబడి నమస్కరించి వెళ్ళబోతుంటే ఆమె అతన్ని చెయ్యి పట్టి కుర్చీలో కూర్చోపెట్టి తనూ కూర్చుంది. వారం రోజులుగా సిద్ధార్థ మిసెస్ మాథుర్‌తో చాలా బిజీగా వున్నాడు. మిగతా టైమ్‌లో అభిజిత్‌తో డిజైన్స్ గురించి చర్చ. ఎప్పుడూ ఎవ్వరితో ఒకరితో పీకలవరకూ పనిలో మునిగిపోయినట్లున్న అతను ఎంత ప్రయత్నించినా పూజ కలవటానికి దొరకలేదు. మిసెస్ మాథుర్ దగ్గర వున్నాడని తెలిసి వెళ్ళింది. సిద్ధార్థ మెడలో బట్టలు కొలిచే టేప్ వేళాడుతోంది. చేతిలో ప్యాడ్, పెన్సిల్ వుంది. మిసెస్ మాథుర్ అతను డిజైన్ కొలతలు చర్చిస్తున్నారు.

పూజ కొద్దిసేపు వుండి వచ్చేసింది. పూజకి క్రమంగా అర్థమవుతోంది. తను చాలా సంయమనంతో వ్యవహరించాలి. తొందరపడకూడదు. సిద్ధార్థ ఎక్కడికీ వెళ్ళడు.

మెల్లగా తమ జీవనశైలీ ప్రవాహంలోకి వచ్చి చేరుతున్నాడు. అభిజత్ అలా తీసుకువస్తున్నాడు.

మార్కెటింగ్ మేనేజర్, మార్కెట్లోకి యాడ్ వెళ్ళిన కొద్ది ఆర్డర్స్ రావటం పెరుగుతుందని సంతోషంగా చెబుతున్నాడు. మిసెస్ మాథుర్ యింకో పదిమందిని కుట్టేవారిని చేతిక్రింద వేసుకుంది. వారు కూడా సరిపోవటం లేదు. ఇంకో ఆరుగురిని తీసుకోమని అభిజిత్ సలహా యిచ్చాడు.

దాదాపు ఆరురోజుల తర్వాత సిద్ధార్థ తీరికగా కన్పించాడు.

పని ఎక్కువగా వుండటంతో అతని ముఖం కొద్దిగా చిక్కినట్లుగా వుంది.

టేబుల్ దగ్గర యింకో కుర్చీ అభిజిత్ కోసం, ఒక కుర్చీ సోనాలి కోసం ఖాళీగా వుంది. ఆ యిద్దరూ రాలేదు. పూజ చూసింది. అభిజిత్ దూరంగా నిషాతో మాట్లాడుతున్నాడు. మిసెస్ మాథుర్, మాథుర్ వచ్చి పూజ టేబుల్ దగ్గర కూర్చుంటూ "అభిజత్, నిషా యింకో టేబుల్ దగ్గర కూర్చుంటామన్నారు. మమ్మల్ని యిక్కడ కూర్చోమన్నారు" అంది మిసెస్ మాథుర్.

"తప్పకుండా! రండి" అంది పూజ.

నలుగురూ కబుర్లు చెప్పుకుంటూ భోజనం చేస్తున్నారు.

సిద్ధార్థకి మధ్యలో పలమారింది. వూపిరాడని దగ్గు వచ్చింది.

పూజ వెంటనే లేచింది. అతనిచేత మంచినీళ్ళు త్రాగించింది.

కొంగుతో ముఖానికి పట్టిన చెమటలు తుడిచింది. అతడు ఆమెకి దూరంగా జరగాలని ముడుచుకుపోతున్నట్టుగా కుర్చీలో పక్కకి ఒదిగి పోయాడు. అతని తలని నిమిరింది. రెండు చేతులతో అతని ముఖాన్ని దగ్గరకు తీసుకుని పొట్టకి అదుముకుంది. "సిద్ధూ! సిద్ధూ!" అంటోంది. "బేరర్! నీళ్ళు తీసుకురా త్వరగా చప్పున" అరిచేసింది.

చుట్టు ప్రక్కల టేబుల్స్ దగ్గర కూర్చున్న వారంతా భోజనాలు చేయటం అప్రయత్నంగా మానేసి ఆమెనే చూస్తున్నారు.

సిద్ధార్థని ఆమె పొట్టకి అదుముకుని భుజాలచుట్టూ చేయివేసి దగ్గరకు తీసుకున్న తీరు గమనిస్తున్నారు... వారికి అది వింతగా వుంది. పూజ ఎవరిపట్లా యిలా చనువుగా ప్రవర్తించటం వారెప్పుడూ చూడలేదు. బేరర్ పరుగున నీళ్ళు తెచ్చాడు. పూజ సిద్ధార్థ చేత తాగించబోతుంటే అతను తీసుకుని తాగాడు. "ఏమైంది స్వీటీ?" సోనాలి వచ్చింది. "ఏం లేదు. పొలమారింది" అంది మిసెస్ మాథుర్.

దూరంగా, స్పెషల్ రూమ్‌లో స్పెషల్ గెస్టుగా నిషాతో కూర్చుని భోజనం చేస్తున్న అభిజిత్ నిషాని అడుగుతున్నాడు.

"నిషా! నిజంగా నీ మనసులో మాట చెప్పు. ఆయన్ని మనస్ఫూర్తిగా వివాహం చేసుకోవాలన్పిస్తోందా?"

నిషా తలెగరేసింది.....

"మీ జెనరేషన్‌లో ఎంతమంది మనస్ఫూర్తిగా పెళ్ళిళ్ళు చేసుకున్నారు? చెప్పండి అంకుల్."

"నావరకూ నేను పూజని మనస్ఫూర్తిగా యిష్టపడే కావాలని కోరుకుని వివాహం చేసుకున్నాను."

"మీరెప్పుడూ రిగ్రెట్ అవలేదా?"

"అవలేదు. అవను కూడా."

"ఎలా చెప్పగలరు?"

"పెళ్ళి చేసుకునే ముందు పూజ వ్యక్తిత్వం ఏమిటో క్షుణ్ణంగా అర్థం చేసుకునే మేరీడ్ ప్రపోజల్ చేశాను. అది నా అదృష్టం అని తర్వాత ఋజువైంది."

"మీలో ఏమీ సర్దుబాట్లు లేవా?"

"లేవు!" అతని కంఠ స్వరం ఖచ్చితంగా అంది.

"మీకు పిల్లలు లేరు."

"అది మా ఇద్దరి తప్పు కాదు. లోపం కాదు."

"........"

"నేను ఎందుకు నీకు యింత వివరంగా జవాబులు చెబుతున్నాను?"

అతను టేబుల్ మీద మోచేయి ఆనించి నిషా కళ్ళలోకి చూస్తూ చెప్పాడు. "మనిషి జీవితంలో వివాహం అనేది చాలా ముఖ్యం. ఎన్నింటికో యిది పునాది అవుతుంది. నువ్వు వయసుమళ్ళిన వ్యక్తితో వివాహానికి సిద్ధపడుతున్నావు. మీ యిద్దరి మధ్యా ప్రేమ అంకురిస్తే నేను కాదనను."

"మా మధ్య ప్రేమ అనే మాటే లేదు" నిషా ఖచ్చితంగా చెప్పింది.

అభిజిత్ వెనక్కి ఆనుకున్నాడు. ఆమెని నిశితంగా చూశాడు.

"ఆయనని ప్రేమిస్తున్నానన్నావు?" అడిగాడు.

"ఆ మాటని మా అమ్మా నాన్నల నోరు మూయించేందుకు ఆసరాగా వాడుకుంటున్నాను. దానికి తిరుగులేదని, ఎవ్వరూ ప్రశ్నించరని నాకు తెలుసు" నిషా ఆగింది.

అభిజిత్ ఆ అమ్మాయి ముఖమే చూస్తున్నాడు.

"మరి మీ మధ్య వున్నది ఏమిటి? అని కదూ మీరడగబోయేది? మా మధ్యన వున్న బలమైన ఆకర్షణ ఒక బిజినెస్ డీల్."

"ఏమిటది?"

"నేను అతని కున్న ఆంతరంగిక వ్యవహారాలు చక్కపెట్టుకోవడానికి సాయపడాలి. అతను నాకు నేను కోరిన డబ్బు చెల్లిస్తాడు. ఆ డబ్బు పొందిన తర్వాత నేను అతనికి డైవోర్స్ చేసేస్తా. నాకు నిజంగా యిష్టం వున్న కిరణ్‌ని పెళ్ళాడుతాను."

"కిరణ్ అంటే.... నీ క్లాస్‌మేట్.... మీ నాన్న ఒకసారి మీ యింటికొస్తే అతన్ని కొట్టాడు."

"కరెక్ట్! అతనే! మా నాన్న నేను ప్రేమించిన అతన్ని అవమానించాడు. ఆ క్షణంలోనే మా వాళ్ళకీ నాకూ సంబంధం తెగిపోయింది. నేను కిరణ్‌ని తప్ప ఎవ్వర్నీ చేసుకోను."

"ఇది ఆ పెద్దాయనకి తెలుసా?"

నిషా తల అడ్డంగా తిప్పింది "తెలీదు"

"అతను నీకు డైవోర్స్ యిస్తాడని నమ్మకం ఏమిటి?"

"నేను ముందే ఆయన నాకు ఆ విధంగా వ్రాసి యివ్వాలని షరతు పెట్టాను కూడా."

"ఆయన నీకు డబ్బు యివ్వకుండా మోసం చేస్తే?"

నిషా క్షణం ఆలోచించింది. "నాకూ వచ్చింది ఆ ఆలోచన. నాకు అలాటి మోసమే జరిగితే....." నిషాపెదవులు బిగించింది. "వాడు బ్రతకడు" సింపుల్‌గా చెప్పేసింది.

అభిజిత్ కుర్చీలో వెనక్కి ఆనుకుని నిషానే చూస్తున్నాడు.

తన కళ్ళముందు పెరిగి పెద్దయిన నిషా! ఇంత దారుణమైన ఆలోచనలు చేయగల మనిషిగా ఎప్పుడు మారింది?"

అతనికి నిషాని చూస్తుంటే ఆగ్రహం రావట్లేదు- జాలి వేస్తోంది. 50 సంవత్సరాల భవిష్యత్తు పూర్ణకుంభంలా నిండుగా ఆమె ముందు వుంది. కానీ ఆమె జీవితాన్ని నలిపి చిత్తు కాగితంగా వుండచేసి గిరాటు వేసుకునే ఆలోచన్లు చేస్తోంది. ఆయనని చంపేస్తానని సింపుల్‌గా చెప్పేస్తోంది. అంత అనుభవంగల ఆ వ్యక్తి నిషాని ఆ మాత్రం పసిగట్టలేడా!! అతని చేతులకి తన జీవితం అప్పగించినంత సులభంగా ఆ ముళ్ళకంచెనుంచి జీవితం విడదీసుకోగలదా? నిషానే చూస్తున్నాడు అభిజిత్.

నిషాకి ఏం తక్కువ? చూడడానికి బాగానే వుంది. చదువు, డబ్బు, తల్లిదండ్రుల అండ. ఇన్ని వున్నా ఆమె పతనావస్థకి చేరుకునే ఆలోచన చేస్తోంది. ఎందువలన?

"ఇంత ఎందుకు నిషా! నువ్వూ-కిరణ్ రిజిష్టర్ మేరేజ్ చేసుకుని హాయిగా బ్రతకవచ్చుగా?"

నిషా నవ్వింది. ఆ నవ్వులో అపజయముంది.

"అది కుదరదు! మేం పెళ్ళయితే చేసుకోగలం. కానీ బ్రతకటం ఎలా? కిరణ్‌కి చదువు పూర్తికాలేదు, నాదీ కాలేదు. మాకు కొంతమంది ఫ్రెండ్స్ సర్కిలున్నారు. మాకు కొన్ని ఖర్చులున్నాయి. వాటికి డబ్బు కావాలి."

"కాదనను. కానీ యిలాటిదేదో కిరణ్‌తోనే చేయవచ్చుగా?"

"కిరణ్ భయస్థుడు. చొరవ తీసుకోలేడు. తీసుకున్నా స్థిరంగా ఆ నిర్ణయానికి నిలబడలేడు. అందుకే ఆ డబ్బు బాధ్యత నేను తీసుకున్నాను."

"ఇది చాలా క్లిష్ట సమస్య."

"ఇది ఒక ఛాలెంజ్‌గా తీసుకున్నాను."

"కిరణ్ యిది భరిస్తాడా?"

"ఎందుకు భరించడు? మీ పెద్దతరంలాటి చాదస్తాలు, మైలపడటాలు మాకు లేవు. మాకు మనసు ముఖ్యం కానీ శరీరాలు కాదు. ఇద్దరు గర్ల్ ఫ్రెండ్స్‌తో స్నేహం గడిపి వదిలేసుకున్న కిరణ్‌ను నేను అంగీకరించలేదా? అతను నన్ను ఎందుకు అంగీకరించడు? ఆడదానికో నీతి, మగవాడికో నీతి అంటూ మా మధ్య లేవు, సర్దుబాట్లుకే మాకు ప్రాధాన్యత. సర్దుబాట్లు చేసుకోగలిగితేనే యీ జీవితంలో ఆనందం సులభంగా పొందగలం అని మాకు బాగా తెలుసు."

అభిజిత్‌కి చెవులు మూసుకోవాలన్పిస్తోంది.

ఆ క్షణంలో అతనికి ఆగ్రహం వచ్చింది. కానీ అది నిషా మీద కాదు- ఆమె తల్లిదండ్రుల మీద. ఒక్కగానొక్క పిల్ల! ఆమె మీద తను అధికారం చెలాయించాలి అని, తమ హక్కు అని పాతతరంగా నమ్ముకున్నారు. ఇప్పుడు నిషా తనే కాదు, తను ప్రేమించిన కిరణ్‌ని, జన్మ యిచ్చిన తల్లిదండ్రుల్ని కూడా యింకా కష్టాల్లోకి లాక్కు వెళుతోంది. పరవళ్ళు తొక్కే యీ ప్రవాహానికి యీ స్థితిలో అడ్డుకట్ట వేయడం కూడా కష్టమే. ఇది వరదపొంగు వచ్చిన తర్వాత ఆనకట్ట ఎక్కడ కట్టాలి అని చేసే యోచన లాంటిది.

ఇందుల్లో నుంచి నిషా, మాధుర్ దంపతులు బైటపడటం జటిల సమస్యే! ప్రయత్నం పెద్ద ఎత్తునే జరగాలి.

"ఎక్స్‌క్యూజ్‌మీ" విన్పించింది.

అభిజిత్ తిరిగి చూశాడు.

సోనాలి గుమ్మంలో వుంది. "నేను డిస్టర్బ్ చేశానా? అయామ్ వెరీ సారీ!" అంది. అందిగానీ వెనక్కి తిరిగి వెళ్ళిపోలేదు.

"నోనో! సోనాలీ! కమాన్" నిషా ఆహ్వానించింది.

సోనాలి వచ్చి కూర్చుంది.

"నేను భోజనం చేయలేదు సర్! మీతో కలిసి భోజనం చేయాలని....." అంది

"ఇప్పుడు మాత్రమేమైంది? మేం మాటల్లోపడి చూశావా భోజనం సగంలోనే వున్నాం. మాతో కలువు" నిషా బేరర్‌ని పిలిచి భోజనం తెమ్మని అంది.

నిషా "ఎక్స్‌క్యూజ్‌మీ, ఇప్పుడే వస్తాను. ఒక ఫోన్ చేయాలి..... అంటూ లేచి అభిజిత్ వైపు చూసి "అంకుల్! గెస్ చేయండి నేనెవరికి ఫోన్ చేయడానికి వెళుతున్నానో? గెలిస్తే మీకు నేను వంద యిస్తాను.... ఓడిపోతే మీ నుంచి 200 వసూలు చేస్తాను. ఓ.కె" అంటూ వెళ్ళిపోయింది.

సోనాలి, అభిజిత్ ఒంటరిగా స్పెషల్ రూమ్‌లో మిగిలిపోయారు.

"సర్! అభిజిత్ పేరు నాకు చాలా యిష్టం. నేను మిమ్మల్ని పేరుతో పిలవచ్చునా? లేక సాంప్రదాయంగా, పురాతనంగా సార్ అనే పిలవాలా?"

"అభిజిత్ అని పిలవవచ్చు."

"థ్యాంక్యూ సర్-సారీ అభిజిత్" అంది.

బేరర్ భోజనం తెచ్చాడు.

సోనాలి గడ్డానికి చేయి ఆనించుకుని అభిజిత్‌నే చూస్తోంది. "అభిజిత్!" ఇష్టంగా ఆ పేరు అని- "ఇంత మంచి పేరు మీకెవరు పెట్టారు?" అని అడిగింది.

"నామ నక్షత్ర ప్రకారం చూసి ఓ పిలక బ్రాహ్మణుడు పెట్టాడు" అన్నాడు అభిజిత్.

"ఓ!" సోనాలి నవ్వింది.

అభిజిత్ సీరియస్‌గా ఆమె నవ్వు పట్టనట్లుగా భోజనం చేయసాగాడు.

23

మర్నాడు సాయంత్రం పూజ సోఫాలో కూర్చుని క్రితం రాత్రి డిన్నర్‌లో స్టాఫ్ ఫోటోగ్రాఫర్ తీసిన ఫోటోలు ఒక్కొక్కటీ చూస్తోంది. కంపెనీ తరఫున మీటింగ్‌గాని, డిన్నర్‌గాని, ఇంకే ఫంక్షన్‌గానీ జరిగినా ఫైల్ కీపింగ్ కోసం స్టాఫ్ ఫోటోగ్రాఫర్ ఫోటోలు తీస్తాడు. ఇంత క్రితమే కవరు తెచ్చి యిచ్చి వెళ్ళాడు. పూజ వాటిని చూస్తోంది. ఆమె కళ్ళు సిద్ధార్థ కోసమే వెతుకుతున్నాయి. ఒకదాంట్లో అభిజిత్ అతని భుజంమీద చెయ్యి వేసి ఎవరికో పరిచయం చేస్తున్నాడు. ఇంకో దాంట్లో తనూ, అటూ ఇటూ సిద్ధార్థ, అభిజిత్. సిద్ధార్థ ఆ రోజు హాస్పిటల్‌కి తను కొని తీసుకు వెళ్ళిన బట్టలే వేసుకున్నాడు. ఆ రోజు ఫంక్షన్ రోజూ యివే ధరించాడు. పూజ తనూ, సిద్ధార్థ, అభిజిత్ కలిసి వున్న ఫోటోలనే చూస్తూ వాటిని తీసి విడిగా పెట్టుకుంటోంది. ఆ ఫోటోలో దృశ్యం యీ ప్రపంచంలో కూడా అత్యంత కమనీయమైనదిగా అన్పిస్తోంది, ఎంతసేపు చూసినా తనివిదీరటం లేదు. ఆమెకి ఈ క్షణంలో యీ ప్రపంచం అంతా ఒక సుమధుర సుందరవనంగా అన్పిస్తోంది! అభిజిత్‌కి సిద్ధూ విషయం చెప్పాలని మనసు ఎంత వేగిర పడుతోందో అంత ఆలస్యం అవుతోంది. అభిజిత్ యీ కొత్త డ్రెసెస్ మార్కెట్‌లోకి రిలీజ్ చేసే పర్యవేక్షణతో క్షణం తీరటం లేదు. కొత్తగా తీసుకున్న ఫార్మాస్యూటికల్ కంపెనీలో కూడా పని ఎక్కువగా వుంది. పూజ నిట్టూర్చింది. ఏదయినా ప్రత్యేక విషయం చెప్పాలి. అంటే ఒక ప్రత్యేక సమయం కావాలి. తగినంత వ్యవధి వుండాలి. తను ఒక్కత్తే యీ ఆనందం పొందటం, అభిజిత్‌ని దగా చేస్తున్నంత వ్యధగా వుంది.

ఇంతలో ఫోన్ మోగింది. పక్కనే వున్న ఫోన్ తీసింది పూజ.

మిసెస్ మాథుర్ చేసింది.

"ఫోటోలు వచ్చాయి చూశావా పూజా!"

"ఇప్పుడే చూస్తున్నాను."

"అందులో సోనాలి వున్న ఫోటోలు చూశావా?"

"చూశాను. చాలా వాటిల్లో వుంది. నియానిరి సెంటర్ ఆఫ్ ఎట్రాక్షన్ నిన్న తనే."

"సోనాలి, అభిజిత్ స్పెషల్ రూమ్‌లో వున్న ఫోటో చూశావా?"

"చూసినట్లున్నానే" పూజకి అది ప్రత్యేకంగా గుర్తు లేదు.

"ఒకసారి తీయి" మిసెస్ మాథుర్ చెప్పింది.

"ఎందుకు?" పూజ దానికోసం వెతికి తీసింది.

అందమైన లేస్ క్లాత్ పరిచిన గుండ్రటి టేబుల్‌మీద మధ్యలో మంచి పనితనం చేసిన కొవ్వొత్తుల స్టాండ్ వుంది.

ఆ వెలుగులో సోనాలి, అభిజిత్ అభిముఖంగా కూర్చుని వున్నారు.

అభిజిత్ ఒక అరచేతి క్రింద మరో అరచెయ్యి ఆనించి గడ్డం క్రింద పెట్టుకుని తదేకంగా వింటున్నాడు. సోనాలి టేబుల్ మీద కాస్త ముందుకు వంగింది. ఆమె అందమైన జుట్టు సగం చెంపని కప్పేస్తోంది. వెలుగునీడలు, గది రంగులు, ఆ యిద్దరూ కూర్చోవటం ఫోటోగ్రాఫర్ చాలా శ్రద్ధగా తీసినట్టుగా వుంది.

"చూశావా?"

"ఊ!" అంది.

"అసలు సోనాలి అక్కడికి ఎందుకు వెళ్ళినట్టు? నిషా, అభిజిత్ అక్కడ మాట్లాడుతుంటే సోనాలి 'ఎక్స్క్యూజ్‌మీ' అంటూ వెళ్ళిందట. అక్కడే భోజనం చేసిందట."

పూజ వింటోంది. ఇప్పుడు ఏమయిందని ఆవిడకి ఆ బాధ!

"పూజా! నేను నీకు వార్నింగ్ యిస్తున్నాను. సోనాలి విషయంలో మనం చాలా జాగ్రత్తగా వుండాలి. సోనాలి చాలా ఫాస్ట్! అభిజిత్‌తో ఆమె చనువు నాకు నచ్చలేదు."

పూజ నవ్వేసింది. "మిసెస్ మాథుర్! ఇలా ప్రతిదానికి భయపడితే మనం యీ లోకంలో బ్రతకలేం."

"ప్రతిదానికీ జాగ్రత్త పడకపోతే కూడా బ్రతకలేం. ఏ పుట్టలో ఏ పాముందో అన్నట్టు ఎవరి తలలో ఏ వెర్రి ఆలోచనలు వున్నాయో మనకేం తెలుస్తుంది."

"సరే! అభిజిత్‌కి చెబుతానులెండి."

"అతనికి చెప్పటం కాదు. నువ్వే జాగ్రత్తగా వుండాలి. నీకు తెలియదమ్మాయి. ఈ ప్రపంచంలో 45 సం॥ దాటిన సక్సెస్‌ఫుల్ బిజినెస్‌మాన్‌కి అంటే వుండే ఆకర్షణ భార్యకి పరిమితం. సాటి ఆడవారితో వుండే థ్రెట్ చాలా ప్రమాదకరమైనది."

పూజ యింకా నవ్వింది. "ఈ మాట కూడా అతనికి చెప్పనా?"

"నిన్ను జాగ్రత్తగా వుండమని నేను హెచ్చరిస్తుంటే అతనికి చెబుతానంటావేమిటి పూజా?" ఆవిడ మొత్తుకుంది.

"మిసెస్ మాథుర్! మీరు చెప్పిన ప్రమాదాలు అభిజిత్‌కి 30వ సంవత్సరంలోనే నాకు ఎదురయ్యాయి. ఆ చికాకు అతనిదే. నాకేం సంబంధంలేదు. నాకా భయంలేదు" హాయిగా నవ్వేస్తుంటే అభిజిత్ వచ్చాడు. "ఏమిటి నీకు భయం లేదంటున్నావు?" అన్నాడు.

"మిసెస్ మాథుర్ ఫోన్ చేసింది."

"ఓ! ఆమెతో మాట్లాడాలి" అతను ఫోన్ తీసుకుని డ్రెసెస్ గురించి ఐదారు తీసుకోవాల్సిన జాగ్రత్తలు చెప్పాడు. "మిసెస్ మాథుర్! ఇంకో మోడల్‌ని కూడా మీరు చూడాలి. సోనాలి ఒక్కత్తె అయితే, అన్నింట్లో రావటంతో జనానికి విసుగు రావచ్చు" అన్నాడు. అతను ఫోన్ పెట్టేశాడు. పూజ అతనికి సోనాలి, అతను వున్న ఫోటో చూపిస్తూ 'చాలా బాగుంది కదూ?' అంది.

"ఊ!" అతను దాన్ని తీసి పక్కన పడేసి ఆమె పక్కన కూర్చుంటూ "పూజా! ఎల్లుండే మనం సింగపూర్ ప్రయాణం. ఇవిగో టికెట్స్" అని బ్రీఫ్‌కేస్ తెరిచి యిచ్చాడు.

అంతవరకూ నవ్వుతూ మనోహరంగా వున్న పూజ ముఖం బిత్తరపోయినట్లయింది.

అభిజిత్ ఫోటోలని టీపాయ్‌మీద తోసి సోఫాలోకి కాళ్ళెత్తి వెనక్కి వాలి ఆమె ఒడిలో తల పెట్టుకుని పడుకుని కళ్ళు మూసుకున్నాడు. "అబ్బా! ఏమిటో లైఫ్ చాలా బిజీగా, గందరగోళంగా వుంది. ఐ నీడ్ రెస్ట్!" అన్నాడు. "మనం సింగపూర్ వెళుతున్నాం" అన్నాడు.

"ఇంతపని పెట్టుకుని వెళ్లటం ఎలా?" అంది.

"ఎంత పని? అందరికీ అన్నీ అప్పచెప్పేశాం. ఇంతకంటే ఎక్కువ పనిచేస్తున్నప్పుడే మనం వెళ్ళిపోయాం."

పూజ అతని తలమీద చెయ్యి వేసి నిమురుతోంది. ఒక్కొక్క రోజు సిద్ధార్థ విషయం అభిజిత్‌కి తెలియకుండా గడుస్తుంటే ఒక్కొక్క యుగం అతన్ని మోసం చేస్తున్నట్టుగా అన్పిస్తోంది.

"ఏమిటీ నేను వచ్చేసరికి మిసెస్ మాథుర్‌తో నాకు భయంలేదు అంటున్నావు" అడిగాడు.

పూజ చిరునవ్వుతో ఆవిడ హెచ్చరిక చెప్పింది.

"ఓ గాడ్!" అన్నాడు.

పూజ వచ్చి కూర్చుంది. అభిజిత్ చెవి అందుకున్నాడు. ఇంతలో ఫోన్ మోగింది. పూజ తీసింది. సోనాలి చేసింది.... "వచ్చే ఆదివారం మా యింట్లో లంచ్. ఫ్యామిలీ ఫ్రెండ్స్ వస్తున్నారు. మీరూ, సర్ రావాలి" పూజ ఫోన్ మూసి చెప్పింది. "కుదరదు అని చెప్పు" అన్నాడు. "కుదరదు అభిజిత్"కి అని ఫోన్ పెట్టేసింది పూజ. అతను సోనాలి డిన్నర్ టేబుల్ దగ్గర వున్న ఫోటో చూపించింది పూజ.

"ఈ ఫోటో చూసే ఆవిడ భయపెడ్తోంది నన్ను" అంది.

"ఊ!" అతను కళ్ళతోనే ఆ ప్రసంగం చాలించమన్నట్టు మందలింపుగా చూశాడు.

ఫోటో చూస్తూ "మంచి ఫోటోజెనిక్ ఫేస్! షియీజ్ యంగ్ అండ్ బ్రయిట్" అన్నాడు.

"వెరీ క్లవర్ అండ్ ఎద్యుకేటెడ్ కూడా" అంది పూజ. సోనాలి ఆ ఫోటోలో నిజంగా చాలా బాగుంది.

"అవి ఇప్పటి మోడల్స్‌కి తప్పనిసరిగా వుండాలి" అతను ఫోటో టీపాయ్‌మీద పెట్టేస్తూ "శారదాంబగారితో మాట్లాడాను. సిద్ధార్థని వాళ్ళ యింట్లో గది యివ్వటమే కాదు. అతన్ని పెయింగ్ గెస్ట్‌గా తీసుకుని జాగ్రత్తగా చూస్తానంది."

"నిజంగానా!" పూజ అతని మీదకి వంగి నుదుట మీద గట్టిగా ముద్దు పెట్టుకుంది. "థ్యాంక్యూ అభీ!" అని లేవబోతుంటే అతని చేయి ఆమె తలమీద ఆనించి ఆపు చేశాడు. "థాంక్స్ చెబుతున్నావా? ఇందులో నేను నీకు పర్సనల్‌గా చేసిన ఫేవర్ ఏముందిరా? సిద్ధార్థ అవసరం మన కంపెనీకి వుంది. మనం అతనికి వూరికే సాయం చేయడం లేదు. సాయంత్రం అతను ఆఫీసుకు వచ్చాడు. కంపెనీ ఎడాప్షన్ అంగీకరిస్తున్నట్టు సంతకం చేశాడు." పూజ అతని మీదకి మళ్ళీ వంగింది. ఆమె గొంతులో ఏదో అడ్డు పడ్డట్టే అయింది.

అభిజత్ చెబుతున్నాడు. "అతనితో ఒక పెద్ద చిక్కు వుంది పూజా! చాలా తక్కువ మాట్లాడతాడు. మనసులో మాట ఒక పట్టాన చెప్పడు. అతనితో కమ్యూనికేట్ చేయటం చాలా కష్టం. ఓ పట్టాన సంతకం చేయలేదు. ఏమైనా అభ్యంతరాలున్నాయా అంటే మాట్లాడడు. సీరియస్‌గా కూర్చుంటాడు. చివరికి నేనే ఆ ఎగ్రిమెంట్ మళ్ళా ఒకసారి చదివి చివరలో "సిద్ధార్థ ఏ విషయంలోనైనా యీ కంపెనీ నుంచి రిజైన్ చేసి వెళ్ళిపోయే హక్కు వుంది. సంజాయిషీ చెప్పటంగానీ, నోటీసు యివ్వటంగాని చేయనవసరంలేదు అని వాక్యాలు జతచేయించాను. వెంటనే సంతకంచేసేశాడు. "థ్యాంక్ యూ సర్" అన్నాడు.

అతను పని ప్రతిభావంతంగా, చాలా సునాయాసంగా చేస్తాడు నిజమే! కానీ ఎదుటవాళ్ళలో అభద్రతా భావం ఎక్కువ కల్పిస్తాడు. ఎప్పుడూ ఏ నిమిషంలోనైనా ఎదుట వారి నుంచి పారిపోయే మనిషిలా వుంటాడు. శారదాంబగారు సోమవారం మంచి రోజు అని చెప్పింది. అతనికి కావాల్సిన సామాను కొని ఆ ఏర్పాట్లు చూడు."

పూజకి ఆనందంతో నోట్లోంచి మాట రావటం లేదు. ఆమె ముఖం అతని నుదురుకి ఆనింది. అభిజిత్ చిరునవ్వుతో అన్నాడు. "ఒకటి మాత్రం నాకు తెలిసింది. సిద్ధార్థ కేదయినా చేస్తే నీకు సంతోషం. నీకు సంతోషం వచ్చేస్తే అడగని బహుమతులు నాకు దక్కేస్తున్నాయి. నిన్ను యింత వుత్సాహంగా పెళ్ళి అయిన తర్వాత నేనెప్పుడూ చూడలేదు. నాకు నువ్వు కొత్తగా అన్పిస్తున్నావు. సింగపూర్ నీతో ఎప్పుడు పారిపోదామా అని చూస్తున్నాను."

"ఊ!" పూజ లేవబోతుంటే అతను ముఖాన్ని దగ్గరకి వంచుకున్నాడు.

"ఇదేమిటి? చెంపలు యింత వేడిగా వున్నాయి. జ్వరం వచ్చిందా?" ఆదుర్దాగా అడిగింది.

"వచ్చినట్టే వుంది. తలనొప్పి, ఒళ్లు నొప్పులుగా వుంది. అందుకే త్వరగా వచ్చేశాను."

పూజ లేచి వెల్లి ఫ్యామిలీ డాక్టర్‌కి ఫోన్ చేసింది.

***

రాత్రి అయింది. అభిజిత్ మంచం మీద నిద్రపోతున్నాడు. అతనికి జ్వరం బాగానే వచ్చింది. డాక్టరుగారు వచ్చి చూశారు. సీజనల్ ఫీవర్. త్వరగానే తగ్గిపోతుంది" అన్నారు.

"రేపు ప్రొద్దుటే నేను నాగార్జునసాగర్ వెళ్ళాలి" అన్నాడు.

"నువ్వు ఎక్కడికి వెళ్ళటం?" అంది.

అభిజిత్ పూజ బలవంతం మీద బ్రెడ్ తిని, పాలు తాగి, త్వరగానే నిద్రపోయాడు. అతనికి రగ్గు కప్పుతూ యిష్టంగా చూస్తూ అనుకుంది.

నాకు కాస్త ఒంట్లో బాగాలేకపోతే ఎన్నో జాగ్రత్తలు చెప్పి గొడవ చేస్తాడు. తనకి ఏదయినా వస్తే ఏం కాదు అంటూ తోసేస్తాడు. ఎంతసేపూ ఎదుటవారికి ఆనందం యివ్వటమే తన బాధ్యత అనుకుంటాడు. కోరే హక్కు వుందని ఒప్పుకోడు. చిత్రమైన మనస్తత్వం. పూజ అతని మీద చేయి వేసి మంచం మీదనే కూర్చుంది. నిద్రలో నిర్మలంగా వున్న అతని ముఖం చూసినకొద్దీ, పూజ మనసు తరుక్కుపోతోంది. సిద్ధార్థ విషయం

ఎలా తీసుకుంటాడనేదే బెంగగా వుంది. అతనికి చెప్పలేని ఒక్కొక్క రోజూ ఒక్కొక్క పాపకూపంలా వుంది. సిద్ధార్థ విషయం తన పెదవుల మధ్య నుంచి బైటకి రాగానే అతనికీ తనకీ అవ్యక్తమైన అఘాతం రావటం ఖాయమేమో అని మనసు చెదురుతోంది. చెప్పేయాలని మనసు ఎంత తొందరపడుతోందో, వివేకం అంత వెనక్కి లాగుతోంది. ఈ విషయం చెప్పేసి అతన్ని ఒంటరివాడిని చేసేకంటే మౌనమే వుత్తమ మార్గమా అని సంశయం వేధిస్తోంది. తన ఆనందం అతన్ని ఒంటరివాడిని చేసేస్తుందేమోననే భయమే నోరు విప్పలేని ఆశక్తురాలిని చేస్తోంది. నిద్రలో ఆకర్షణీయంగా వున్న అతని ముఖం చూస్తుంటే మిసెస్ మాథుర్ హెచ్చరిక గుర్తుకువస్తోంది. సోనాలి-అభిజిత్ ఆ ఫోటో పూజ కళ్ళముందు నిలుస్తోంది. దానిలో తనకి కొత్త సందేశం గోచరిస్తోంది. సోనాలికి అభిజిత్ అంటే హీరోవర్షిప్ అని ఆమె పరిచయం అయిన కొద్దిరోజుల్లోనే అర్థం అయింది. ఇలాంటి అమ్మాయిలు అతని 32వ సం౹ నుంచీ తనకి అప్పుడప్పుడూ తారసపడుతూనే వున్నారు. వారిని మర్యాదగా వదిలించుకోవటానికి అభిజిత్ చేసే ప్రయత్నాలు చూసి అతని పక్కన వుండి వాళ్ళ విషయంలో అతని విసుగుని చూసి నవ్వుకోవటమే యింతవరకూ తెలుసు. సోనాలిని అభిజిత్ పెళ్ళి చేసుకుంటే? వారికీ చిన్న పాప, బాబు పుడితే?! పూజ అభిజిత్ వైపు చూసింది. ఆ ఆలోచనే ఒక ఇనప పిడికిలితో హృదయాన్ని నలిబిలి చేస్తున్నట్లుంది.

తన నిర్ణయాల్లో ఎక్కడో పట్టు సడలిపోతోంది!

తన ఆలోచన్లు తనని సరైన గమ్యం చేర్చేట్టు లేవు.

పూజ మనసు ఆవేదనామయంగా మారిపోతోంది.

తనకి అభిజిత్-సిద్ధార్థ యిద్దరూ కావాలి!

కానీ యిది సాధ్యమా? తనకి బాగా తెలుసు! ఈ విషయంలో అభిజిత్ జోక్యం చేసుకోడు! సలహా చెప్పడు! నిర్ణయాన్ని తనకే వదిలేస్తాడు.

19 సం॥ క్రితం తన జీవన సర్వస్వం ధారపోద్దామని అనుకున్న కొడుకు దూరమై యిప్పుడు హఠాత్తుగా కన్పించి ఆమె హృదయక్షేత్రం అంతా ఆనందపు వెలుగుగా మార్చేశాడు.

కానీ 18 సంవత్సరాలు అన్యోన్యంగా అరమరికలు లేకుండా, ఒకే హృదయంగా అభిజిత్‌తో పెనవేసుకుపోయిన జీవితం అలాగే సాగుతుందా? పూజకి భయసందేహాలు కలుగుతున్నాయి!

24

మర్నాడు పూజ నిద్ర లేవగానే అలవాటు ప్రకారం అభిజిత్ తల మీద చెయ్యివేయటానికి చేయి చాచింది. అతని తలగాని, ముఖంగాని చేతులకి తగల్లేదు. పూజ తల తిప్పి చూసింది. అభిజిత్ పక్కమీద లేడు. దిండుకి ఒక నోట్ పిన్ చేసి వుంది. పూజ పక్కకి తిరిగి మోచేతి మీద లేచి దాన్ని చదివింది. అందులో–

"సారీ డియర్! నేను నాగార్జునసాగర్ వెళ్ళక తప్పదు. రాత్రికి తిరిగి వచ్చేస్తాను. జ్వరం కాస్త తగ్గింది. మందులు వెంట తీసుకువెళుతున్నాను. నువ్వు ఈ రోజు భోజనం చేయకపోతే తాయారుని వుద్యోగంలో నుంచి తీసేస్తాను అని బెదిరించాను. హాయిగా రెస్ట్ తీసుకో! సింగపూర్ బైలుదేరటానికి 24 గంటలే వ్యవధి. నీ అభీ!" అని వుంది.

ఆ నోట్ చదవగానే పూజ తల పట్టుకుంది. తను లేస్తే వద్దంటుందని లేపకుండా వెళ్ళిపోయాడు. రాత్రి తెల్లవారుఝామున ఎప్పటికో గాఢనిద్ర పట్టేసింది.

పూజ మంచంమీద లేచి కూర్చుంది. ఎదురుగా క్యాలెండర్‌లో తారీఖు చూసింది. పెన్‌తో చుట్టి వున్న ఆ తారీఖు ఆమెని పలకరించినట్టే వుంది. పూజ ఒక్క నిమిషం వులిక్కిపడింది. మరునిమిషం పెదవులు సమాధానంగా చిరునవ్వుతో విచ్చుకున్నాయి.

ఆ తారీఖు పూజకి సుపరిచతమే!

ఈ రోజు అద్భుతంగా అన్పిస్తోంది! నరనరంలోనూ ఆనంద ప్రకంపనలు!

అసలు యీ సృష్టే ఒక గొప్ప నాట్యమయూరిగా మారి ఆమెను జత కలుసుకున్నట్టుగా వుంది. ఈ రోజు సిద్ధార్థ పుట్టినరోజు!

పూజ మంచం దిగింది. క్యాలెండర్ దగ్గరకి వచ్చింది. క్యాలెండర్‌లో ఆ తేదీని చేతితో స్పృశించింది. తల ఆ తేదీకి ఆనించి కళ్ళు మూసుకుంది! ఇన్నేళ్ళు యీ తేదీ తన మనసుని ఒక బోసి వుయ్యాలగా వూపి వెళ్ళిపోయేదీ రోజు! పూజకి కళ్ళలోకి ఆనందభాష్పాలు వస్తున్నాయి. పిల్లలు కలగని తను యీ 18 సం॥ తన కడుపులో వుదయించి యీ ప్రకృతిలోకి రాలిపోయిన మొగ్గని అప్పుడప్పుడూ తలుచుకోకుండా వుండలేకపోయేది.

పూజ అక్కడ నుంచి తన ఆఫీసు గదిలోకి వెళ్ళింది. ఆ గదిని ఒక్కసారి కళ్ళారా చూసింది. ఈ యిల్లు కట్టించినప్పుడు అభిజిత్ తమ బెడ్‌రూమ్ పక్కన పిల్లలకోసం యీ గది కట్టించి, దాన్ని ప్రత్యేకంగా తీర్చిదిద్దాడు. మొదట ఆనందంగా ఇద్దరూ యీ గదిలోకి వచ్చేవారు. తర్వాత తర్వాత అభిజిత్ రావటం మానేశాడు. అతని మనసు అర్థం చేసుకున్న తను ఆ గదిని స్టడీరూమ్‌గా మార్చేసింది.

ఒకరోజు అతను వచ్చేసరికి ఆ గది స్టడీ రూమ్‌గా, వర్కింగ్ ప్లేస్‌గా మారిపోయింది.

"ఎందుకిలా చేశావు?" అతను అడిగాడు.

పూజ సమాధానం చెప్పలేదు. అతను మళ్ళీ ఎప్పుడూ ఆ ప్రసక్తి తీసుకురాలేదు!

పూజ ఆ గదిని చూస్తోంది!

నాన్న ఎంత తప్పు చేశాడు! ఆయన చేసిన తప్పు యిప్పుడు ముగ్గురి ప్రాణాలని చిత్రహింస పెట్టబోతోంది!!

10 గంటలు అవగానే పూజ యింట్లోంచి బైలుదేరింది. ఆమె ఎప్పుడెప్పుడు యింట్లోంచి బైటపడాలా అని తొందరపడినకొద్దీ ఆలస్యం అయింది. కో ఆపరేటివ్ సొసైటీవాళ్ళు, తర్వాత మహిళామండలి వాళ్ళు వచ్చారు. తర్వాత వెంట వెంట నాలుగైదు ఫోన్లు వచ్చాయి. పూజ త్వర త్వరగా వెళుతుంటే తాయరు వెనకనుంచి పరిగెత్తుకు వచ్చింది. అమ్మగారూ! టేబుల్‌మీద ఫలహారం సర్దాను."

"నాకు ఆకలిగా లేదు తాయారూ!"

"అమ్మబాబోయ్! నా కొంప ముంచకండి. అయ్యగారు నన్ను చంపేస్తారు."

"నేనిప్పుడే వస్తాను తాయారూ!" పూజ బయటకి వచ్చేసింది. ఆమె మనసు పంచవన్నెల రెక్కల గుర్రంలా వుంది."

***

పూజ సిద్ధార్థ గది అంతా రంగు రంగు కాగితాలతో, బెలూన్లతో అలంకరించింది. ధర్మీ చిన్ని చిన్న చేతులతో ఆమెకి సాయం చేస్తూ, ఆ అద్భుతాన్ని చూస్తున్నాడు. గది అలంకరణ అంతా ముగించి పూజ దాన్ని ఒకసారి కళ్ళతో ఆనందంగా కలయచూసింది. పూజ వచ్చేసరికి సిద్ధార్థ లేడు. అనసూయమ్మ గిన్నెలు తోముకుంటూ– "ప్రొద్దుటే రంకెలు వేసి ఎక్కడికో వెళ్లాడు. వాడి పెట్లో వాళ్ళ నాన్న ఫోటో లేదుట! పెద్ద రాద్ధాంతం చేశాడు. అదెవరికి కావాలి. పాత ఫోటో. ఎక్కడపెట్టి మర్చిపోయాడో! అసలు మాట్లాడడు. కోపం వస్తే మాత్రం యిల్లు ఎగిరిపోయేట్లు అరుస్తాడు."

పూజ వెంటనే నోరు తెరిచి ఏదో చెప్పబోయింది! ఆమె పెదవులు అంతలోనే మౌనం వహించాయి. పూజ సిద్ధార్థ గదిలోకి వచ్చేసింది.

గిన్నెలు లోపలపెట్టి పాత చీర కోసం సిద్ధూ గదిలోకి వచ్చిన ముసలమ్మ ఆ గది అలంకారం చూసి నివ్వెరపోయింది.

"ఇదంతా ఏమిటి?" అంది బుగ్గన చెయ్యి పెట్టుకుని.

"ఈరోజు సిద్ధార్థ పుట్టినరోజు! మీకు తెలియదా?" అంది పూజ.

"పుట్టినరోజా?!" ఆవిడ దవడలు నొక్కుకుంది. "వాడు పుట్టినరోజు ఎప్పుడో నాకు తెలియదు. వాడికీ తెలియదు. నీకెలా తెలిసిందమ్మా?" అంది.

"నాకు తెలుసు" అంది పూజ సంతోషంగా. "నా ఒక్కదానికే తెలుసు" గుండెలమీద చెయ్యి పెట్టుకుంటూ అంది.

ఇంతలో సిద్ధార్థ రానే వచ్చాడు. అతను ఎక్కడెక్కడో తిరిగి వచ్చినట్టుగా అలసటగా వున్నాడు.

ప్రొద్దుటే వచ్చిన పూజని చూసి ఖంగుతిన్నాడు.

అప్పటికే కారు వచ్చేసింది అని తను కాపలాగా పెట్టిన కుర్రాడు చెప్పగా వార్త విని జయ స్నానం చేసిందల్లా జడ వేసుకోకుండా పరుగెత్తుకు వచ్చేసింది. సిద్ధూ వెనకే జయ కూడా వచ్చింది.

సిద్ధార్థని చూడగానే పూజ అతని దగ్గరగా వచ్చింది. చెయ్యి పట్టుకుని "హేపీ బర్త్‌డే సిద్ధూ- మెనీ హేపీ..." ఆమెకి మాట రాలేదు. పెదవులు బిగించి సంతోషం, దుఃఖం కలబోసుకుని వస్తున్న కన్నీళ్ళు బలవంతంగా ఆపుకుంది.

సిద్ధార్థ చెయ్యి వదిలించుకోబోయి సాధ్యంగాక వూరుకున్నాడు.

పూజ అతని భుజం చుట్టూ చెయ్యి వేసింది. అతన్ని అలంకరించిన గదిలోకి తీసుకువెళ్తూ జయని చూసి "జయా! రామ్మా!ఇవాళ సిద్ధూ పుట్టినరోజు! కేక్ తెచ్చాను." అంది.

"పుట్టినరోజా! ఏం సిద్ధూ! నాకెప్పుడూ చెప్పలేదే?" అంది జయ. తనకిష్టమైన వ్యక్తి పుట్టినరోజు తనకి తెలియకుండా యింకెవరో పరాయి మనిషికి తెలియటం జయకి రోషంగా వుంది.

"వాడి మొహం! వాడికి తెలుసుటే! నాకే తెలియదు! ఏరా సిద్ధూ! ఈ రోజు నీ పుట్టినరోజుట! ఈ అమ్మగారు చెబుతోంది" ముసలామె తను జయ పక్షం అన్నట్టుగా వ్యంగ్యంగా అంది.

సిద్ధార్థ ఏమీ అనలేక నానమ్మని కోపంగా చూశాడు.

పూజ సిద్ధార్థకి స్వీట్ తెచ్చి నోట్లో పెట్టింది. అతను ముఖం తిప్పేసుకోబోతుంటే బలవంతంగా తల మీద చేయి వేసి తినిపించింది.

ఇది చూసిన జయ తోక తొక్కిన త్రాచులా బుసలు కొడుతున్నట్టే అయింది.

"పోన్లే! మీ నాన్న ఫోటో పోయిందని గోల చేసి వెళ్ళావు. స్వీటు తిను. నీ కోపం పోతుందేమో!"

పూజ ధర్మీకిచ్చి జయకిస్తుంటే జయ ఆ చేతిని విసురుగా కొట్టింది. స్వీట్ క్రిందపడింది.

పూజని జయ అసహ్యంగా, ద్వేషంగా, రోషంగా చూస్తోంది.

ధర్మీ పరుగెత్తుకు వచ్చి క్రింద పడిన స్వీట్ అందుకుని, కళ్ళకద్దుకుని జయ చేయి పట్టుకుని అందివ్వబోతుంటే జయ యీడ్చి వాడిని ఒక్క చెంపదెబ్బ కొట్టింది. సిద్ధార్థ వచ్చి గభాల్న ధర్మీని దగ్గరకి తీసుకున్నాడు.

జయ బుసలుకొడుతున్న స్వరంతో "సిద్ధూ! నువ్వు మీ నాన్న ఫోటో పోయిందని నా మీద యివాళ పొద్దుటే దొంగతనం అంటగట్టావు. నామీదే ఎందుకు నీకు అనుమానం. నీ గదిలోకి యిట్లా వచ్చి అడ్డమైన వాళ్ళు వెళుతుంటే...."

"నువ్వు మాట్లాడకు" అన్నాడు సిద్ధూ.

"ఎందుకు మాట్లాడకూడదు?" రెట్టించింది.

"నువ్వు యింటికి వెళ్ళు" సిద్ధూ జయ వైపు వెళుతుంటే పూజ అతని జబ్బ పట్టి ఆపుచేస్తూ "సిద్ధూ! ఆ ఫోటో నా దగ్గర వుంది! నేను నీ పెట్టెలో నుంచి తీసుకువెళ్ళాను" అంది.

సిద్ధార్థ తిరిగి చూశాడు! అతని చూపులు విస్మయంగా వున్నాయి. ఆమె చెప్పేది అర్థంగానట్లున్నాడు.

"విన్నావా! విన్నావా? చూశావా! ఇప్పుడు దొంగ ఎవరో తేలిపోయిందా! నన్ను నువ్వు దొంగ అంటావా! దొంగలని యింట్లోకి రానిచ్చి మర్యాదలు చేస్తూ.... పొద్దున ఎంత గొడవ చేశావు! ఉండు. మా నాన్నతో చెబుతాను" జయ కాళ్ళు బాదుకుంటున్నట్టే వెళ్ళింది.

ముసలామె కూడా నిర్ఘాంతపోయినట్లు చూసింది.

ధర్మీ భయం భయంగా కళ్ళు తిప్పి పూజని, సిద్ధార్థని చూస్తున్నాడు.

ముసలామె తెప్పరిల్లింది.

"ఆ ఫోటోతో నీకేం పని వచ్చిందమ్మా? అయినా మా యింట్లోంచి మా సామాను అట్లా చెప్పకుండా తీసుకుపోతారా! పెద్దింటి దానివని యింట్లోకి స్వతంత్రంగా రానిస్తుంటే..."

"మామ్మగారూ! నేను ఆ ఫోటో దొంగతనం చేయలేదు. అది నాది" అంది పూజ.

"చాల్లేవమ్మా! మీ డబ్బున్న వాళ్ళ వేషాలు నాకు తెలియవా! మమ్మలిని జన్మలో ఎరగవు! మా పిల్లాడు పుట్టినరోజు అంటూ రయ్‌న వచ్చావు. మా ఇంట్లో ఫోటో నీది అంటున్నావు."

ఇంతలో బసవయ్యా, జయ అప్పటికి రానే వచ్చారు.

"ఫోటో ఎవరు తీశారు?" బసవయ్య తీవ్రంగా అడిగాడు.

"ఇదిగో! ఎప్పుడో ఈవిడ తీసుకువెళ్ళిందట! ఏమిటో ఈవిడగారి ధోరణి నాకు అంతుపట్టటం లేదు. ఎప్పుడూ మా యింటికి ప్రత్యక్షం అవుతుందో మాకు తెలియదు! ఈ రోజు సిద్ధూ పుట్టినరోజుట. ఇదుగో! ఇదంతా చేసి మాకు స్వీట్లు యిస్తోంది. ఈవిడకేమైనా పిచ్చి వుందా బసవయ్యా?"

పూజ నిటారుగా అయింది!

జయ తండ్రిని ముందుకు తోస్తూ "అడుగు నాన్నా! ఆ ఫోటో ఆవిడ తీస్తే సిద్ధూ నా మీద దొంగతనం వేశాడు. ఇప్పుడు ఏమంటాడో! అసలు ఆవిడ యిన్నిసార్లు యీ యింటికి ఎందుకు రావాలి? సిద్ధూకి వుద్యోగము యిస్తే ఆఫీసుకి వెళతాడు. ఈవిడ యింటికి మాటి మాటికి ఎందుకు తయారవుతోంది! అందరూ నవ్వుతున్నారు! ఈసారి వస్తే కాళ్ళు విరక్కొట్టిస్తాను."

"నువ్వు యింటికి పద" అప్పటికే ఆ కేకలు విని చుట్టుపక్కల అందరూ పోగయ్యారు. జయని బలవంతంగా తీసుకెళుతూ బసవయ్య వెనక్కి తిరిగి పూజతో-

"ఏమిటండీ యిదంతా! అసలు అయ్యగారు మిమ్మల్ని ఎట్లా రానిస్తున్నారు? ఎక్కడి వాళ్ళు అక్కడ వుండటం మంచిది."

"సిద్ధూకి ఆ బోడి వుద్యోగం అక్కర్లేదని చెప్పు. పుట్టినరోజుట! పుట్టినరోజు! ఒక కేకు ముక్క పెట్టి సిద్ధూని కొంగున ముడేసుకుపోదామని అనుకుంటున్నావు. ఇదుగో! మళ్ళీ ఈ వీధిలో కాలు పెట్టావా చూడు మరి! నాతో పెట్టుకున్నవాళ్ళెవరూ యీ బజారులో నడువలేరు. సిగ్గులేదూ? నీ వయసేంటి! సిద్ధూ వయసేంటి."

శివమెత్తిన దానిలా అరుస్తున్న జయని బసవయ్య "రా! ఇంటికి" అంటూ బలవంతంగా యీడ్చుకుపోయాడు.

ఇంటిముందు మూగిన జనం అంతా ముసి ముసి నవ్వులు నవ్వుతూ గుస గుసలాడుతూ చెవులు కొరుక్కుంటున్నారు.

ముసలామె లడ్డూలు, కేకు వున్న ప్యాకెట్టు తెచ్చి వీధిలో గిరాటు కొట్టింది!

పిల్లలు మూగి ఏరుకుంటుంటే పెద్దవాళ్ళు 'ఆ పాపిష్టిది ముట్టుకోవద్దు' అంటూ తీసుకుపోతున్నారు.

ముసలామె వచ్చి చేతులు జోడించి దణ్ణం పెట్టింది. "ఇక వెళ్ళిరామ్మా! పుట్టినరోజు బాగా చేశావుగా! ఇక చాలు! ఇక మా యింటికి రావద్దు. మా వాడి బతుకు వీధిన పడేసింది చాలు! ఆ సింధీ ఆవిడని వదిలించుకున్నామనుకుంటే నువ్వు తయారయ్యావు మా ప్రాణానికి! ఈ రోజుల్లో వయసు భేదాలు కూడా లేవు! పాపిష్టి సంబంధాలు. భయాల్లేవు మనుషులుకి" ఆవిడ ఏవగింపుగా అన్నమాట పూజ చెవుల్లో పడటం లేదు.

సిద్ధూ పెట్టె మీద చేతుల్లోకి తల దించుకుని మౌనపాషాణ ప్రతిమలా కూర్చున్నాడు.

"సిద్ధూ!" పిలిచింది.

సిద్ధార్థ లేచాడు. అతను గదిలో నుంచి పరుగెత్తబోతూ లోపలికి వస్తున్న ఒక వ్యక్తిని ఢీకొట్టాడు.

"ఏమిట్రా ఆ పరుగు. ఏమైంది? ఆ జనం ఏమిటి?"

"మామయ్యా" సిద్ధూ ఏదో చెప్పబోయి అతన్ని గట్టిగా పట్టేసుకున్నాడు. మరునిమిషం అతని శరీరం దుఃఖంతో భూకంపం వచ్చినట్టే దడదడా వూగింది.

"ఏమిట్రా ఏమైంది?" ఆయన అడుగుతుంటే ముసలమ్మ ఏకరువు పెట్టింది.

పూజ అప్పటికే గదిలో నుంచి ప్రాణంలేని బొమ్మలా నడుస్తూ వచ్చింది. సిద్ధార్థని సముదాయిస్తున్న వ్యక్తి గదిలో నుంచి యివతలకి వచ్చిన పూజని చూడగానే ఏదో జ్ఞాపకతెరలు కళ్ళముందు కదులుతున్నట్లు చూశాడు!

పూజ కూడా అతన్ని చూస్తోంది.

"పూజా!" అస్పష్టంగా అన్నాడు.

పూజ కళ్ళు ఆ పిలుపు వినలేదు. ఏడుస్తూ ఆయన మెడకి అతుక్కుపోయిన సిద్ధార్థ మీదనే నిల్చాయి. ఆమె పెదవులు కంపిస్తున్నాయి "సిద్ధూ!" ఆ పిలుపు పిలవటానికి కూడా ఓపికలేనట్టుంది. ఆమె మనసులో అయిన గాయం తీవ్రమైన బాధని స్రవిస్తోంది. ఇప్పుడో, యింకో క్షణంలోనే స్పృహ తప్పేట్లు వుంది.

ఆ వ్యక్తి సిద్ధూని పట్టుకుని పూజ దగ్గరకి వచ్చాడు.

"పూజా! నన్ను గుర్తుపట్టలేదా? నేను! రమానంద్‌ని" అన్నాడు.

పూజ కళ్ళు అతని వైపు తిరిగాయి. కానీ అవి అతన్ని గుర్తించటంలేదు. సిద్ధూని దగ్గరకు తీసుకోవాలని ఆమె ఆంతర్యం తహతహలాడుతోంది. ఆమె కళ్ళ ముందు ఆనందభాండాల్ని జయ, బసవయ్య చిల్లులు పొడిచారు. దాన్ని తను దక్కించుకోవాలంటే సిద్ధూకి తనెవరో చెప్పేయాలి.

ఆమె పెదవులు కంపిస్తూ 'సిద్ధూ' అంటుండగానే రమానంద్ తన భుజంమీద అంటుకుపోయిన సిద్ధార్థ ముఖం బలవంతంగా లాగి పూజని చూపిస్తూ "ఈమె ఎవరు అనుకుంటున్నావురా? మీ అమ్మ! మీ నాన్న ఆ ఫోటో మీద వ్రాసిన మనిషి ఎవరు? అని నన్ను ప్రశ్నలతో వేధించి చంపావే! ఆవిడ ఈమే రా! పూజా! సిద్ధూ నీ కొడుకమ్మా" అంటూ చెప్పాడు.

పూజ చేతులు అప్రయత్నంగా అంజలి ఘటించాయి.

ఆ క్షణంలో ఆమెకి భగవంతుడి రూపంగా కన్పిస్తున్న రమానంద్‌కి నమస్కరిస్తోంది.

సిద్ధార్థ రమానంద్ మాటలు నమ్మలేనట్లు చూస్తున్నాడు.

రమానంద్ అది గమనించి అన్నాడు "నువ్వు రోజూ భగవద్గీతలో చదువుతావే! ఆ పాత నోట్‌బుక్! అది మీ అమ్మ వ్రాసిందేరా. పూజా! ఎన్నాళ్ళయింది చూసి నిన్ను! ఎలా వున్నాడు నీ కొడుకు? చూసుకున్నావా? ఆ టైమ్‌లో ఆ పసిపిల్లాడిని ఏం చెయ్యాలో తెలియక అరవింద్ అమ్మమ్మకిచ్చేశాను. యాక్సిడెంట్‌లో యిద్దరూ పోయారని చెప్పాను. లేకపోతే ఆవిడ తీసుకోదు. ఆవిడ దగ్గర 8 సం॥లు పెరిగాడు. ఆవిడ తర్వాత ఈవిడ దగ్గరకి వచ్చి యీామె దగ్గరే పోయిందట. నేను దుబాయ్ వెళ్ళిపోయాను. ఆరేళ్ళకీ వచ్చినప్పుడు సిద్ధూని చూస్తూనే వున్నాను. అచ్చు అరవింద్ పోలికే కదా! నాకయితే అరవింద్‌ని చూసినట్టే వుంటుంది."

పూజ అడుగులో అడుగు వేస్తున్నట్లుగా అతని దగ్గరకి వచ్చింది. అతని భుజం పట్టుకుని తల వాల్చుకుంది. "రమానంద్! నీ ఋణం నేనెలా తీర్చుకోగలను" అంది. ఆమె కళ్ళ నుంచి ఆనందజలపాతాలు కురుస్తున్నాయి. ఒక మరో నగ్నసత్యం ఆమె కడుపు చీల్చుకున్నట్లు బయటికి తీసుకురాకుండా, రమానంద్ దేవుడిలా వచ్చి బైట పెట్టాడు. పూజ మనసు కాళ్ళకి వున్న ఇనపగొలుసు తెగిపోయినట్టు స్వేచ్ఛగా ఆనందకపోతంలా మారింది.

"మనం వంద మంచి పన్లు చేస్తే మనకి దేవుడు ఒక్క మేలు చేస్తాడని చిన్నప్పుడు చదువుకున్నాను. మీ యిద్దరూ ఇలా కలుసుకోవటం నాకే చాలా సంతోషంగా వుంది.

ఒరేయ్ సిద్ధూ! ఏమిట్రా? అమ్మా, నాన్నల గురించి చెప్పమని నన్ను చంపుకుతిని యిప్పుడు మూగ మొద్దులా అలా చూస్తున్నావు. మీ అమ్మరా! చూడు! నువ్వు ఎంత అదృష్టవంతుడివి."

"ఏమిటీ! వీళ్ళిద్దరూ తల్లీకొడుకులా! ఈ రోజు వీడి పుట్టినరోజు అని ఆవిడ వస్తే నేను, నాకే తెలియదు! నీకెట్లా తెలుసు అని నాలుగు చీవాట్లు పెట్టాను."

"నీకు నోరు తొందర కదా! అందుకేగా! మీ ఆయన నిన్ను వదిలేసి హిమాలయాలకి పోయి చచ్చిపోయాడు" అన్నాడు రమానంద్ నవ్వుతూ.

పూజ "రమానంద్! ఒక్క నిమిషం" అంటూ లోపల గదిలోకి పరుగెత్తింది.

పూజ పళ్ళెంలో మిగిలిన ఒకటి రెండు లడ్డూలు తీసుకువచ్చేసరికి సిద్ధార్థ లేడు. వెళ్ళిపోయాడు. "అరెరె! ఇప్పుడు నా పక్కనే వున్నాడు. ఇంతలో ఎప్పుడు వెళ్ళాడు" అన్నాడు రమానంద్. "పోనీ! నేనే నోరు తీపి చేసుకుంటాను" రమానంద్ ఆమె చేతిలోది తీసుకున్నాడు.

25

రమానంద్ వెళ్ళి సిద్ధార్థ కోసం తిరిగి తిరిగి వచ్చాడు.

"అతను ఎక్కడా కన్పించలేదు" అని చెప్పాడు. "నువ్వు ఇంటికి వెళ్ళు పూజా! వాడే వస్తాడులే" అన్నాడు.

పూజ తల అడ్డంగా తిప్పింది "ఉహూ! ఒక్కసారి వాడిని చూడకుండా, మాట్లాడకుండా నేను వెళ్ళలేను. నేను కూడా వచ్చి వెతుకుతాను" అంది.

"వద్దు.... వద్దు" అన్నాడు రమానంద్.

అప్పటికి అరగంట క్రితమే ఇంటామె వచ్చి ముసలమ్మని "ఈ గోలంతా నేను భరించను. మీరు ఇల్లు తక్షణం ఖాళీ చేసేయండి" అంది.

"విన్నావా! ఇదీ నువ్వు మాకు చేసిన వుపకారం" అంది ముసలమ్మ యీసడింపుగా చూస్తూ.

పూజకి ఆ మాటలేం పట్టటంలేదు. కూర్చుంది. ఆమె కళ్ళు సిద్ధార్థ అడుగుల చప్పుడు కోసం ఎదురుచూస్తున్నాయి.

ఇంతలో రాయి ఒకటి వచ్చి రప్పున దర్వాజాకి తగిలింది.

"ఏమిటి?" ముసలామె వెళ్ళి చూసింది.

పిల్లలు పారిపోయారు. లోపలికి రాగానే మళ్ళీ కిటికీలకి, తలుపుకి తగులుతున్నాయి.

ధర్మీ పాత తువాలు కప్పుకుని లోపలికి వచ్చి పూజ ముందు నిలబడి తువాలు తీశాడు. వాడి చంకకి ఫ్లాస్క్ వుంది.

"ఏమిటి?" అంది పూజ.

"మా అమ్మ మీకు కాఫీ పంపింది" అన్నాడు ఫ్లాస్క్ తీసి యిస్తూ.

పూజ వాడి బుగ్గ పుణికింది.

"సిద్ధూ అంటే నీకిష్టమా?" అడిగింది.

అవును అన్నట్లు తల వూపాడు.

"మీ అమ్మ ఎందుకు రాలేదు?"

"బసవయ్య మామయ్య తిడ్తాడు."

ముసలమ్మ వచ్చి కాఫీ గ్లాసులో పోసుకుని తాగుతుంది. చీకటి పడుతుండగా రమానంద్ సిద్ధార్థని బలవంతంగా తెచ్చినట్లు భుజాల చుట్టూ చేయివేసి లోపలికి తీసుకువచ్చాడు.

పూజకి ప్రాణం వచ్చింది. లేచి ఎదురు వచ్చేసింది.

"సిద్ధూ" పిలిచింది. అతను ముఖం తిప్పేసుకున్నాడు.

బాగా ఏడ్చినట్లు అతని ముఖం కమిలి వుంది. ముక్కు పెదవులు మందారాల్లా అయినాయి. కళ్ళు వాచి వున్నాయి.

"సిద్ధూ! మీ అమ్మతో ఒక్కసారి మాట్లాడు" అన్నాడు రమానంద్.

"నాకెవ్వరూ లేరు" అన్నాడు సిద్ధార్థ.

"అమ్మ ఎదురుగా వుంటే లేదంటావే?"

"నాకు అమ్మ అయితే నన్ను వదిలి వెళ్ళేదిగాదు. వెళ్ళిపోయిన వాళ్ళు వెనక్కి తిరిగి ఎందుకు రావాలి? ఎవర్ని వుద్ధరించటానికి!" అతని కంఠంలో భావవిస్ఫోటం స్పష్టంగా దద్దరిల్లుతోంది.

"నేను చెబుతున్నాను! నాకెవ్వరూ లేరు" క్రిందకి చూస్తూ అన్నాడు.

"నేను అమ్మని సిద్ధూ."

"మామయ్యా! దయ యుంచి నాతో ఎవ్వరూ మాట్లాడవద్దు."

"ఏమిట్రా నీ మొండితనం? జరిగినదంతా చెప్పాగా! అందులో ఆవిడ తప్పేం వుంది?"

"నేనెవరి తప్పులూ వెదకటంలేదు. నాకెవ్వరూ అవసరంలేదు."

"ఆ మాట అనకు సిద్ధూ! మామయ్య చెప్పింది నిజం. నాకు నువ్వు వున్నావని తెలియదు. తెలిస్తే ఒక్కక్షణం-ఒక్క అరక్షణం కూడా వదిలి వుండేదాన్ని కాదు! ఇప్పుడిక వుండలేను" ఆమె గొంతు కసాయి వాళ్ళకి కూడా కంటతడి పెట్టించేట్లుగా వుంది.

"అబద్ధం" పళ్ళ బిగువున అన్నాడు.

"నిజం సిద్ధూ! నిన్ను వదిలి ఒక్కక్షణం కూడా వుండలేను.

"పచ్చి అబద్ధం" అతను రమానంద్ వైపు తిరిగాడు. "నన్నెందుకిలా వేధిస్తారు మామయ్యా! నా దగ్గర వుండలేని వాళ్ళకి నేనెందుకు? ఇప్పుడుంటుంది ఇంకాసేపటికి వాళ్ళింటికి వెళ్ళిపోతుంది. వెళ్ళకపోయినా ఆమె కోసం వెతుక్కుని వచ్చేవారున్నారు. ఎవరికోసం యీ బూటకం?"

"సిద్ధూ! అలా అనకు. దయుంచి అనకు" చేతులు జోడిస్తూ అంది పూజ.

"ఛీ ఏమిటి పూజా! నెత్తిన చేయి పెట్టి దీవించాల్సినదానివి నమస్కారము పెడుతున్నావా? ఒరేయ్ సిద్ధూ! పెద్దవాడని అయిపోయానని అనుకోకురా!"

"మా నానమ్మ నన్ను నా రెండో ఏట చింతబరికతో చావగొట్టి, అన్నం పెట్టకుండా, పశువుల చావడిలో దూడతోపాటు నన్నూ రెండు రోజులు కట్టిపడేసినప్పుడే నేను పెద్దవాడిని అయిపోయాను. మీ దోవన మీరు వెళ్ళండి.... నా దోవన నన్ను వదలండి."

"సిద్ధూ! ఎప్పుడెప్పుడు నీకీ సంగతి చెప్పాలా అని తపించాను" చెయ్యి పట్టుకుంటూ అంది. అతను వదిలించుకున్నాడు.

"చెప్పి ఎవర్నీ ఉద్ధరించింది లేదు. నీవెవరివో తెలియని రోజునే నేను చాలా సంతోషంగా బ్రతికాను. ఇప్పుడు అదీ కూడా పోయింది. ఇదీ నాకు జరిగిన ఉపకారం. నా దగ్గర వుండలేనివాళ్ళు నేను వాళ్ళ స్వంతం అవాలనుకోవటం మోసం. కల్లబొల్లి మాటలు నేను నమ్మను."

"తొందరపడకురా! ఇన్నాళ్లూ తెలియదు. ఆవిడకి మాత్రం ఎవరున్నారు? పిల్లా పాపా! నిన్ను ఏదో చెప్పి యింటికి తీసుకువెళుతుంది."

"మామయ్యా!" సిద్ధార్థ కళ్ళెర్ర చేశాడు. అతని గుప్పెళ్ళు బిగుసుకున్నాయి. "ఇక మీరంతా వెళ్తారా? దయుంచి వెళ్ళండి. నేనెక్కడికీ రాను. ఆ నరకం నువ్వు చెబుతుంటే నేను ఇన్నాళ్ళూ గడిపింది కష్టాలు కాదు స్వర్గం అని నాకు తెలుస్తోంది" పళ్ళ బిగువున అన్నాడు. అతని కంఠం దగ్గర నరాలు అదురుతున్నాయి. వాలిన కళ్ళలో నీళ్ళు వుబికి వస్తున్నాయి. ఇంతలో ఇంట్లోకి పెద్దగా వెలుగు పడింది. ముసలామె తొంగిచూసింది.

"అయ్యో! అయ్యో! కారు అంటుకుని మండిపోతోందిరా" అరిచి కేకలు పెట్టింది.

సిద్ధార్థ చూశాడు. పూజ కారు తగలబడుతుంది.

రమానంద్ "ఎవర్రా! ఎవరా పనిచేసింది?" అరుస్తూనే నీళ్ళ బకెట్ తీసుకుని పరుగెత్తాడు.

గదిలో వేయి నాలుకల పాములా మంటల నీడలు గోడమీద పడుతున్నాయి. ఆ వెలుగు నీడల మధ్య పూజ, సిద్ధార్థ ఒకరికొకరు అభిముఖముగా నిలబడ్డారు.

"సిద్ధూ!" ఆమె అంజలిలా రెండు చేతులూ చాచింది.

ఈ సృష్టిలో మాతృత్వమంతా ఆమె కళ్ళలో మూర్తీభవించింది.

సిద్ధార్థ మనసులో ఒక్క సెకను ముందుకి అడుగు వేయటానికీ, వేయపోవటానికి పెనుగులాట జరిగింది.

అతను మరునిమిషంలో గిరుక్కున వెనక్కి తిరిగి గదిలోకెళ్ళి ధడాలున తలుపు మూసుకున్నాడు.

"సిద్ధూ! తలుపు తీయరా! నాన్నా! నిన్నేరా! అమ్మనిరా! తలుపు తియ్యి" పూజ మూసిన తలుపులకి ముఖం ఆనించి పిలుస్తోంది. ఆమె కళ్ళ నుంచి కన్నీటి వరదలు ప్రవహిస్తున్నాయి.

క్షణం క్రితం రమానంద్ రాకతో ఆమెకందిన స్వర్గం అందీ అందనట్టు వూగిసలాడుతూ ఆమె మనసుని డోలాయమానం చేస్తోంది.

రమానంద్ వచ్చాడు. "పూజా! నిన్ను ఇంటిదగ్గర దింపుతానురా" అన్నాడు.

"వద్దు! నేను వెళ్ళను.... వెళ్ళలేను"

"పూజా! ప్లీజ్! నేను నీ గురించి ఆలోచిస్తున్నాను. నువ్వు క్షేమంగా వుంటేనే కదా నీ కొడుకుని కళ్ళారా చూసుకోగలిగేది. రా" అతను అప్పటికే స్కూటర్ తెచ్చాడు. దానిమీద పూజని ఎక్కించుకుని రివ్వున దూసుకెళుతుంటే పిల్లలు వెంటపడ్డారు. ఒక రాయి వచ్చి పూజ నుదుటికి తగిలింది.

"మేడమ్! సరసాలు అయినాయా వెళుతున్నావు?" ఒకడు అరిచాడు.

అందరూ నవ్వారు.

"మళ్ళీ ఎప్పుడు వస్తావు" ఇంకొకతని అరుపు.

"వస్తే కాళ్ళు విరక్కొడతాం" మరొకతని హెచ్చరిక.

26

రాత్రి పొద్దుపోయింది. నిశ్శబ్దం నిండు గోదావరిలా, మౌన మహర్షిలా వుంది. రమానంద్ పూజని గేటు బయట వదిలి వెళ్ళిపోయాడు.

గేటు తాళం వేసిలేదు. పైనుంచి దశమినాటి వెన్నెల పడుతోంది. పూజ గేటు తెరిచి లోపలికి వచ్చింది.

తలుపులు తీసే వున్నాయి. లైట్లు వెలుగుతున్నాయి.

పూజ లోపలికి వచ్చింది. ఆమెకి నిలబడటానికి కూడ ఓపిక లేదు. ఒక మహా ప్రళయంలో ఆమె మనసు చిక్కడిపోయినట్లుంది. ఏ గమ్యం చేరుతుందో, తను చేరిన తీరం దగ్గర ఏ అదృష్టం, ఏ దురదృష్టం వేచి తన కోసం ఎదురుచూస్తోందో తెలియటం లేదు. పరిస్థితి తన అదుపు దాటి పోయి తిరగబడుతోంది. భావావేశం సమన్వయ శక్తిమీద వరదముంపులా వచ్చి పడిపోతోంది.

సోఫాలో కూలబడింది. తల వెనక్కు వాల్చి కళ్ళు మూసుకుంది. రమానంద్ ఆమె శరీరాన్ని బలవంతంగా తీసుకువచ్చి యీ యింటి దగ్గర పడేశాడు కానీ మూసివున్న సిద్ధార్థ గది తలుపులు తడుతూ 'తలుపు తీయరా నాన్నా!' అని వేడుకుంటున్న ఆమె మనసు అక్కడ్నుంచి రాలేదు. ఆ తలుపులు బద్దలుకొట్టి లోపలకెళ్ళి సిద్ధార్థని ఒడిలోకి తీసుకోవాలని ఆమె గుప్పిళ్ళు బిగుసుకున్నాయి. అతని ఎర్రబడిన ముక్కు పెదవులు వాచిన కళ్ళు, దుఃఖంతో, ఒంటరితనంతో కరువుతీరా ఏడ్చిన ముద్రికలా వున్న ఆ ముఖమే ఆమె కళ్ళముందు నుంచి కదలటం లేదు.

"నా దగ్గర వుండలేని వాళ్ళకి నేనెందుకు? ఇప్పుడుంటుంది-ఇంకాసేపటికి వాళ్ళ యింటికి వెళ్ళిపోతుంది."

"నేను చెబుతున్నాను... నాకెవ్వరూ లేరు"

"నీవెవరో తెలియని రోజునే నేను చాలా సంతోషంగా బ్రతికాను"

"పశువుల చావడిలో రెండు రోజులు నన్ను కట్టిపడేసిన రోజునే నేను పెద్దవాడిని అయ్యాను."

"ఆ నరకం నువ్వు చెబుతుంటే ఇన్నాళ్ళూ నేను పడింది కష్టాలు కాదు-స్వర్గం అనిపిస్తోంది.

"మా అమ్మ అయితే నన్ను వదిలి వెళ్ళేది కాదు. వెళ్ళిపోయిన వాళ్ళు వెనక్కి తిరిగి ఎందుకు రావాలి? ఎవర్ని వుద్ధరించటానికి?"

పూజ శరీరానికి ఎడాపెడా మొనతో వున్న ఇనప ఈటిల్లా వచ్చి తగులు తున్నట్లున్నాయి. పెదవి బిగపట్టి బాధని ఆపుకుంటోంది. బాధా? తనకా? ఎందుకు? 19 సంవత్సరాలు పూలపాన్పులా జీవితం గడిపి స్వర్గసుఖాల్లో తేలింది. ఆ మాటలు ఎంత బాధపడితే వాడి నోట్లోంచి లావాలా బయటికి వచ్చాయి.

వాడు అన్న మాటల్లో ప్రతి అక్షరం అక్షరసత్యం. చిన్నవాడైనా పెద్ద జీవన సత్యం చెప్పాడు.

ఇలా అని తెలియని రోజులే ఆనందంగా గడిచాయి. నిజమే! వాడి ఆ ఆనందం కూడా తను హరించేసింది. కన్నతల్లిగా ఒక్కరోజు చేతుల్లో తీసుకోకపోయినా వాడి బ్రతుకు వాడు బ్రతికినా ఇప్పుడు నేను నీకు తల్లిని అని తగుదునమ్మా అంటూ వెళ్ళి వాడికి కొత్త బాధని బహుమతిగా యిచ్చి వచ్చింది. ఇన్నాళ్ళూ తన తపనే ఆలోచించింది. వాడి మనసేమిటో ఆలోచించలేదు. తను స్వార్థపరురాలు.... ఒట్టి స్వార్థపరురాలు. తను వాడికి జీవితంలో ఏమీ యివ్వలేదు. వాడి నుంచి మాతృత్వపు మమకారం పూర్ణకుంభం అందుకోవాలని పరుగుదీసింది. చిన్నవాడయినా సుతిమెత్తగా జవాబు చెప్పాడు. ఈ ప్రపంచంలో ఇంతకంటే పెద్ద చెంపదెబ్బ ఏ తల్లికీ వుండదేమో!

"పూజా!" పిలుపు విన్పించింది.

పూజ కళ్ళు తెరిచింది.

ఎదురుగా అభిజిత్ నిలబడి వున్నాడు.

ఆమె కళ్ళు ఏ లోకాల నుంచో మెల్లగా దిగివచ్చినట్టుగా అతన్ని గుర్తుపట్టాయి.

అతని చేతిలో దూది, ప్లాస్టరూ వున్నాయి.

సోఫా వెనక్కి వచ్చి ఆమె నుదుటకి అయిన గాయం, రక్తం తుడిచి బ్యాండేజ్ వేస్తున్నాడు.

"దెబ్బ తగిలింది అభీ!"

"చూశాను.... రక్తం వచ్చింది"

క్షణంసేపు మౌనం తారట్లాడింది.

"దెబ్బ ఎలా తగిలిందో అడగవా?"

"ఎలా తగిలింది అనేది అనవసరం. కారణం ఏదయితేనేం దెబ్బ తగిలింది నీకు బాధగా వుంది. నేను చేయాల్సిన పని బ్యాండేజ్ వేసి వుపశమనం కలిగించటం. అంతే!"

"నువ్వు నాగార్జునసాగర్ నుంచి ఎప్పుడు వచ్చావు?"

"చాలా సేపైంది."

మళ్ళా ఆమె మౌన ముద్రలోకి వెళ్ళిపోయింది.

అతను వచ్చి పక్కన కూర్చోబోయాడు. ఆగిపోయాడు. ఎదురుగా వున్న సోఫాలో కూర్చున్నాడు.

ఆమె కళ్ళు మూసుకుంది.

అతను ఆమె చేతిని తన చేతుల్లోకి తీసుకున్నాడు.

"అభీ!"

"ఊ!"

"కారు తగలబడిపోయింది. గిట్టనివాళ్ళు తగలబెట్టేశారు."

"తెలుసు."

పూజ కళ్ళు తెరిచింది. "తెలుసా?" భృకుటి ముడిచింది.

అతను మెత్తని స్వరంతో ఎప్పటికంటే యింకా మృదువుగా చెప్పాడు.

"ఆ వీధిలో వున్న మన ఫ్యాక్టరీ శంకరయ్య ఫోన్ చేశాడు."

"నేను అక్కడ వున్నానని తెలిసిందా?" కళ్ళు మూసుకుంది. ఆమె మనసు బాధని భరించలేకపోతోంది.

అతను మాట్లాడలేదు.

"తెలిసి నా కోసం ఎందుకు రాలేదు?" ఆ కంఠంలో నిశ్శబ్ద నిష్ఠూరము.

"నువ్వే ఇంటికి వస్తావని ఎదురుచూస్తున్నాను." అతను క్షణం ఆగి అన్నాడు.

"సిద్ధార్థని కూడా ఇంటికి తీసుకొచ్చేస్తావని అనుకున్నాను."

పూజ కళ్ళు తెరిచింది.

"సిద్ధార్థని వదిలి ఎలా వచ్చావు?" అడిగాడు.

"ఈ ఇల్లు అతనిది కూడా అని నువ్వు చెప్పలేదా?"

పూజ కళ్ళు పెద్దవి అయినాయి.

"నీకు.... నీకు... తెలుసా?" ఆ కళ్ళలో భయం, సందేహం.

అతని కళ్ళు నిర్మలంగా, దయగా, ప్రేమగా చూస్తున్నాయి.

"నిన్నటివరకూ తెలీదు. నిన్న సిద్ధూతోపాటు రమానంద్ మన ఆఫీసుకి వచ్చాడు, అప్పుడే మీ నాన్న అనంతగిరి నుంచి డాక్టర్ వస్తుంటే కారులో వచ్చాడు డబ్బు కోసం.

పూజ నిటారుగా కూర్చుంది. ఆమె విప్పారిన నేత్రాలతో చూస్తోంది.

"వారిద్దరూ పలకరించుకున్నారు. రమానంద్ వెళ్ళిన తర్వాత మీ నాన్న చెప్పాడు. నువ్వు కొడుకు సంగతి తెలిసి ఎలా వున్నావో అనుకుంటున్నాడు. నాకు పెళ్ళికి ముందు నీకు అబార్షన్ అయిందన్న సంగతి తను చెప్పిన అబద్ధం అని, పూజ కోసం ఆ అబద్ధం చెప్పాను అన్నాడు."

"అభీ!" పూజ సోఫాలో నుంచి లేచింది. క్రింద కూలబడి అతని ఒడిలో తల దాచుకుంది.

అతను ఆమె తల మీద చేయి వేశాడు.

ఆ స్పర్శ ఆమెతో అతనికి జన్మ జన్మల సంబంధానికి సంకేతంలా వుంది.

"నిన్న త్వరగా వచ్చేశాను. ఇది మాట్లాడాలి అనే! సిద్ధూ పట్ల నీ ప్రవర్తన నాకు మొదట అర్థంకాలేదు. నీ టేబుల్ ఏవో కాగితాలకి తెరిస్తే అరవింద్ ఫోటో కన్పించింది. అతనిలో సిద్ధూ పోలికలు! నాకు అనుమానము వచ్చింది. సిద్ధూ వచ్చిన తర్వాత నువ్వు పిల్లల ప్రసక్తి తీసుకురావటము మానేశావు. నువ్వు చెప్పే నిజం కోసం వేచి చూస్తున్నాను."

"అభీ! నన్ను క్షమించు!" అతని ఒడిలోకి ఆమె తల యింకా ఒదిగి పోయింది.

"క్షమించను పూజా! అనాలన్పిస్తోంది. ఎందుకు చెప్పలేకపోయావు? నీ కొడుకు నా కొడుకు కాదా? నీ సంతోషంలో నాకు భాగంలేదా? నేనెందుకు పరాయివాడిని అయిపోయాను?"

"అభీ! ప్లీజ్! ప్లీజ్!"

"మీ నాన్న మీద నేను కోపం తచ్చుకున్నాను. మండిపడ్డాను. మీరు మోసం చేసింది నన్నుకాదు పూజని. 18 సంవత్సరాలు ఆమెకి ఆనందం దూరం చేశారు అన్నాను. పూజా! నేను నిన్ను యిష్టపడ్డాను. నీకు కొడుకు వున్నంత మాత్రాన పెళ్ళి చేసుకోనని అనుకున్నాడు మీ నాన్న."

"అభీ!" పూజ లేచింది. అతని మెడచుట్టూ చేయివేసి అతని గుండెల్లో ఒదిగిపోయింది.

"సాయంత్రం నేను నాగార్జునాసాగర్ నుంచి సరాసరి ఆఫీసుకి వచ్చాను. ఫైల్స్ చూస్తుంటే సిద్ధూ వచ్చాడు. రెజిగ్నేషన్ లెటర్ యిచ్చి వెళ్ళిపోయాడు."

ఇద్దరూ మౌనంగా కూర్చుండిపోయాడు.

పూజ అతని చేతుల్లో ఇదివరకులా విశ్రాంతిగా వుండిపోలేదు. సేదదీరలేదు. ఆమె శరీరం అలజడితో కదులుతోంది.

అతనికి అర్థమైంది. ఆమె శరీరం తన చేతుల మధ్య వుంది. ఆమె మనసు యిక్కడ లేదు.

అతని ఒళ్ళు 103 జ్వరంతో కాలిపోతోంది. అయినా ఆమెకి ఆ స్పర్శ తెలీటం లేదు, గమనించలేదు.

"ఆమెని చేతుల మధ్య ఎత్తి మెట్లెక్కి పైకి తీసుకువచ్చి మంచం మీద కూర్చోపెట్టాడు. "వాంట్ సమ్ కాఫీ?" అడిగాడు.

తల వూపింది.

అభిజిత్ లేచి వెళ్ళాడు. అతనికి వెన్నులో నుంచి చలి వస్తోంది.

భుజం మీద వేసుకున్న షాల్ తీసి భుజాల నిండుగా కప్పుకున్నాడు. తాయారు పెట్టిన ధర్మాస్‌లో వేడిపాలు కప్పులో పోసి చెంచాతో నెస్కేఫ్ వేసి, పంచదార వేసి కలుపుతుంటే గదిలో శబ్దం విన్పించింది.

కప్పు తీసుకోబోతున్న అతను తిరిగి చూశాడు.

పూజ పెట్టె తీసుకువచ్చి మంచంమీద పెట్టి అందులో అరవింద్ ఫోటో పెట్టింది. తన డిగ్రీ కాగితాలు, ఫైలు సర్దుతోంది.

"ఏమిటది?" అభిజిత్ అడిగాడు.

"నేను వెళ్ళిపోతున్నాను."

"ఎక్కడికి?"

"సిద్ధూ దగ్గరకి."

అతను ఒక్క క్షణం నిశ్చేష్టుడిలా నిలబడిపోయాడు.

కాఫీ సంగతి మర్చిపోయినట్టు మంచం దగ్గరకొచ్చాడు.

పూజ చేయి పట్టుకుని ఆపుచేశాడు.

"అభీ! ప్లీజ్! నన్ను ఆపద్దు" ఆమె ముఖంలో దుఃఖం, దీనత్వం మిళితమై వున్నాయి.

"నువ్వు ఎందుకు వెళ్ళాలి?"

"వాడు రాడు కనుక."

"నేను పిలిపిస్తాను" అతని గొంతులో హామీ వుంది.

"ఓహ్! అభీ! నీకు తెలీదు. రాడు! వాడు మొండివాడు. చాలా మొండివాడు" పూజకి సిద్ధూ అన్న మాటలు గుర్తుకొచ్చాయి.

చేయి ముఖానికి కప్పుకుని తల తిప్పుకుంది. సిద్ధూ మాటలు ఆమెకి శూలాల్లా గుచ్చుకుంటున్నాయి.

ఆమె ఏడుస్తోంది.

అభిజిత్ లేచి భార్య భుజంపట్టి దగ్గరకు లాక్కున్నాడు.

"పూజా!" అనునయంగా ఏదో చెప్పబోయాడు.

పూజ అతని చేతులు వదిలించేసుకుంది. రెండు చేతులూ జోడించింది అర్థింపుగా, భగవంతుడిని అనుగ్రహించమని ప్రార్థిస్తున్నట్లుగా.... "అభీ! ప్లీజ్! నాకు స్వతంత్రం ప్రసాదించు" అంది.

అతను నిశ్చేష్టుడయ్యాడు. అంతరంగంలో వువ్వెత్తుగా లేస్తున్న భావావేశాన్ని దవడ ఎముక బిగించటంతో నిగ్రహించుకున్నాడు.

అతనికి ఆమె మాట అర్థం కావటంలేదు.

18 సంవత్సరాలు ఒకే మనసుగా బ్రతికిన యీమె మాటలు తనకి అర్థం కావటంలేదు.

"నువ్వు ఎన్నోసార్లు నా స్వతంత్రం గురించి మాట్లాడావు. ఆక్షణం వచ్చింది. నాకు స్వతంత్రం యిచ్చి నన్ను నీ నుంచి విడుదల చెయ్యి. 18 సంవత్సరాలు నీతో కలిసి బ్రతికాను. ప్రతి క్షణం ఆనందం పంచుకున్నాను. రాబోయే భవిష్యత్తు అంతా నా జీవితం వాడికే అంకితం."

అభిజిత్ ఒక అడుగు వెనక్కి వేశాడు. దిమ్మెర పోయినట్లు చూస్తున్నాడు.

పూజ కళ్లు కొంగుతో తుడుచుకుంటూ అంది- "వాడు ఎక్కడో అక్కడ సుఖంగా బ్రతికి అందరి పిల్లల్లా వుంటే నేను యింత వ్యధ పడేదాన్ని కాదు. గత 20 సంవత్సరాలు

వాడు పడిన బ్బాధలు తలుచుకుంటే-!? వద్దు! జరిగిపోయినది నేనేం చేయలేను. జరగబోయేది నేను సరిదిద్దగలను. నన్ను వెళ్ళిపోనివ్వు. ప్లీజ్! అభీ! అరవింద్ పరిచయంలో జీవితం కంటే పెళ్ళి గొప్పదనుకున్నాను. నీ పరిచయంలో పెళ్ళికంటే ప్రేమ విలువయినది అని తెలుసుకున్నాను. కానీ సిద్ధూ రాకతో ఈ సృష్టిలో మాతృత్వం కంటే మించినది, విలువయినది, కోరుకునేది ఏదీ లేదు అన్పిస్తోంది. నా అభిప్రాయాలు యిలా నా జీవితంలో కొత్త నమ్మకాలు ఏర్పరిచాయి."

"పూజా!"

"నువ్వు రెండో పెళ్ళి చేసుకో! నీకు పిల్లలు పుడతారు. అందుకే- అందుకే... మనకి పిల్లలు పుట్టలేదేమో?" పూజకి యీ క్షణంలో పిల్లలు సంగతి రాగానే దుఃఖం పొంగుకురాలేదు. నిర్వికారంగా ఆ మాటలు చెప్పింది.

అభిజిత్ ముఖంలోకి అంతవరకూ అతను అదిమిపట్టిన ఆవేశం పొంగులా వచ్చింది.

ఆమె భుజంమీద చేయివేసి తనవైపు తిప్పాడు.

"పూజా! నన్ను రెండో పెళ్ళి చేసుకోమంటున్నావా?"

"అవును! నీ మంచికే! నీ సుఖం కోసమే! నేను సంతోషంగా వుంటాను. నువ్వూ వుండాలని."

"ఒక్క మాటకి జవాబు చెప్పు?"

ఆమె అతని కళ్ళల్లోకి చూసింది.

అతని చూపులు నిశిత గాలాల్లా వున్నాయి.

"సిద్ధార్థ సుఖంగా వుంటాడంటే నువ్వు అతన్ని ఎవరికైనా దానం యిస్తావా?" సూటిగా చూస్తూ అడిగాడు.

ఆమె కళ్ళు రెప రెపలాడినాయి. ఆ కళ్ళలో బాధ, చీత్కారం కన్పించాయి.

అభిజిత్ ఆమె భుజం వదిలేశాడు.

అతనికి సమాధానం దొరికింది. ఆమె పెదవులు కదపటం లేదు.

"సిద్ధూని యివ్వవు! కానీ యింకో స్త్రీకి నన్ను భర్తగా దానం ఇచ్చేసేయగలవు! అసలైన తల్లివి అనిపించుకున్నావు. సురేంద్ర మాటలు 18 సంవత్సరాలు ఆలస్యంగా ఋజువైనాయి" వెనక్కి తిరిగి అతను టేబుల్ దగ్గరకి వచ్చేస్తూ "ఎంత వెర్రివాడిని! నీ ఆనందంలో సగం నాది అని నమ్మాను" అనుకున్నాడు.

"అభీ! ప్లీజ్! నువ్వు ఆవేశపడితే నేను ఏం చెప్పలేను. నేను సిద్ధూ దగ్గరకి వెళ్ళటంలో చాలా న్యాయం వుంది. వాడు పసివాడు! ఒంటరితనంతో అలమటిస్తున్నాడు. భవిష్యత్ నిర్మించుకోవాల్సినవాడు! ఈ ప్రపంచం గురించి వాడికి యింకా బాగా తెలియదు. నువ్వు అనుభవజ్ఞుడివి. జీవితంలో ఒడిదుడుకులు ఎదుర్కోగలవు. ఈ సంఘాన్ని నియంతలా శాసించగలవు. అందుకే నీ దగ్గరుండి వాడిని ఒంటరివాడిని చేయటంకంటే, వాడికి దగ్గరై నిన్ను బాధించినా ఫర్వాలేదు అనుకున్నాను. నాది తప్పు అంటావా?" ఆమె నిస్సహాయంగా అడిగిన ప్రశ్న అతని మనసులో మమతానురాగాలని రెట్టింపుగా పైకి తీస్తోంది. ఆమె తనని వదిలి వెళ్ళటం అతను సహించలేడు. ఆ శక్తి తనకి లేదని పూజకి అర్థంగావటం లేదు. ఆమెని ఆమె నిర్ణయంతో అతను ప్రశంసించకుండా వుండలేకపోతున్నాడు. ఆ క్షణంలో మానవతా మమతానురాగాల మూర్తిగా నిల్చిన పూజ అతనికి మరింత అపురూపంగా అన్పిస్తోంది.

పూజ పెట్టె తీసుకుంది.

"వెళుతున్నాను అభీ!" అంది. అతను మాట్లాడలేదు.

అతను నిలబడిన వైనం ఆమె మనసుని బాధిస్తోంది. అయినా ఆమె బాధ తట్టుకుంటోంది. ఈ క్షణంనుంచీ జీవితం తనది కాదు. సిద్ధూది. అతను మాట్లాడలేని పరిస్థితి తనే కల్పించింది.

పూజ పెట్టె తీసుకుని గది గుమ్మం దాటుతోంది.

అభిజిత్ తిరిగి చూశాడు. ఆమె రెండో పాదం లక్షణరేఖ లాటి ఆ గది సరిహద్దుని దాటేస్తోంది.

అతని జీవితంలో ఏనాడూ ఎరగని చేదు అనుభవం అతన్ని చుట్టు ముట్టింది. అతనిలో యీర్ష్య కలుగుతోంది. సిద్ధూ కోసం తనని త్యజిస్తోంది ఆమె!

18 సంవత్సరాల నిండు దాంపత్యం ఆమెని ఆపలేకపోతోంది.

తనని ఎంత సునాయాసంగా వదిలేయగల శక్తి వచ్చింది.

అది ఆమెలోని మాతృత్వం! ఏది కావాలని కోరుకున్నాడో తనకి అది దక్కలేదు. కాలగర్భంలో నుంచి వచ్చిన అమృతభాండం అందుకునేందుకు ఆమె వెళ్ళిపోతోంది. ఆమెని తన ప్రేమ, తన సర్వస్వం ఏదీ ఆపలేదు. అతనిలో ఓటమి!!

అతను అప్రమత్తంగా వున్న బలవంతుడు, అనుకోని వలలో చిక్కి బందీ అయినట్టు విలవిలలాడుతున్నాడు.

అతనికే సిగ్గు వేస్తోంది. స్వాభిమానం ముంచుకువస్తోంది.

18 సం॥ సిద్ధార్థ వేలు కదపకుండా, నోటిమాట లేకుండా, తనని ప్రత్యర్థి అయ్యి చిత్తుగా ఓడించాడు.

ఆ చిన్న పిల్లాడిమీదనా తన యీర్ష్య! తన ఓటమి!

ఛీ ఛీ! అతనిలో సంయమన శక్తి బలం పుంజుకుంటోంది.

వీటన్నిటినీ గెలిచేశక్తి ఈ ప్రపంచంలో ఒకే ఒకదానికి వుంది. అది స్వార్థరహితమైన ప్రేమ!

పూజ పట్ల తనకి మొదట అదే వుండేది. తర్వాత, తర్వాత రాను, రాను స్వార్థపరుడై ఆమె మొత్తం తన స్వంతం అనే అహంభావం వచ్చింది.

దానికి తగిలిన చెంపదెబ్బే యీ చేదు అనుభవం!

పూజ ఒక మానసిక వ్యధలో వుంది. 18 సంవత్సరాల తర్వాత అనుకోకుండా కన్పించిన కొడుకుని చూస్తే ఎవరికయినా అలాగే వుంటుంది. ఈ అనుభవం తనకి వచ్చినా సరిగ్గా యిలాగే చేసేవాడు. పూజ తనూ వేరు వేరు కాదు! యీర్షభూతం నెత్తికి ఎక్కిన క్షణంలో తనకి యీ ప్రపంచం తల్లక్రిందులైనట్లు వుంది. పూజకి తను తోడుగా వుండాలి తప్ప ఒంటరిదాన్ని చేయకూడదు.

***

పూజ పెట్టె పుచ్చుకుని క్రిందకయితే వచ్చింది. కానీ వెళ్ళలేకపోతోంది. అభిజిత్ గదిలో నిలబడిన వైనం గుర్తుకు వస్తోంది. అతన్ని అంత నిస్సహాయంగా ఎప్పుడూ చూడలేదు తను! తనని ఆదరించి అమృతం పంచి యిచ్చిన వ్యక్తి! అతన్ని బాధపెట్టి వెళ్ళలేదు. ఆమె మనసు రోదిస్తోంది. బయట వరండా మెట్లమీద పెట్టె పక్కన పడేసి కూర్చుని మోకాళ్ళ మీద తల దించేసుకుని ఏడుస్తోంది.

అభిజిత్‌ని బాధ పెట్టినా, అటు సిద్ధార్థని బాధ పెట్టినా, ఎక్కువగా తనమనసే క్షోభ పడ్తుంది. అభిజిత్ తన వెంట రాలేదు. వస్తాడని నమ్మింది. అవును. రాడు! అభిజిత్ మొదటినుంచీ చెబుతూనే వున్నాడు.

“నిన్ను యింకోరితే నేను పంచుకోను” అతను చెప్పినదే చేశాడు. తనకి తెలుసు! తను యీ గేట్ దాటితే యిదే యిక అతని ఆఖరి చూపు!

సిద్ధూ యిక్కడికి రాడు! ఇది నరకం అంటాడు.

అభిజిత్ తనని వదిలి వెళ్ళనీయడు! అది నాకు నరకం అంటాడు.

తను ఎలా చెప్పగలదు? ఏడుస్తున్న పూజ భుజం మీద చేయి పడింది.

తలెత్తి చూసింది. ఎదురుగా అభిజిత్!!

"పద! నిన్ను నేను తీసుకువెళ్లి సిద్ధూ దగ్గర దింపి వస్తాను." తన భుజం మీద షాల్‌తీసి ఆమె భుజాలు చుట్టూ కప్పుతూ అన్నాడు.

27

అర్ధరాత్రి దాటిపోతోంది.

అభిజిత్ డ్రైవ్ చేస్తున్న కారు మెత్తగా సిద్ధార్థ యింటికి కొంచెం దూరంలో వచ్చి ఆగింది. సిద్ధార్థ గదిలో లైటు వుంది.

కారు ఆగింది. అభిజిత్ మౌనంగా కూర్చున్నాడు. పూజ ఒక్క నిమిషం అలాగే కూర్చుంది. అక్కడికి కొద్ది దూరంలో తగలబడి మాడి మసి అయి అస్థి పంజరంలా తన వునికిని చాటుతున్నట్టుగా ఆమె కారు వెన్నెల్లో కన్పిస్తోంది. తెల్లవారుఝాము చిరు చలిగాలి విదిలిస్తోంది. పూజ షాల్ సర్దుకుంది. అభిజిత్ చెయ్యి ఆమె భుజాలచుట్టూ పడబోయి ఆగి వెనకసీటు మీదకి ఆని వుంది.

పూజకి అతనివైపు వంగి ఒక్క నిమిషం భుజంమీద తల ఆనించుకోవాలని అనుకుంది. తనని ప్రేమించి సేదదీర్చే మనిషిని సంపూర్ణంగా వదిలేసుకుంటోంది. దానికి శిక్ష అతనికి కాదు. తనకేనని పూజకి బాగా తెలుసు.

అభిజిత్ చూస్తున్నాడు. పూజ దిగే ప్రయత్నం చేయటం లేదు.

అతను వంగి చేయి చాచి డోర్ తెరిచాడు. నిశ్శబ్దంలో ఆ క్లిక్‌మనే చప్పుడే పెద్ద ధ్వనిలా వుంది. పూజ చప్పున ముందుకి వంగి అతని భుజం మీద ముఖం ఆన్చేసుకుంది. ఆమె చేతులు అతన్ని తల్లిని వదలని పసిపిల్లలా గట్టిగా పట్టుకున్నాయి.

అభిజిత్ నిశ్శబ్దంగా చూస్తున్నాడు.

ఆమె వదలటం లేదు.

"పూజా!" అన్నాడతను.

ఆమెకి అతని పిలుపులో సంకేతం అర్థం అయింది.

"నన్ను క్షమించు" అంది.

"క్షమార్పణలు చెప్పుకునేంత పరాయి వాళ్ళమా మనం" అన్నాడు.

పూజ అతన్ని ఆఖరిసారిగా గట్టిగా పట్టుకుంది. అతని చెయ్యి లాక్కుని తీసుకుని తన భుజం చుట్టూ వేసుకుంది! ఆ చెయ్యి భావ స్పర్శగా కాకుండా యాంత్రికంగా వుంది.

ఆ చేతి మీద గట్టిగా ముద్దు పెట్టుకుంది. కళ్ళకి అద్దుకుంది.

మరుక్షణం కారులోనుంచి దిగేసింది. అభిజిత్ వెనకసీట్లో పెట్టె అందించాడు. తీసుకుని వెళ్ళిపోయింది.

చివర అడుగులు పరుగుగా మారినాయి. ఆ త్వరితంలో ఆమె మనసు దర్పణంలా కన్పిస్తోంది.

అభిజిత్ కారు అద్దం ఎత్తి చూస్తున్నాడు. పూజ క్షేమంగా యింట్లోకి వెళ్ళాలి.

పూజ తలుపు తట్టింది. గదిలో లైటు వెలిగింది.

కొద్దిసేపయిన తర్వాత తలుపులు తెరుచుకున్నాయి. ఎదురుగా పూజని చూసి సిద్ధార్థ వెనుకడుగు వేయబోతుంటే పూజ అతనితో "సిద్ధూ! నేను వచ్చేశాను. శాశ్వతంగా వచ్చేశాను. నీకు అమ్మగా మాత్రమే ఈ క్షణం నుంచి బ్రతుకుతాను."

"నేనేం కోరలేదు" అతను తలుపు వేయటానికి చేయి వేశాడు.

"సిద్ధూ! నేను శాశ్వతంగా వచ్చేశాను. నువ్వు వెళ్ళమంటే చోటు లేదు. ఇక్కడే కూర్చుంటాను. ఈ లోకం నన్ను రాళ్ళు పెట్టి కొట్టనీ! ఇంకేమైనా చేయనీ! నన్ను రక్షించుకుని దక్కించుకుంటావో లేక యీ లోకానికి వదిలేస్తావో నీ యిష్టం" ఇప్పుడామె కంఠంలో ఖంగ్‌న ధైర్యం వుంది. బేలగా చూడటం లేదు అర్థించటంలేదు.

సిద్ధూ చూశాడు. దూరం నుంచి ఎవరో యిటు వస్తున్నారు. ఆమెని తదేకంగా చూశాడు.

అతన్ని కోరి పరిత్యజించి వచ్చిన మాతృమూర్తి!

అతను కోరుకున్న పద్ధతిలోనే అతని దగ్గరకి వచ్చింది.

సిద్ధూ గుమ్మం బైటకి వచ్చాడు.

పూజ భుజం చుట్టూ చేయి వేశాడు. లోపలికి తీసుకువెళ్ళాడు.

దూరం నుంచి కారులో కూర్చుని అభిజిత్ యిది చూశాడు.

తలుపులు మూసుకున్నాయి. అతను కారు స్టార్ట్ చేశాడు.

అతని ధైర్యం, చొరవా, పెద్ద మనసు కూడా పూజ వెంటే వెళ్ళి పోయి అతన్ని ఒంటరివాడిగా మిగిల్చివేసినట్టుగా వుంది.

పూజ కోసం యీ జీవితం, ఈ ఓటమి భరించక తప్పదు.

త్రాసులో అష్టయిశ్వర్యాలు, తన ప్రేమా అన్నీ ఒక పక్క నిండుగా వేసినా, ఒక్క తులసిదళంలా సిద్ధూ కన్నవాడు కాగా అతన్ని పరాజితుడిని చేసి తన తల్లిని తన దగ్గరకి తీసుకువెళ్ళిపోయాడు.

28

వెలుగురేఖలు యింకా విచ్చుకోలేదు. తలుపు చిన్నగా టక్‌టక్‌మని శబ్దం అయింది. సిద్ధూ వచ్చి "ఎవరు?" అని ప్రశ్నించాడు.

"నేను! ధర్మీని."

సిద్ధూ తలుపులు తీశాడు. అతని వెంట తల్లి అనసూయ కూడా వుంది.

"ఇదేమిటి? ఇప్పుడు" సిద్ధూ అడుగుతుంటే అనసూయ "హుష్" అంటూ లోపలికి వచ్చి తలుపులు మూసింది.

పూజ కూడా వచ్చింది. అనసూయ పూజని చూడగానే నమస్కారం చేసింది.

"సిద్ధూ! బస్తీలోకి రాత్రి పోలీసులు వచ్చి కారు ఎవరు తగలబెట్టారు? అని ఒకళ్ళిద్దరు కుర్రాళ్ళని పట్టుకుపోయారుట. వాళ్ళు రాత్రంతా కోపంగా చర్చలు చేశారు. రాత్రి అమ్మగారు రావటం చూశారు. ఇక్కడ వుండద్దు. వీళ్ళు గొడవ చేస్తారు."

"చేయనీ! ఇప్పుడెక్కడికి వెళ్తాం" అన్నాడు సిద్ధూ.

"అలా అనవద్దు ఇప్పటికే అందరూ ఏదో ఏదో అంటున్నారు. అవతల బజారులో మా అన్నయ్య ఇల్లు వుంది. ఈ ఒక్కరోజు అక్కడ వుంటే తర్వాత చూద్దాం"

సిద్ధూ పూజ వైపు చూశాడు.

"వెళ్దాం పద సిద్ధూ!" అంది.

"నానమ్మ ఏది?" అడిగింది అనసూయ.

"రాత్రి నాతో పోట్లూడి రమాసుందర్ మామయ్యతో పూరు వెళ్ళిపోయింది" అన్నాడు.

సిద్ధూ, పూజ, అనసూయ, ధర్మీ బైలుదేరారు.

చీకటి సందులోనుంచి అనసూయ వారిని తీసుకువెళ్తోంది. ధర్మీ అలవాటయినవాడిలా ముందు నడుస్తున్నాడు.

పూజ కాళ్ళకి చెప్పులు లేవు. రాత్రి రావటమే మర్చిపోయి వచ్చింది.

చీకట్లో పూజ రాయి తగిలి బోర్లా పడబోయింది.

సిద్ధూ పట్టుకుని ఆపాడు. కాళ్ళకి చెప్పులు లేని ఆమె పాదాలు చూశాడు తనవి యిచ్చాడు.

"వద్దు" అంది.

సిద్ధూ వంగి ఆమె పాదాలకి చెప్పులు తొడిగాడు.

పూజ యిష్టంగా అతని తల మీద చేయి వేసింది.

సిద్ధూ లేచాడు. వెన్నెల ఆ యిరుకు సందుల్లో సరిగ్గా పడటం లేదు.

సిద్ధూ పూజ భుజాలచుట్టూ చేయి వేశాడు. పూజ కళ్ళలో ఆనంద భాష్పాలు. ఆమె తల అతని భుజానికి ఆనింది.

మనసంతా ఎనలేని తృప్తిగా, గడపబోయే జీవితానికి కొత్త నాందీ వచనంలా అన్పిస్తోంది.

29

అదృష్టవశాత్తూ అనసూయ అన్నగారి పక్కింట్లో భాగం అద్దెకు ఖాళీగా వుంది. రోడ్డుమీదకి ఒక గది, లోపల ఒక గది వున్నాయి. 500 అద్దె చెబుతున్నారు అన్నాడతను. తెల్లవారుతుండగా అనసూయ వచ్చి అన్నని లేపి, సిద్ధూని చూపించి ఈ పూట వీళ్ళు మీ యింట్లో వుంటారంది. సిద్ధూతో కలవారి ఆడపడుచుగా వున్న పూజని చూసి అతనేం అనలేకపోయాడు.

"500 యివ్వగలిగితే బాగానే వుంటుంది" అంది అనసూయ.

"అంత డబ్బు ఎలా?" జీవితంలో మొదటిసారిగా డబ్బంటే భయపడుతూ అంది పూజ.

అనసూయ తనయింట్లోంచి కిరసనాయిలు స్టవ్, కొంచెం గిన్నెలు గ్లాసులు తెచ్చి యిచ్చింది. స్టవ్ మీద పాలు పెడుతూ "సిద్ధూ బంగారం లాంటి బిడ్డ! మీరు ఏ జన్మలో ఏ పుణ్యం చేసుకున్నారో" అంది.

"నీకు తెలిసిందా అనసూయా?" అంది.

"ఆ! ఇంటామె మీరు పడిన గొడవ అంతా విందట చెప్పింది నాకు. మా ధర్మీకి సిద్ధూ అంటే చచ్చేంత యిష్టం. ఆ వీధిలో అందరూ నన్ను నానారకాలుగా తిడ్తున్నా

సిద్ధూ మాత్రం నన్ను గౌరవంగా చూసేవాడు. నా కొడుక్కి అక్షరం ముక్కలు వచ్చాయంటే సిద్ధూ చలవే. ఒక్కోసారి పుస్తకాలు, గాలిపటం యిలాటివి తనే కొనేవాడు. వాడిని తండ్రి వదిలేశాడని సిద్ధూకి జాలి. అందరూ వెక్కిరిస్తుంటే చిన్నవాడైనా సిద్ధూ మా బాధ అర్థం చేసుకున్నాడు."

వద్దంటున్నా అనసూయే వంట చేసింది.

పూజ టీ కలిపి స్టీలుగ్లాసులో తెచ్చి సిద్ధూకి యిచ్చింది.

సిద్ధూ సిగ్గుగా చూశాడు. అందుకుని తాగి చాలా మొహమాటంగా "కాఫీ బాగుంది" అని అక్కడనుంచి వెళ్ళిపోయాడు.

సిద్ధూ ముఖంలో సంతోషం పూజకి ధైర్యం యిస్తోంది. సిద్ధూ చేతిలో గ్లాసు అందుకుని అలాగే నిలబడిపోయింది.

అభిజిత్ ఏం చేస్తున్నాడు? నిద్ర లేచాడా! రాత్రి కారు దిగేటప్పుడు అతని చెయ్యి అందుకుంటే అది చాలా వేడిగా వుంది. రాత్రి అతనికి జ్వరంగా వుందని యిప్పుడు గుర్తుకు వచ్చింది. పూజ ఆ ఆలోచన్లు తోసేస్తోంది. అభిజిత్ పెద్దవాడు. తన ఆరోగ్యం గురించి అతనికి బాగా తెలుసు. అతను శ్రద్ధ తీసుకోగలడు. రాత్రి అతను తనని తీసుకువచ్చి దించిన వైనమే గుర్తుకువస్తోంది. అభిజిత్ వ్యక్తిత్వమే అది! తన ధర్మం నెరవేర్చటంలో ఎప్పుడూ వెనకడుగు వేయడు.

అనసూయ ఏదో తన కష్టాలు చెబుతోంది. కానీ పూజకి ఆ మాటలు విన్పించటం లేదు. సిద్ధూకి దగ్గరగా వచ్చాను అనే ఆనందం మనసు నిండుగా వుంది. కానీ ఆ మనసేదో తనతో గాకుండా అభిజిత్ దగ్గరే వున్నట్లుగా వుంది.

12 గంటలు అవుతుండగా సిద్ధూ తిరిగి వచ్చాడు.

"ఎక్కడికి వెళ్ళావు?" పూజ ఎదురువచ్చి ఆదుర్దాగా అడిగింది.

సమాధానంగా జేబులోనుంచి 500 తీసి ఆమె చేతిలో పెట్టాడు.

"ఇదేమిటి?" అంది.

"ఇంటికి అడ్వాన్స్. అనసూయకిచ్చి వాళ్ళన్నయ్య చేత ఇప్పించమను."

"ఇంత డబ్బు యింత హఠాత్తుగా ఎక్కడిది?" ఆశ్చర్యంగా అడిగింది.

"ఇదివరకు నేను పనిచేసిన టైలరింగ్ షాపులో నాకు రావాలి. అడిగి తెచ్చాను" స్టూలు మీద కూర్చుంటూ అన్నాడు.

సిద్ధూ! అలా చెప్పకుండా ఎప్పుడూ వెళ్ళకు. నాకు చాలా భయం వేసింది. ఎక్కడికైనా వెళ్ళిపోయావేమోనని" అతని తలమీద చేయి వేస్తూ అంది.

సిద్ధూ తలెత్తాడు. మొదటిసారిగా, సంతోషంగా పూజ కళ్ళలోకి చూశాడు. తల తిప్పుతూ "పారిపోవటమా! ఎందుకు? ఉహు! పారిపోను! నాకు కావాల్సిన వాళ్ళు నా దగ్గరికి వచ్చేసారుగా!" అన్నాడు.

పూజ అతని తల మీద చేయి వేసి దగ్గరకు లాక్కుంది.

ఒక్క అరనిమిషమే వున్నాడు. అనసూయ చూస్తోందని గమనించి లేచి వెళ్ళిపోయాడు.

సిద్ధూ స్నానం చేసి వచ్చేసరికి అతని షర్ట్ అనసూయ చిరుగు కుట్టి అక్కడ పెట్టి "నేను మూడు గంటలకి వస్తానమ్మా! ధర్మీని పంపిస్తాను. ఇక్కడే వుంటాడు. ఏదయినా అవసరం అయితే కబురు పంపించండి" అని వెళ్ళిపోయింది.

పూజ నేలమీదనే కంచాలు పెట్టి యిద్దరికీ వడ్డించింది.

అతనికి అన్నం పెట్టింది. తనే కలిపింది. నోటికి అందించింది.

అతను వారించబోయాడు. "తిను నాన్నా! మా తండ్రివిగా" అంది.

ఆమె అడిగిన తీరు అతను కాదనలేకపోయాడు.

పూజ సంబరంగా అతనికి అన్నం తినిపించింది.

సిద్ధూ తింటూ ఆమె చెయ్యి పట్టుకుని ఆపేస్తూ "ఇది నిజమేనా?" అన్నాడు.

"నిజం కాదని ఎందుకు అనుకుంటున్నావు?" ప్రశ్నవేసింది.

అతని కళ్ళలో ఏదో భయం, అనుమానం వాటి నీలి నీడలు.

"ఇవన్నీ నా కిష్టం వుండవు" అన్నాడు సీరియస్‌గా.

"నాకిష్టంగదా మరి. అమ్మ కిష్టమైనవి సిద్ధూ చేస్తాడు కదా?"

అతను సీరియస్‌గా చూడబోయి అవును అన్నట్లు తల వూపాడు.

భోజనాలు అయినాయి. పూజ చాప మీద కూర్చుంది.

"ఇక్కడ సౌకర్యాలు ఏమీ వుండవు" అన్నాడు సిద్ధూ.

"నేను చాలా సుఖంగా వున్నాను" అంది. సిద్ధూ అంతక్రితం వేసిన పెయింటింగ్స్ చూస్తోంది. మధ్య మధ్యలో ఆమె కళ్ళు చేతి గడియారం చూసుకుంటున్నాయి. అది సిద్ధూ గమనిస్తున్నాడు.

"ఎక్కడికైనా వెళ్ళాలా?" అడిగాడు.

"లేదు."

"మరెందుకు టైమ్ చూడటం?"

"ఊరికినే!" అతనికి అబద్ధం చెప్పటానికి బాధేస్తోంది. కానీ పసి మనసు! నిజం భరించలేదు! అభిజిత్ భోజనం చేశాడా? జ్వరం తగ్గిందా? ఆమె ఆలోచనలు కాసేపు అటు తారాట్లాడుతున్నాయి.

పూజ మనసు ఆర్థికంగా కూడా ఆలోచిస్తోంది. ఈ యిల్లు గడవటం ఎలా? తను ఎక్కడైనా వుద్యోగం చేయాలి. కానీ యీ వూళ్ళో అభిజిత్ ఎదురుగా అది సాధ్యమా! కానీ ఆ సమస్య చాలా పెద్దదిగా అనిపిస్తోంది.

30

పూజ వర్కర్స్ కో ఆపరేటివ్ సొసైటీ ఆఫీసుకు వచ్చింది. మెంబర్స్ అందరినీ కబురు చేసి పిలిపించింది. ఆ మీటింగ్‌లో తను యీ కమిటీకి డైరెక్టరుగా రిజైన్ చేస్తున్న కాగితం యిచ్చింది.

"ఇదేమిటి మేడమ్?" వైస్ ప్రెసిడెంట్, మెంబర్స్ తెల్లబోయారు.

"నా ఆంతరంగిక వ్యవహారాలు కొన్ని చూసుకోవాలి. మాలతీ వైస్ ప్రెసిడెంట్‌గా బాగానే తర్ఫీదు అయిందిగా! అయినా ఎన్నేళ్ళు నేను? మీ అంతట మీరు యిది నడుపుకోవాలి."

"మా వల్ల ఏమైనా తప్పు జరిగిందా మేడమ్?" మాలతీ ఖిన్న వదనంతో అడిగింది.

"లేదు అలాటిదేం లేదు. మీరు దయయుంచి వేరుగా అనుకోవద్దు."

అందరూ ఆమెకి కన్నీటి వీడ్కోలు యిచ్చారు.

పూజ పోస్టాఫీసుకి వచ్చింది. వందరూపాయల స్టాంప్ పేపరు మీద క్రింద సంతకం చేసింది. పైనంతా ఖాళీగా వుంది.

తను వచ్చేసింది. పూజా ఇండస్ట్రీస్ ప్రైవేట్ లిమిటెడ్ సంస్థలో ఎన్నింటిలోనో తన పేరు మీద లావాదేవీలున్నాయి. బ్యాంక్ ఖాతాలలో సగం వాటి మీద తన సంతకమే ఆమోద ముద్ర!

పోస్టలో అభిజిత్‌కి అది పంపుతూ చిన్న నోట్ పిన్ చేసింది.

"అభీ! అనుకోకుండా వెళ్ళిపోవాల్సిరావటంతో జాగ్రత్తలేం తీసుకోలేకపోయాను. ఖాళీ స్టాంప్ పేపర్ మీద సంతకం చేసి పంపిస్తున్నాను. తగువిధంగా పైన వ్రాసుకో! ఎలా వున్నావు? జ్వరం తగ్గిందా?" ఇలా నీ క్షేమం అడిగే అర్హత నాకుంది అనుకుంటున్నాను.

పూజ.

కవరు మీద అడ్రస్ వ్రాసి రిజిష్టర్ పోస్ట్‌లో పంపింది. పోస్టాఫీసులో నుంచి వస్తుంటే కంపెనీ స్టెనో ఎదురయ్యాడు.

"మేడమ్! మీరా! స్వయంగా మీరే పోస్టాఫీసుకు వచ్చారా? అందరూ ఏమయ్యారు?" అన్నాడు ఆశ్చర్యంగా.

"నేనే కావాలని వచ్చాను" అంది.

అతను మర్యాదగా పూజ వెంట బైట వరకూ వచ్చాడు.

"కారు ఎక్కడ?" చూస్తూ అడిగాడు.

"లేదు"

"ఆటో పిలుస్తానుండండి" వెళ్ళబోతుంటే వారించింది. బస్సు వచ్చింది.

పూజ జనంతోపాటు ఎక్కేసింది.

బస్సులో వెళుతున్న పూజని చూసి అతను నోరు తెరిచి చూస్తుండిపోయాడు.

పూజ బస్సులో కూర్చుని పేపరు తెరిచింది.

అందులో సిద్ధూ వేసిన డ్రస్‌తో సోనాలి ఎడ్వర్టయిజింగ్ వుంది.

పూజ పెదవి బిగబట్టింది. సిద్ధార్థ వైపు రావడంతో అభిజిత్, తనూ వెళుతున్న నావని తలక్రిందులు చేసిందా తను?

ఎడ్వర్టయిజ్‌మెంట్ బస్సుల మీద, బజార్లలో పోస్టర్లుగా, పేపర్లలో ఎక్కడపడితే అక్కడ కనిపిస్తూ ఆకర్షణీయంగా వున్నాయి.

సిద్ధార్థ రిజైన్ చేసేశాడు. అభిజిత్ ఏం చేస్తాడు.

ఆమెకి తక్షణం ఈ వూరు నుంచి వెళ్ళిపోవాలనిపిస్తోంది.

ఇక్కడ వుండి అభిజిత్‌కి యింకా నరకం సృష్టించి యివ్వడం తనకి ధర్మం కాదు.

పూజ పన్లు అన్నీ ముగించుకుని 3 బస్సులు మారి వచ్చేసరికి బాగా ఆలస్యమే అయింది.

"ఉహు! ముందు నువ్వే" అతను పూజకిచ్చి బలవంతంగా తాగించేవాడు. అతను తలస్నానం చేసి వస్తే పూజ టవల్‌తో అతని తల తుడిచేది. అతనికి అది చాలా అపురూపమైన ఆనందం.

బుద్ధి తెలిసినప్పటి నుంచీ అతను తెలియని నాన్నకంటే తెలియని అమ్మ కోసమే కలలు కన్నాడు. తపించాడు. రమానంద్ మామయ్య ఊరెళ్ళిపోతూ యిచ్చిన పాత ట్రంక్ పెట్టెలో తండ్రి ఫోటో కంటే తల్లి స్వదస్తూరితో వ్రాసిన చిన్న డైరీయే అతనికి ఒక సుందరలోకంగా వుండేది. ఆమెని చాలా లలితంగా, ప్రేమమూర్తిగా వూహించుకున్నాడు. తనకి ఏ బాధ కలిగినా ఆ నోట్‌బుక్‌లో తల్లి వ్రాతలో తలదూర్చి ఓదార్పు పొందేవాడు. అతను దానికి అందమైన అట్ట వేశాడు.

నలిగి పాతపడిన ఆ పుస్తకం కొడుకు ప్రాణప్రదం అని తెలిసిన పూజకి మనసు నిండు గోదావరి అయింది.

అది చిన్నతనంలో జీవితం గురించి ఎక్కడ ఏ మంచి వాక్యాలు కన్పించినా, తనకి అన్పించినా అందులో వ్రాసుకునేది. అది కొడుక్కి ఇన్నేళ్ళూ తోడుగా వుందని తెలీగానే పూజ ఆనందానికి అవధుల్లేకుండా పోయినాయి.

ఈ చిన్నారి తండ్రి అనుక్షణం తనని తల్చుకుంటాడని తనకి తెలీలేదు.

పూజకి సిద్ధూ కాఫీ తాగుతూ నోట్‌బుక్‌లో వాక్యాలు చదివి వినిపించేవాడు.

అనసూయ తన కుట్టుమిషన్ తెచ్చి వాళ్ళ దగ్గర వేసింది. అనసూయ, ధర్మీ, సిద్ధూ పనిచేస్తున్నారు.

ధర్మీ తన చిన్నారి వేళ్ళతో బటన్స్ కుడుతుంటే పూజ ఆశ్చర్యపోయింది. అతని బుగ్గ పుణికి ముద్దు పెట్టుకుంది.

చిత్రంగా బసవయ్య ఎందుకో వీరి జోలికి రాలేదు.

"మీరు రావటంతో నా కష్టాలు కూడా పోయినాయి అమ్మగారు" అంది అనసూయ.

పూజ తను కూడా మిషన్ కుట్టటం నేర్చుకుంటానంది.

సిద్ధూ నేర్పుతున్నాడు! పూజ వేలు మిషన్ క్రిందకి వెళ్ళి రక్తం కారసాగింది.

"నేను వద్దని చెప్పానా! సిద్ధూ పరుగెత్తుకెళ్ళి అల్మైరాలో నుంచి అయొడిన్ తెచ్చి రాసి బ్యాండేజ్ వేసి కట్టుకట్టాడు.

"నేను నేర్చుకోకపోతే ఎలా? ఇంట్లో అందరూ కష్టపడాలి..... చిన్నారి ధర్మీ కూడా ఎలా పనిచేస్తున్నాడో చూడు. నాకు వుద్యోగం దొరికేవరకూ" అంది.

చెప్పలేని ఆనందంగా వుంది. ఈ సృష్టి తనని స్త్రీగా పుట్టించి, తల్లిని చేసి ఒక అద్వితీయ వరం ప్రసాదించింది. ఈ అనుభవం అద్భుతమైనది! మిగతా ఆనందాలన్నీ వీటి ముందు అతి పేలవం!

"నాకు భయం వేసింది. నువ్వు తిరిగి రావేమోనని, వెళ్ళిపోయావని" సిద్ధూ చెప్పాడు.

అతని తలని ఆమె పొట్టకి యింకా అదుముకుంది. వంగి తల మీద ముద్దు పెట్టుకుంది. "నేను వెళ్ళిపోతానా! నిన్ను వదిలి! అందులోనూ నీతో చెప్పకుండా! ఆ పని నా కంఠంలో ప్రాణం వుండగా జరగదు. నన్ను నమ్ముతావా?!"

అతని ముఖాన్ని రెండు చేతులతో పట్టుకుని బలవంతంగా ఎత్తింది.

అతను పూజ వైపు చూశాడు. ఆ కళ్ళల్లో నిర్భయత్వం! స్వతంత్రము! తల్లి కళ్ళలోకి ఎంతో యిష్టమైన పని జరిగినప్పుడు మూగ ఆనందంతో తనయుడు చూసే చూపు!

పూజ హఠాత్తుగా అడిగింది.

"ఏది? నన్ను అమ్మా అని పిలు."

అతని కళ్ళు రెప రెపలాడినాయి! ఆమె చేతులలో నుంచి ముఖం తప్పించుకోవాలని చూశాడు. కానీ ఆమె పట్టు వదలలేదు.

"నాకు–నాకు రాదు" అస్పష్టంగా అన్నాడు.

"నేను నేర్పుతాను. అను. అ.... మ్మా! అ.... మ్మా."

పసివాడికి పలుకులు నేర్పినట్టే అంది.

అతని పెదవులు అనబోయి ఆగిపోయాయి.

"అను సిద్ధూ అ.... మ్మా!"

"అ.... మ్మా!" అతను మంత్ర ముగ్ధుడిలా అన్నాడు. ఆమె చూపులలో అతనిలో బిడియం, సంకోచం కరిగిపోయాయి.

"పిలు! పిలునాన్నా! బంగారు తండ్రీ పిలవరా!"

"అమ్మా!" సిద్ధూ ఇష్టంగా ఆ మాటల్ని అపురూపంగా వుచ్ఛరించాడు.

పూజ అతని ముఖాన్ని వదిలి అతన్ని దగ్గరకి తీసుకుంది.

అతన్ని గట్టిగా కౌగలించుకుంది. "నా బంగారుతండ్రీ! 19 సంవత్సరాల తర్వాత నీకు నేను అమ్మా అనే మాట నేర్పానురా" ఆమె కళ్ళు వర్షిస్తున్నాయి. అతని బుగ్గలు, నుదురు, తల ఆమె ముద్దులతో స్పృశిస్తోంది.

అతను అపురూపమైన అమృతధారలాటి ఆ జడివానలో తడుస్తున్నాడు. అతని మనసు, శరీరం అతను పడిన బాధల నుంచి అది మంత్రజలం తాగించినట్టు తప్పించి మాయం చేస్తోంది. అతనిలో విశ్వాసం, ఆనందము, తెలియని బలం.

సిద్ధార్థ నవ్వాడు. పూజ కూడా నవ్వింది. ఇద్దరూ హాయిగా నవ్వేస్తున్నారు. సిద్ధార్థ సడన్‌గా లేచాడు. పూజని దేవతని సింహాసనం మీద కూర్చోపెట్టినట్టు ఆ పాత స్టూలుమీద కూర్చోపెట్టాడు. మోకాళ్ళ మీద వంగి కూర్చుని పూజ వడిలో తలదాచుకున్నాడు. "అమ్మా! నన్నెప్పుడూ వదిలి వెళ్ళవు కదూ? వెళ్ళనని మాటివ్వు.... ఇవ్వు నాకు" అన్నాడు.

పూజ తన ఒడిలో వాలిన అతని తలమీద చెయ్యి ఆనించింది. "వెళ్ళను... ఎప్పుడూ వెళ్ళను" అంది.

"ఆయన్ని వదిలి వుండగలవా?"

"ఉండగలను"

అతని చేతులు ఆమె చీర కుచ్చెళ్ళని గట్టిగా పట్టుకున్నాయి.

ఆమె ఒడిలోనుంచి అతను తలెత్తి ఆమె వైపు చూస్తూ నవ్వాడు.

"నేను చాలా అదృష్టవంతుడినా?" నమ్మలేనట్టు అడిగాడు.

"అవును" అన్నట్టు చూసింది పూజ.

కానీ, కానీ ఆమె హృదయాంతరాల్లో ఎక్కడో కొడుక్కి చేసిన ఆ వాగ్దానం ఆమె గుండెని చురకత్తిలా నిలువునా రెండుగా నిర్దయగా చీల్చేస్తోంది.

పూజ మనసు ఏకకాలంలో ఎండా, వానా పడిన ధరిత్రిలా వుంది.

31

నాలుగు రోజులు గడిచాయి.

ఆ చిన్న ఇంట్లో పూజ, సిద్ధార్థ యిద్దరికీ ఒక ఆనందలోకం దొరికింది.

సిద్ధూ లేచి ముఖం కడుక్కుంటుంటే పూజ చేస్తున్న కాఫీ సువాసన వస్తుంది. అతను ముఖం టవల్‌తో తుడుచుకుంటుంటే పూజ వేడి వేడి కాఫీ కప్పులో తెచ్చిస్తుంది. అతను తీసుకోగానే "నీకు" అని అడిగాడు.

"నువ్వు తాగు నేను తర్వాత తాగుతాను"

పూజ వచ్చి అతసటగా తలుపు తట్టింది.

వెంటనే తలుపులు తెరుచుకున్నాయి.

ఎదురుగా సిద్ధార్థ! అతని కళ్ళు ఎర్రబడి వున్నాయి. జుట్టు చెదిరి వుంది. ఇల్లంతా సామాను వెదజల్లేసినట్టు చిందరవందరగా వుంది.

బియ్యం, కూరలు క్రిందపడి వున్నాయి. అతని పుస్తకాలు చెల్లా చెదురుగా విసిరి వున్నాయి. అతని డ్రాయింగ్స్ చింపి ముక్కలుగా పడి వున్నాయి.

"ఏమైంది?" ఖంగారుగా, భయంగా అడిగింది.

సిద్ధార్థ ముఖం తిప్పుకున్నాడు.

"ఏమైంది చెప్పు" గట్టిగా అడిగింది.

సమాధానంగా వెళ్ళి స్టూలు మీద కూర్చుని తల దించుకున్నాడు.

దగ్గరకి వచ్చింది.

"చెప్పరా! ఎవరు యిల్లంతా యిలా నాశనం చేసింది?" ఆవేశంగా అడిగింది.

"నేనే!!" ఆ కంఠం నూతిలో నుంచి వచ్చినట్లుగా వుంది.

"నువ్వా?!" పూజ ఆశ్చర్యంగా చెల్లాచెదురైన ఆ సామానుని, భూమి వైపు తల వంగిపోయి కూర్చున్న సిద్ధార్థని మార్చి మార్చి చూసింది.

"నువ్వా?! ఎందుకు? ఏమైంది?" ఆమె కంఠంలో భయం.

అతను సమాధానం చెప్పలేదు.

"చెప్పు. ఏమైంది?"

"నువ్వు.... నువ్వు.... ఆయన దగ్గరకి వెళ్ళిపోయావని అనుకున్నాను."

"నేనా?!"

పూజ కళ్ళల్లో నీళ్ళు నిండుకు వచ్చాయి. ఆ సామానుని, అతన్ని మళ్ళీ మార్చి మార్చి చూసింది. ఆ చిందరవందర పగిలిన అద్దం ముక్కల్లో అతని అంతరంగం కనిపిస్తోంది.

పూజ అతని దగ్గరగా వచ్చింది.

తల మీద చేయి వేసింది. అతను తల ఎత్తాడు! అతని కళ్ళలో భావం చూసి ఆమె మనసు ద్రవించిపోయింది. అతని తలని మౌనంగా పొట్టకి అదుముకుంది! ఆమె మనసంతా

"ఉద్యోగమా? నథింగ్ డూయింగ్! సంపాదన నేను ఎంత తెస్తే అంతే గడుపుకుందాం" అన్నాడు సిద్ధూ. అతను అపురూపంగా ఆమె భుజాలు పట్టి లేవదీసి మంచంమీద కూర్చోపెట్టాడు. "రేపటి నుంచి యీ మిషన్ జోలికి రావద్దు మమ్మీ" చూపుడువేలు చూపించాడు.

"చూడమ్మా! అనసూయా! ఎలా బెదిరిస్తున్నాడో!" అంది భయంగా చూస్తూ పూజ.

సిద్ధూ నవ్వేశాడు. అనసూయ, ధర్మీ నవ్వుతున్నారు.

పూజ కూడా నవ్వుతూ సిద్ధూ చేయి పట్టుకుని తలమీద వేసి వంగి అతని చెంప మీద ముద్దు పెట్టుకుంది.

రాత్రి 9 గంటలవేళ.... దూరంగా వీధిలో కార్లో కూర్చుని వున్న అభిజిత్ యీ దృశ్యం చూస్తున్నాడు. అతనికి పూజ పంపిన స్టాంప్ పేపర్ అందింది. ఆమెని కలిసి ఒక్కసారి చూడాలని వచ్చాడు. దూరం నుంచే లైటు వెలుగుతున్న ఆ గదిలో మిషన్ దగ్గర కూర్చున్న పూజ కన్పించింది. తర్వాత దృశ్యం అతను చూశాడు. అతని గుండెల్లో నుంచి నిట్టూర్పు వచ్చింది. ఒంటరితనం అతన్ని ఆక్టోపస్‌లా వంద తోకలతో చుట్టేస్తోంది. పూజ వెళ్ళినందుకు అతనికి బాధలేదు. వారి ఆనందంలో తను పరాయివాడిగా మిగిలిపోయాడు. అతని దురదృష్టం అతను నమ్మలేకపోతున్నాడు. అతను కారు స్టార్ట్ చేసి బ్యాక్ చేసుకున్నాడు. కారు అతని మనసులాగానే వారికి దూరంగా వెళ్ళిపోతోంది.

32

పూజ అనసూయతో వెళ్ళి అవతల వీధిలో రోడ్డు మీదకి వున్న దుకాణం అద్దెకివ్వబడును అని వుంది అంటే చూసి వచ్చింది. అక్కడ బొటిక్ లాటిదిగాని, ఇంకేదయినా ప్రారంభించాలని నిశ్చయించుకుంది. పూజ బెంగుళూరు వెళ్ళిపోదాం అంది నాలుగు రోజుల క్రితమే.

"ఎందుకు?" అన్నాడు సిద్ధూ.

"అక్కడయితే నేను వుద్యోగం చేయవచ్చు."

"వద్దని చెప్పానా? మన ఇంటి బాధ్యత నాదే. నాకు ఛాన్సు యివ్వు మమ్మీ" అతను దగ్గరకు వచ్చాడు. "నీకు ఎక్కువ రాజభోగాలు యివ్వలేకపోయినా లోటు మాత్రం రానివ్వను. ఈ వూరయితే నా పనితనం తెలిసిన వాళ్ళున్నారు. నాకు పని దొరుకుతుంది. అందుకే బెంగుళూరు వద్దు అంటున్నాను" అన్నాడు.

"సరే" అంది. అప్పటి నుంచి వుద్యోగం సంగతి ఆలోచించటం మానేసింది. అనసూయ చేతిక్రింద వుంది. ఏ పని ప్రారంభించినా సులువుగానే ఫలితాలు తెచ్చుకోగలదు. కానీ వెళ్ళేసరికి ఆ షాపుకి ఎవరో అడ్వాన్స్ యిచ్చేశారు. బొటిక్ అయితే సిద్ధూకి పని బాగా వుంటుంది.

పూజ వచ్చేసరికి సిద్ధూ ఒక బోర్డు పెయింట్ చేస్తున్నాడు.

"రా మమ్మీ! అయిపోయింది. రేపే మన దుకాణం ప్రారంభం" అన్నాడు.

"ఎక్కడ?" అంది.

"మన యీ ముందు గదిలోనే."

"ఈ సందులోకి ఎవరు వస్తారు బాబూ?" అంది అనసూయ.

"పనితనం వుంటే మారుమూలలయినా వెతుక్కుంటూ వస్తారు. అమ్మా! మన షాపు పేరు చూడు" సిద్ధూ పూర్తిచేసిన బోర్డుని తన వక్షస్థలానికి పెట్టుకుని సగర్వంగా తల్లివైపు తిరిగాడు.

"పూజా బొటిక్! స్త్రీలకు ప్రత్యేకం!"

చాలా అందంగా వ్రాశాడు సిద్ధూ!

కానీ ఆ పేరు చూడగానే పూజ గుండెల్లో అంబుమొనలా దిగింది.

"పూజా ఇండస్ట్రీస్!" పూజా! పేరు చూడు" అభిజిత్ ఆ రోజున దగ్గరకొచ్చి కళ్ళు మూసి 'తెరువు' అనగానే తెరిచిన కళ్ళకి కన్పించిన దృశ్యం ఆమె కళ్ళముందు నిల్చింది.

"ఆ పేరు వద్దు" చప్పున అంది.

"ఎందుకు?" అడిగాడు.

"నాకిష్టంలేదు" జవాబు యింకేదీ చెప్పలేనట్టు అక్కడి నుంచి వెళ్ళిపోయింది.

సిద్ధూ ముఖంలో ఉత్సాహం, సగర్వం వూదేసినట్టు ఆరిపోయాయి. బోర్డు క్రింద పెట్టేశాడు.

"ఇంకేదయినా పేరు వ్రాయి బాబూ" అంది అనసూయ.

"అసలు బోర్డే వద్దు" అతను వైట్ పెయింట్ తెచ్చి అక్షరాలు చెరిపేశాడు.

పూజ వచ్చి వారించబోయింది.

"వద్దు! అయామ్ సారీ!" తల్లి వైపు తిరిగి సరిగ్గా చూడకుండానే అన్నాడు. "నేను అప్పుడప్పుడూ ఇడియట్‌లా చేస్తుంటాను" అనేసి బోర్డు కాలితో అవతలకి తోసి వెళ్ళిపోయాడు.

అరగంటలో తిరిగొచ్చేశాడు. అతని చేతిలో పొట్లాం వుంది. తెచ్చి తల్లికి యిచ్చాడు.

"ఏమిటది?" అంది.

"దానిమ్మపళ్ళు."

"ఎందుకు?"

"నాకు చాలా యిష్టం."

పూజ పొట్లం తీసుకుంది. పొట్లం మీద అభిజిత్ కంపెనీ యాడ్ వుంది. సోనాలి వేసుకున్న దుస్తులు సిద్ధూ డిజైన్ చేసినవి కావు. అభిజిత్ తనూ అస్సలు బాగాలేదని నిర్ణయంచేసి పక్కన పడేసిన ప్రసాద్ డిజైన్స్ అవి. అభిజిత్ గత్యంతరం లేక వాటినే మార్కెట్‌కి రిలీజ్ చేస్తున్నట్టున్నాడు.

"నాకు పెట్టవా మమ్మీ?" సిద్ధూ అడిగాడు.

"ఆ?!" పూజ తెప్పరిల్లి చూసింది. ప్లేట్ తెచ్చి దానిమ్మపండు వలిచి గింజలు తీస్తోంది.

సిద్ధూ వెనకనుంచి వచ్చాడు. పసిపిల్లాడిలా భుజం మీద తల ఆనించాడు.

"సారీ మమ్మీ! నీకు బాధ కలిగిస్తే నాకు రెట్టింపు బాధ కలుగుతుంది" క్షమార్పణగా అన్నాడు.

పూజ పెదవి బిగబట్టింది.

సిద్ధు ఆమెకి గింజలు తినిపించబోయాడు.

"వద్దు" అంది.

"నాకూ వద్దు" అతను వెళ్ళిపోయాడు.

పూజ వంట చేసింది.

"సిద్ధూ! అన్నానికిరా" పిలిచింది.

"నువ్వు కూడా తింటావా?"

"నాకు ఇప్పుడు ఆకలి లేదమ్మా" బ్రతిమలాడుతూ అంది.

"నాకూ ఆకలి లేదు" అతను వెళ్ళి ముడుచుకుని పడుకున్నాడు.

పూజ నిట్టూర్చింది. వెళ్ళి బ్రతిమలాడి బలవంతంగా తినిపించింది.

తను కాస్త అభిజిత్ గురించి ఆలోచించినా అతనికి తెలిసిపోతోంది. అది అతనిలో అభద్రతా భావం తెస్తోంది. అతన్ని నమ్మించటం ఎలా? ఏం చేయాలి?

పూజ మనసు చాలా దిగులుగా వుంది.

తను సిద్ధూతో చాలా ఆనందంగా వుంది.

అభిజిత్ ఒంటరిగా వున్నాడు. అతని జీవితంలో ఎవరైనా అమ్మాయి వస్తేగానీ తనకి యీ దిగులు పోదు! కానీ అది సాధ్యమా! అది నిజం అయిన రోజున తను భరించగలదా?

పూజ భుజం మీద చేయి ఆనింది.

తలెత్తి చూసింది. ఎదరుగా సిద్ధూ!

"ఏమిటి ఆలోచిస్తున్నావు?"

"ఏమీలేదు."

"అన్నంతిను." అతని చేతిలో గిన్నెలో పెరుగు అన్నం వుంది.

"ఆకలి లేదు నాన్నా."

సిద్ధూ తల దించుకున్నాడు.

"పోనీ యివ్వు తింటాను."

"ఆకలి లేకపోతే వద్దు" అతను వెళ్ళి లోపల పెట్టేసి వచ్చాడు.

పూజ శూన్యంలోకి చూస్తూ ఆలోచిస్తోంది.

సిద్ధూ పక్కన కూర్చున్నాడు.

ఆమె చేయి తన చేతుల్లోకి తీసుకున్నాడు.

"మమ్మీ!"

"ఊ!"

"నేను నిజంగానే అదృష్టవంతుడినా?"

"సందేహం ఎందుకు వచ్చింది?"

"అప్పుడప్పుడూ వస్తోంది."

"పిచ్చి సిద్ధూ!" అతని క్రాఫ్ మీద చేయి వేసింది.

అతను వెంటనే ఆమె ఒడిలో తల పెట్టుకుని ముఖం దాచుకున్నాడు.

"ఏమిటి?" అంది.

"నాకు తెలుసు! నువ్వు నా దగ్గర వుండవు! వెళ్ళిపోతావు!"

"నా కంఠంలో ప్రాణం వుండగా అది జరగదు."

"నేను అనుకుంటున్నదీ అదే! నువ్వు ఆయన మీద దిగులుతో అన్నం తినవు. కాఫీ తాగవు. పస్తులుంటావు. నువ్వు బ్రతకవు! నా దగ్గర నుంచి వెళ్ళిపోతావు అలాగే."

పూజ సిద్ధూని చేతులతో బలవంతంగా లేవదీసింది.

"ఏమిట్రా? ఈ పిచ్చి ఆలోచనలు?"

అతను ఏడుస్తున్నాడు! "అది జరగబోతున్న నిజం మమ్మీ! నువ్వు వెళ్ళనని నాకు మాట యిచ్చావు. వెళ్ళవు. ఇలా కృశిస్తావు. ఇదేనా నా అదృష్టం? చెప్పు మమ్మీ! అసలు ఆయన దగ్గర నుంచి పూర్తిగా వచ్చావా అని? నీ శరీరం మాత్రమే యిక్కడ! నువ్వు నా దగ్గర లేవు! లేవు!" ఆవేశంగా అన్నాడు.

"సిద్ధూ!" పూజ అతన్ని దగ్గరికి తీసుకుంది.

అతని ముఖం గుండెల్లో దాచుకుంది. "అలా అనకు. అలా అనకురా!"

పూజ కూడా ఏడుస్తోంది.

"నాకు భయం వేస్తోంది మమ్మీ!"

"ఎందుకురా?"

"నెల రోజులలోనే నిన్ను వదిలి నేను వుండలేనని అనిపిస్తోందే! 18 సంవత్సరాలు ఆయన నీతో వుండి నిన్నెలా వదిలి వుండగలడు? ఉండలేడు. ఉండడు. నిన్ను తీసుకువెళతాడు. నాకు చాలా దిగులుగా వుంది" సిద్ధూ ఏడ్చేస్తున్నాడు.

ఆమె గుండె చెరువు అవుతోంది.

33

ఉదయం సిద్ధూ నిద్ర లేస్తుండగానే వూరు నుంచి అనసూయమ్మ వూడిపడింది. సంచీ తెచ్చి లోపల పడేస్తూ "రామనంద్ దుబాయ్ వెళ్ళిపోయాడు. వాడి అత్తగారి దగ్గర వుండమన్నాడు. వాడు అటు వెళ్ళగానే ఆవిడ మా యిల్లేమన్నా సత్రమా అంటూ కొట్టవచ్చింది. గుక్కెడు కాఫీ నా మొహాన పోయలేదు. అయినా! పెంచి పెద్దచేసినదాన్ని. నా మనమడిని నేను ఎందుకు వదులుకోవాలి? ఒరేయ్ సిద్ధూ! నేను వచ్చేశాన్రా" అంటూ అరుస్తూ వచ్చింది.

రోజూ సిద్ధూ లేవగానే పూజ ఎదురుగా నిలిచి తల మీద చెయ్యి వేసి "నిద్ర లేచావా నాన్నా! ఇంకాసేపు పడుకోరాదూ?" అనేది. ఆమెని చూస్తే అతనికి యిష్టదేవత

సాక్షాత్కారంలా అనిపించేది. లేవగానే ఆ పలకరింపు అతనికి ఎంతో వుత్సాహాన్ని, ధైర్యాన్ని యిచ్చేది. మొదట్లో 'అ... మ్మా' అని పిలవటానికి అతని నాలుక ఎదురు తిరిగింది. బిడియం వేసింది. అది యిప్పుడు చాలా సహజంగా అతని నోటి నుంచి వచ్చేసింది. దాదాపుగా పూర్తి కావస్తున్న యీ రెండు నెలలు అతనికి ఒక రమ్య హర్మ్య ప్రపంచంలా వున్నాయి. తల్లి లాలనతో, మురిపెంతో, ముద్దు ముచ్చటలతో రోజు రోజు ఒక కొత్త సంతోషం! ఈ అనుభూతులు అతనికి జీవనగతిలో దొరుకుతున్న అపురూపమైన వజ్రాలుగా వున్నాయి. అతనికి రోజు రోజూ ఒక ప్రత్యేక పండగలా మనసు సంబరపడిపోతోంది. నవ్వుతూ వికసించిన మొహంతో తిరుగుతున్న కొడుకుని చూస్తుంటే పూజ మనసు ఆనందడోలిక అయిపోతోంది. ఆమె బట్టలు వుతుకుతుంటే అతను నీళ్ళు తెచ్చి పోస్తాడు. ఆమె ఆరేస్తుంటే వాటిని తెచ్చి అందిస్తాడు. వంట చేస్తుంటే అక్కడికి వచ్చి 'ఇదేమిటి? అదేమిటి? ఇది ఎందుకు చేస్తారు?' అంటూ అడుగుతాడు. ఆమె సమాధానాలు అతనికి సంతోషాన్ని కలిగిస్తాయి. అతను ఆనందంతో, సంభ్రమాశ్చర్యాలతో తన మాటలు వింటూ కళ్ళెత్తి తన వైపు చూస్తుంటే అతను 20 సంవత్సరాల యువకుడిగా అనిపించడు. 2 సంవత్సరాల పసితనం ఆకళ్ళలో కనిపిస్తుంది పూజకి. 20 సంవత్సరాల ఆలస్యంగానైనా యీ ఆనందం ఆమెకి దొరికి జీవితం పరిపూర్ణ ఆనందమయం చేస్తోంది. పూజకి ఎంత సంతృప్తి.

లోపల నుంచి బ్రష్, పేస్ట్ తెచ్చి సిద్ధూకి అందిస్తున్న పూజని చూసి అనసూయమ్మ నోరు వెళ్ళబెట్టింది. పూజకి ఆవిడ చూపులు ముళ్ళకంప వచ్చి మీద పడినట్టే వున్నాయి. నిశ్శబ్దంగా లోపలికి వెళ్ళిపోయింది.

"ఏమిటీ? ఈవిడగారు మకాం యిక్కడే పెట్టేసిందా?" అంది.

"నానమ్మా! నువ్వు యిక్కడ వుండాలి అంటే అనవసర ప్రసంగాలు చేయకుండా, నోరు విప్పకుండా వుండాలి. నువ్వు బుద్ధిగా వుంటే నీకు ఏ లోటూ వుండదు యిక్కడ" సిద్ధూ చూపుడువేలుతో తగ్గు స్వరముతో చెప్పి వెళ్ళిపోయాడు. పూజ సిద్ధూకి కాఫీ యిస్తూ ఆవిడకి కూడా యిచ్చింది.

"నువ్వు తాగమ్మా!" అన్నాడు సిద్ధూ గ్లాసులో పోసి ఆను తెచ్చి యిస్తూ.

"కళ్ళు ఎందుకు ఎర్రగా వున్నాయి?" అడిగింది పూజ.

"రాత్రంతా ఆ డ్రెస్ డిజైన్స్ వేశాను."

"అంత డబ్బు మనకి ఎక్కడిదిరా?"

సిద్ధూ తల వూపాడు. "డబ్బు మనకి లేదు. వాటిని రోషన్‌లాల్ వాళ్ళకి అమ్మేస్తాను. చాలా రోజుల నుంచి ఆయన తన దగ్గర పని చేయమని అడుగుతున్నాడమ్మా."

"ఆయనకా?" అంది ఆశ్చర్యంగా.

"అవును. నాకు డబ్బు కావాలి" సిద్ధూ వచ్చి ఆమె చేతులు పట్టుకుని అరచేతులు చూస్తూ "మా అమ్మ యిలా కష్టపడకూడదు. సుఖంగా వుండాలి. కొద్ది రోజులు రోషన్‌లాల్ దగ్గర పనిచేస్తే మనం స్వయంగా ఏదయినా పెట్టుకోవచ్చు. నేను ఈ డిజైన్స్ యిచ్చి వస్తానమ్మా. నువ్వు చూడు. వేశాను" అంటూ తెచ్చి చూపించాడు.

"చాలా బాగున్నాయి. ఎప్పుడు వేశావు?" అంది.

"రాత్రి! నువ్వు నిద్రపోయిన తర్వాత మూడురోజుల నుంచి పనిచేస్తున్నాను."

పూజకి ఆనందం కలిగింది.

సిద్ధూ వెళ్ళిపోతూనే వున్నాడు.

"సిద్ధూ!"

"వస్తాను మమ్మీ!" సైకిలు తీస్తూ అన్నాడు. "నానమ్మా! అమ్మని చికాకు పెట్టకు. కావల్సింది అడిగి తిను."

పూజ అలాగే నిలబడిపోయింది.

సిద్ధూ సైకిలు తీస్తూనే హుషారుగా యీల మీద పాట పాడుతూ, దాన్ని తుడిచి "వస్తాను మమ్మీ" అని త్వరగా వెళ్ళిపోయాడు.

సిద్ధూలో మార్పు వచ్చింది.

అతను యిదివరకులా మూగగా వుండటంలేదు. చక్కగా నోరు విప్పి మనసులో మాట చెబుతున్నాడు.

రాత్రి ఒడిలో తలపెట్టుకుని అన్నాడు. "అమ్మా! నన్ను చూస్తే నాకే ఆశ్చర్యంగా వుంది."

"ఎందుకురా?"

"నేను యింత సంతోషంగా వుండగలనని నాకు తెలియలేదు. ఇది వరకు నాకు నేనే రోడ్డు ప్రక్కనో, ఎవ్వరూ లేకుండా పడి వుండే అనాథుడ్ని అన్పించేది. ఈ లోకంతో నాకు సంబంధం లేదు అనుకునే వాడిని."

"ఇప్పుడు?"

"నాకు నేనే మహారాజుని అన్పిస్తున్నాను! ఈ లోకం ఎతం మంచిది? ఎంత బాగుంది అన్పిస్తోంది."

పూజ అతని తల నిమురుతూ మౌనంగా వుండిపోయింది.

ఆమె చెయ్యి పట్టుకుంటూ "అమ్మా! ఇదంతా నువ్వు నాకు వుండటానికి, లేకపోవటానికి యింత పెద్ద తేడా కదూ!"

పూజ సమాధానంగా "పిచ్చి సిద్ధూ!" అంది.

ఈ రోజు పూజకి మనసులో ఆందోళన తరంగాల్లా ఢీకొడ్తోంది. సిద్ధూ వెళ్ళిన వ్యక్తి ఎవరో తనకి తెలుసు. రోషన్‌లాల్ తమ కుటుంబానికి పరిచయస్థుడే! అతనికి అభిజిత్‌నిచూస్తే అదోరకమైన యీర్ష్య! ఎప్పుడు ఏ అవకాశంతో దెబ్బ తీయాలా అని చూస్తుంటాడు. ఇదివరకు యిద్దరు సెక్రటరీలు అతని చెప్పుడు మాటలు విని వెళ్ళిపోయి భంగపడ్డారు. తర్వాత వచ్చి క్షమార్పణలు చెప్పినా అభిజిత్ వినలేదు. ఇద్దరు భాగస్వాములకి కూడా అదే గతి పట్టించాడు. సిద్ధూని వారించటం తన ధర్మం! కానీ వద్దంటే వింటాడా? అతన్ని ఎలాగైనా వారించాలి. అభిజిత్‌కి యిప్పటికి జరిగిన నష్టం చాలు. పూజ ధృడచిత్తంతో సిద్ధూ రాకకి ఎదురు చూస్తోంది. అభిజిత్ పేరు చెబితే సిద్ధూ అసలు వినడు. ఇంకేదయినా చెప్పాలి. అతన్ని వెనక్కు లాగాలి తను.

సిద్ధూ వెళ్ళగానే ముసలామె వంటయింట్లో దూరింది.

గిన్నెలు, చెంబులు విసిరి సర్దుతూ "ఈ యిల్లు నాది! నేను కష్టపడి వాడిని పెంచుకున్నాను. మధ్యలో ఎవరో వచ్చి గద్దలా తన్నుకుపోతానంటే వూరుకుంటానా?సమయం వస్తే వెళ్ళాల్సిన వాళ్ళే వెనక్కి తిరిగి చూడకుండా పోవాలి. నా జీవితంలో యిట్లాంటివి చాలా చూశాను" బిగ్గరగా అనసాగింది.

పూజ మౌనంగా కూర్చుంది. ఆమెకి జవాబు చెప్పినంత తప్పు యింకోటి వుండదు.

మధ్యాహ్నం అవుతోంది! పూజ ఆతురత ఎక్కువైంది. సిద్ధూ యింకా రాలేదు. అతని కోసం ఆందోళనగా వేచి చూస్తోంది.

వాకిట్లో కారు ఆగింది. పూజ చూసింది.

మిసెస్ మాధుర్, శారదాంబగారు యిద్దరూ వస్తున్నారు.

పూజ వారికి ఎదురుగానే కన్పించింది. తప్పుకునే చోటు లేదు. నేనేం తప్పు చేయలేదు! ఆ అవసరం లేదు. పూజ ధైర్యంగా వారిని లోపలికి ఆహ్వానించింది.

మిసెస్ మాధుర్, శారదాంబ వచ్చారు. పూజ చాప పరిచింది.

ఒక్క నిమిషం చాలా యిబ్బందిగా చూసినా యిద్దరూ కూర్చున్నారు. మిసెస్ మాధుర్ కూర్చునేముందే చేతిలో స్వీట్ పాకెట్ తీసి స్వీట్ తీసి పూజ నోట్లో పెట్టి గట్టిగా కౌగలించుకుంది. "థ్యాంక్స్ పూజా! ఈ ప్రపంచంలో నిషా విషయంలో ఎవరికైనా కృతజ్ఞత చెప్పాల్సి వస్తే ఆ వ్యక్తి నువ్వే."

"ఏమైంది మిసెస్ మాధుర్?"

"అభిజిత్, మా వారు నాగార్జునసాగర్‌లో నిషాని పెళ్ళి చేసుకుంటానన్న వ్యక్తిని యింకో అమ్మాయితో పట్టుకున్నారు. ఆ అమ్మాయికి అంతక్రితం నాలుగేళ్ళనుంచి అతనితో సంబంధం వుందిట. ఆ అమ్మాయిని వదిలించుకోవటానికి ఆయన ప్రయత్నిస్తున్నాడు. పోలీసులు ఆయన్ను అరెస్ట్ చేశారు. ఆ అమ్మాయి మూలంగానే అభిజిత్‌కి ఆయన వ్యవహారాలన్నీ తెలిశాయి. మా నిషాకి కూడా బుద్ధి వచ్చింది. మేం కూడా రాజీ పడ్డాం. నిషా కిష్టమైన అబ్బాయితో పెళ్ళి నిశ్చయం చేశాం. ఇదంతా నీ చలవ. అభిజిత్ పుణ్యం. మీరే మాకు ధైర్యం చెప్పారు. అండగా నిల్చారు."

పూజ వింటోంది. శారదాంబ కూడా లేచి దగ్గరకి వచ్చింది. "పూజా! నువ్వేమిటమ్మా! ఇక్కడ వున్నావు? అసలేమైంది! అభిజిత్‌ని అడిగితే నోరు విప్పి ఏదీ చెప్పటం లేదు. నువ్వు అసలు ఏమయ్యావా అని ఆందోళన పడ్డాం. చివరకి మిసెస్ మాధుర్ దగ్గర పని చేసే టైలర్ ఒకతను నువ్వు ఈ వీధిలో వుంటున్నావని, అదీ సిద్ధార్థతో అని చెప్పాడు. ఏమిటీ విపరీతం?" అంది.

పూజ మాట్లాడలేదు. "వాడు నా కన్నకొడుకు!" అని అరిచి చెప్పాలనిపిస్తోంది. కానీ పెదవి విప్పలేదు. వారికి అర్థంగాదు. తన మొదటి పెళ్ళి ఎవ్వరికీ తెలియదు. చెప్పినా వారి మనసులకి ఎక్కదు.

మిసెస్ మాధుర్ పూజ గడ్డం పట్టుకుంది. "పూజా! నేను పెద్దదాన్ని. నీ మీద ప్రేమతో చెబుతున్నాను. ఇదేం బాగాలేదు. మా సమస్యల్లో మీ దంపతులు అండగా నిలబడి మాకు శాంతి ప్రసాదించారు. మరి యిదేమిటి? మీ కాపురం యిలా చేసుకున్నారు? అసలు అభిజిత్ ఎలా వూరుకున్నాడు?" అంది.

"అభిజిత్ లాటి పెద్దమనిషి వూరుకోక ఏం చేస్తాడు? కడుపు చించుకుంటే కాళ్ళమీద పడదా? పూజా! నీకు మతిపోయిందా? ఏమిటీ వెర్రి? శారదాంబ కోపంగా అంది. "ఒక కుర్రవెధవ కోసం దేవుడులాంటి భర్తని దూరం చేసుకుంటావా? అందరూ ఎంత

నవ్వుతున్నారో తెలుసా? నువ్వు పిల్లలు కావాలనే వెర్రిలో వీడికోసం వచ్చేశావు" అంటున్నారు.

"అదీ నిజమే!"

"నిజమా?" ఎంత ధైర్యంగా చెబుతున్నావు?" ఆవిడ విస్తుపోయింది.

"నేనేం తప్పు చేయలేదు."

"చాల్లే వూరుకో! తప్పు చేయలేదు. నీ సంతోషమే చూసుకున్నావు గాని, అభిజిత్‌ని ఎంత క్షోభ పెడుతున్నావో ఆలోచించలేదు. సిద్ధార్థ మీద వ్యామోహంతో నీ కళ్ళు పొరలు కమ్మినాయి. సర్వం నాశనం చేస్తున్నావు. ఆ వెధవ నీ మీద ఏదో మత్తు చల్లాడు.

"సిద్ధూని మీరేం అనద్దు." పూజ అర్థించింది.

"అనద్దా? వరసా-వావి వుండద్దూ. ఆశ్రయం యిచ్చిన వాళ్ళ చెయ్యి తెగనరికిన రకం. అయినా పెద్దదానివి నీకుండాలి మతి."

అనసూయమ్మ వచ్చి అప్పటికే యిదంతా వింది.

"అలా గడ్డి పెట్టండమ్మా! నా మనవడిని నాకు దూరం చేసింది. ఈమెని తీసుకుపోయి నా మనవడిని నాకు యివ్వండమ్మా" అనసూయమ్మ వాళ్ళకి దణ్ణం పెట్టింది. "ఈమెగారి భర్త వచ్చి ఎందుకు తీసుకుపోడో నాకర్థంగాదు. అసలు అతగాడు ఎందుకు వూరుకుంటున్నాడు?"

"అనసూయమ్మగారూ!" పూజ పళ్ళ బిగువున అంది.

"నా మనవడికి శనిలా తగులుకుంది. ఈ పీడ నేను వదిలించలేకపోతున్నాను."

శారదాంబ ఆవిడ చెంపమీద యీడ్చి ఒక్కటి వేసింది. "ఖబడ్దార్ ముసలమ్మా! ఎవరిని గురించి మాట్లాడుతున్నావో తెలుసా? నీ మనవడే శనిలా మా అమ్మాయి కాపురంలో విషం గుమ్మరించాడు. అభిజిత్ ఎంత బాధపడ్తున్నాడో తెలుసా? అతనేం చేతకాని మనిషి అనుకుంటున్నావా? పూజ మర్యాదగా వస్తుందని చూస్తున్నాడు." ఆవిడ పూజవైపు తిరిగి "అప్పుడే రకరకాల పుకార్లు దావానలంలా పాకిపోయినాయి. పూజా! నువ్వు నీ ఒంటిమీద తెలివి తెచ్చుకోమని చెప్పటానికి వచ్చాం! నువ్వు ఎవరి జీవితంతో ఆటలాడుతున్నావో తెలుసా? మేం వెళ్తున్నాం. నువ్వు 24 గంటలలోపు ఇంటికి తిరిగి వచ్చేయాలి. లేకపోతే ఎలా తీసుకువెళ్ళాలో మాకు తెలుసు" అంది. ఆవిడ మాటలు పూజకి అర్థం అయ్యాయి. కుటుంబ శ్రేయోభిలాషిగా, ఆత్మీయురాలిగా శారదాంబకి ఆ చనువు, అధికారం వున్నాయి. అందుకే జవాబు చెప్పలేదు.

"మీరు ఆమెని తీసుకువెళ్ళలేరు" వెనకనుంచి విన్పించింది.

అందరూ తిరిగి చూశారు. ఎప్పుడు వచ్చాడో సిద్ధార్థ గుమ్మంలో వున్నాడు. అతని ముఖం రక్తం చిందేటంతగా ఎఱ్రగా కంది, కమిలి పోయింది. నుదుట చిరుచెమటలు అలుముకున్నాయి. పిడికిళ్ళు బిగిసినాయి. "మీరు ఆమెని నా కంఠంలో ప్రాణం వుండగా తీసుకు వెళ్ళలేరు. ఈ మాట వెళ్ళి మిమ్మల్ని రాయబారం పంపిన ఆ పెద్ద మనిషికి చెప్పండి."

"సిద్ధూ" పూజ ఆదుర్దాగా దగ్గరగా వెళ్ళింది.

సిద్ధార్థ తల్లి భుజం చుట్టూ చేయి వేశాడు "నేను చెబుతున్నాను! ఈ ప్రపంచంలో ఈమె నాకు స్వంతం! ఆయనకంటే యీమె మీద నాకే హక్కు వుంది. నా తర్వాత ఆయన! ఈమె జీవితంలో నేను మొదటి వాడిని."

"సిద్ధూ! సిద్ధూ" పూజ చేయి చాచి బలవంతంగా అతని నోరు మూసేసింది. అతని తల తన భుజానికి ఆనించేసుకుంది.

"నిన్ను వదిలి నేను ఎక్కడికీ వెళ్ళను. నువ్వు మాట్లాడకు!" పూజ అన్న యీ మాటలు విని శారదాంబ, మిసెస్ మాథుర్ ముఖాలు చూసుకున్నారు.

"పదండి వెళదాం. ఇది మాటలతో జరిగే పనిగాలేదు" అంది శారదాంబ ఏవగింపుగా చూస్తూ.

"పూజా! నీతో మా అందరివి 200 కుటుంబాలు ముడిపడి వున్నాయి" మిసెస్ మాథుర్ అంది.

"మాట్లాడకండి! రండి" శారదాంబ ఆవిడని యీడ్చుకుపోయింది.

వాళ్ళు వెళ్ళిపోయారు.

సిద్ధార్థ ఒక్క నిమిషం వెళ్ళిపోయే తల్లిని పట్టుకున్న వాడిలా అలాగే గట్టిగా పట్టుకున్నాడు. అతను చిగురుటాకులా కంపిస్తున్నాడు.

"సిద్ధూ! సిద్ధూ" పూజ అతని వీపుమీద చేయి వేసి నిమురుతూ ధైర్యం చెబుతోంది.

34

రాత్రి అయింది! ముసలామె దోమల్ని, చీమల్ని నానాతిట్లూ తిట్టి పడుకుని నిద్రపోయింది.

పూజ అన్యమనస్కంగా కూర్చుని వుంది.

సిద్ధార్థ దగ్గరకి వచ్చాడు.

"మమ్మీ" పిలిచాడు.

పూజ తలతిప్పి చూసింది.

అతను మోకాలిమీద కూర్చున్నాడు. చేతిలో కాగితం విప్పి ఆమెకి చూపించాడు. "ఈ రోజుతో మన డబ్బు బాధలు పోయినాయి. నేను రోషన్‌లాల్‌తో ఎగ్రిమెంట్ అయ్యాను. జీతం చాలా ఎక్కువ. నేను ఇంకెవరికీ వర్క్ చేయకూడదు."

పూజ నిటారుగా అయింది. "ఎగ్రిమెంట్ అయ్యావా! ఎప్పుడు?"

"ఈ రోజే! అది తీసుకుని యింటికి వచ్చేసరికి వాళ్ళు వచ్చారు. ఇదుగో అడ్వాన్స్" డబ్బు తీసి ఆనందంగా ఆమె చేతిలో పెట్టాడు. "నేను త్వరగానే మంచి యిల్లు చూస్తానమ్మా."

పూజ డబ్బు పక్కన పడేసింది. కాగితాలు తోసింది. అవి క్రింద పడ్డాయి. అతన్నే చూస్తోంది.

"ఏమైంది మమ్మీ?"

"నువ్వు రోషన్‌లాల్‌తో ఎగ్రిమెంట్ కేన్సిల్ చేయి. నాతో ఒక్క మాట చెప్పకుండా ఎందుకు ఒప్పుకున్నావు నాకు సుఖాలేం వద్దు. రేపు ప్రొద్దుటే వెళ్ళి వాటిని ఆయనకిచ్చి కేన్సిల్ చెయ్యి". ఆ కాగితాలు సర్ప సమానంగా కన్పిస్తున్నాయి పూజకి.

సిద్ధార్థ తెల్లబోయాడు.

"ఎందుకని మమ్మీ?" ఆశ్చర్యంగా అడిగాడు.

"రోషన్‌లాల్ అభిజిత్‌కి ప్రత్యర్థి! అతని దగ్గర నువ్వు ఉద్యోగం చేస్తే అభిజిత్‌కి యింకా అవమానం! ఇప్పటికే నేను చాలా బాధపెట్టాను. ఇంకే అవమానాలు జరగటం నేను సహించను" పూజ లేచి నిలబడి ధృడమైన స్వరంతో ఖచ్చితంగా అంది.

సిద్ధార్థ విప్పారిన నేత్రాలతో తలెత్తి ఆమెనే చూస్తున్నాడు.

"సిద్ధూ! నీకు బాధ కలిగినా భరించాలి. మనం ఎక్కడున్నా అభిజిత్ గౌరవానికి భంగం కలిగే పని చేయకూడదు. ఇప్పటికి మన నుంచి అతను పడుతున్న నరకం చాలు."

సిద్ధూ ముఖం పాలిపోయింది. ఆ కాగితాలు వంగి అందుకున్నాడు. వాటిని మెల్లగా క్రమంగా ముక్కలు ముక్కలుగా, ఎన్ని ముక్కలు చేసినా తృప్తి తీరనట్లుగా చింపి క్రింద పడేశాడు.

"సిద్ధూ!" పూజ అతని భుజం మీద చేయి వేసింది.

సిద్ధార్థ ఆమె చేయి వదిలించుకుని, మోకాలిమీద నుంచి లేచి నిలబడ్డాడు.

"నీకు బాధ కలిగినా యిది తప్పదురా" అంది.

"నాకు బాధలేదు మమ్మీ" అతని కంఠం తగ్గు స్వరంలో వుంది.

"బాధపడద్దు నువ్వు. నీకు కలిగినా నేనేం చేయలేను."

"అర్థమైంది! నేనే పని చేసినా ఆయన గురించి ఆలోచించాలి కదూ?"

"అవును."

అతను నిటారుగా నిలబడ్డాడు.

"సిద్ధూ" ఆమె ఏదో చెప్పబోయింది.

అతను చేత్తో వారించాడు.

"నీ యిష్టప్రకారమే జరుగుతుంది మమ్మీ. అది-అది- ఇన్నాళ్ళూ నాకు తెలియలేదు" అతను వెళ్ళిపోయాడు.

ఒక్కక్షణం పూజ అచేతనురాలిలా నిలబడిపోయింది.

సిద్ధార్థ ఏం చేస్తున్నాడా అని చూసింది.

అతను ఎంతో శ్రద్ధగా వేసిన డిజైన్స్ అన్నీ చింపి పోగు పెడుతున్నాడు.

"సిద్ధూ!" దగ్గరకి వెళ్ళి వారించబోయింది.

"నన్ను ఆపకు మమ్మీ."

"సిద్ధూ!" ఆర్తిగా పిలిచింది.

అతను పట్టించుకోలేదు! పలకలేదు! అతని చుట్టూ మౌనం మళ్ళీ రెట్టింపు దట్టంగా వీస్తోంది.

35

గడియారం రాత్రి 10 గంటలు కొట్టింది.

కాలింగ్‌బెల్ మోగింది. క్రింద హాలులో కూర్చుని ఫైలు చూసుకుంటున్న అభిజిత్ వచ్చి తలుపు తీశాడు. ఈ టైమ్‌లో ఎవరు వచ్చారు.

ఎదురుగా గుమ్మంలో సోనాలి.

"నువ్వా!" అన్నాడు.

"అవును సర్! మా బంధువుల యింట్లో పుట్టినరోజు వుంటే వెళ్ళి యింటికి వెళ్తూ వచ్చాను."

అతను దారి యివ్వలేదు. లోపలికి ఆహ్వానించలేదు.

"మీరే తలుపు తీశారు! నౌఖర్లేమైనారు సర్?"

"లేరు. శలవుమీద వెళ్ళారు."

"అందరికీ ఒకేసారి! ఇల్లెలా గడుస్తుంది. లోపలికి రావద్దా నేను?"

అతను తప్పనిసరిగా దారి యిచ్చాడు.

ఇద్దరూ వచ్చారు. సోనాలి నిశ్శబ్దంగా వున్న ఇల్లు కలయచూస్తూ "చాలా రోజులు అయింది. మేడమ్‌ని ఒక్కసారి చూసి వెళ్దామని...." అంది.

అతనికి అర్థమైంది.

"పూజ యింట్లో లేదు." అన్నాడు.

"ఎక్కడికి వెళ్ళారు సర్?" తెలియనట్లే అడిగింది. అతనకి అది కూడా అర్థమైంది. వెళ్ళి ఫైలు మూసేశాడు. సోనాలి సోఫాలో కూర్చుంది.

అతను నిట్టూర్పు ఆపుకున్నాడు. వచ్చి ఎదురుగా సోఫాలో కూర్చున్నాడు.

"ఒంట్లో బాగాలేదా సర్?"

"బాగానే వుంది."

"చిక్కిపోయారు...." అతని ముఖంలో సీరియస్‌నెస్ చూసి ఆగిపోయింది.

అతను మాట్లాడలేదు.

"ఒక్క విషయం అడిగి వెళదామని వచ్చాను సర్."

అతను తలెత్తి చూశాడు.

"నా మోడలింగ్ కాంట్రాక్ట్ మధ్యలో ఎందుకలా రద్దు చేశారు?"

"ఆ ప్రాజెక్ట్ విత్‌డ్రా చేసుకున్నామని లెటర్‌లో వ్రాశాం కదా."

"వ్రాశారు. డబ్బు కూడా పూర్తిగా పంపారు. కానీ కారణం ఏమిటి?"

అతను మాట్లాడలేదు.

సోనాలి అతన్నే చూస్తోంది. అతని మౌనం, గాంభీర్యత చెక్కు చెదరలేదు.

"మంచినీళ్ళు కావాలి సర్" అంది.

"అక్కడ వున్నాయి" దూరంగా డైనింగ్ టేబుల్ మీద చూపించాడు.

సోనాలి లేచి వెళ్ళింది. నిదానంగా నీళ్ళు తాగింది.

సోనాలి అతని సోఫా వెనకగా వచ్చింది. ఒక్క నిమిషం నిలబడింది.

"ఏమిటి సర్! మేడమ్ సిద్ధార్థతో ఒక చిన్న యింట్లో కలిసి కాపురం-"

"అవును"

"మీరు వారించలేదా! ఇలా అడుగుతున్నానని, అనవసరం ప్రసంగం అని, మితిమీరిన చనువు అని నా మీద ఆగ్రహపడకండి. ఇన్నాళ్లూ మీ పక్కన ఆమెని చూసి, ఆమె అదృష్టానికి ఈర్ష్య పడ్డాను. ఆమె లేకుండా మీరు లేరు అనుకున్నాను."

"..............."

"ఆమె అతనితో వెళ్ళిపోవటం విచిత్రమే! అంతకంటే విచిత్రంగా మీరు వూరికే వుండిపోవటం. మీరు తలుచుకుంటే ఆమెని యింటికి ఎందుకు తీసుకురాలేరు సర్! ఎందుకిలా బాధపడుతూ యీ అపనిందలు భరిస్తున్నారు?"

"అది నా పర్సనల్ విషయం."

"నేనూ అదే అనుకున్నాను. మనుషులు, మనసు కలిస్తే దగ్గరవుతారు. మనసు విరిగితే దూరంగా వుంటారు. అవునా?"

అతను మాట్లాడలేదు. క్షణంసేపు నిశ్శబ్దం. సోనాలి అతని తల మీద చెయ్యి వేసింది.

అతను అసహనంగా ఆ స్పర్శని భరించనట్లు అతని ముఖమే చెబుతుంది.

"కాంట్రాక్ట్ రద్దు అయినందుకు బాధలేదు సర్! ఇంకోటి సంపాయించగలను. నా అందంమీద నాకు ఆ నమ్మకం వుంది. కానీ ప్రొఫెషనల్‌గానైనా మీకు దగ్గరగా వుండగలనని ఆశపడ్డాను. మీ భార్య వున్నంత వరకూ నా హద్దు అదే అనుకున్నాను. ఆమె మిమ్మల్ని వదిలేసి వెళ్ళింది అంటే......"

సోనాలి చెయ్యి పట్టుకుని అతను తనకి అభిముఖంగా తీసుకు వచ్చాడు.

"ఐలవ్ యూ! ఐలవ్ యూ సర్" అనేసింది.

"సోనాలీ!" అతని కంఠం మృదువుగా, ఆత్మీయంగా వుంది.

ఆమెని అభిమానంగా చూశాడు. "నా భార్య నన్ను ఎప్పుడూ విడిచి వెళ్ళలేదు. మేమిద్దరం వేరు వేరుగా దూరంగా వున్నా, మేము ఒకటే. నా భార్య దగ్గర నాకు దొరికిన ప్రేమ, ఆనందం, యింకో స్త్రీ దగ్గర నేనెప్పుడూ వెతకను. నీ అందంమీద నాకు కూడా

నమ్మకం వుంది. నువ్వు చదువుకున్నావు! నీకు సరైన జోడి అయిన వ్యక్తిని వివాహం చేసుకుంటే యివి మరింతగా రాణిస్తాయి. నువ్వు నా పర్సనల్ విషయం అడిగావని నేనేం అనుకోను. నేనంటే నీకిష్టమని నాకే కాదు! పూజకి కూడా తెలుసు. సోనాలీ! భార్య మీద కోపంతోనో, భార్య ఎడబాటువల్లనో, మగవాడు ఎమోషనల్ అవుట్ బరస్ట్‌లో యింకో స్త్రీకి త్వరగా దగ్గర అవుతాడు. అతని ఒంటరితనాన్ని, నష్టాన్ని తన లాభంగా మలుచుకోవాలని ఆశపడిన స్త్రీ తప్పకుండా భంగపాటు చెందుతుంది. నా భార్యమీద నాకు కోపమూ లేదు. ఆమెతో నాకు ఎడబాటూ లేదు! ఇప్పుడు చెప్పు. డు యూ లవ్ మీ?!"

సోనాలి ముఖం వంగి పోయింది. తల అడ్డంగా ఖచ్చితంగా తిప్పేసింది.

అతను చిరునవ్వు నవ్వాడు. "దటీజ్ సోనాలి! ఐ లైక్ హర్!"

సోనాలి తలెత్తి చూసింది.

అతని కళ్ళలో స్నేహ దరహాసం!

"అయామ్ సారీ సర్!" చిన్నపిల్లలా అంది.

"అప్పుడప్పుడూ పొరబడతాం! అది మానవనైజం. ఆర్ యూ ఓ. కె!" అన్నాడు.

"ఓ. కె! థ్యాంక్‌యూ"

"ఒక కప్పు కాఫీ యివ్వనా?"

"వద్దు సర్! వెళతాను" అభిజిత్ ఆమెతో కారు వరకూ వచ్చాడు.

"గుడ్‌నైట్ సర్! సోనాలి చెప్పి వెళ్ళిపోయింది.

అభిజిత్ గుండెలమీద భారం దింపినట్టయింది. అతను తిరిగి ఇంట్లోకి వచ్చాడు. ఫైల్స్ చూస్తూ టైమ్ గమనించక తలుపు వేయలేదు. ఇప్పుడు శ్రద్ధగా గడియ తలుపు వేస్తున్నాడు.

ఇంతలో హాలులో ఫోన్ గణగణా మోగింది.

అతను టైమ్ చూశాడు. ఒంటిగంట కావస్తోంది.

ఈ టైమ్‌లో ఎవరు చేస్తారు!

ఫోన్ ఆగి మళ్ళా డయల్ చేసినట్టు గణగణా అతన్ని వూపిరాడనివ్వనట్లుగా మోగుతోంది.

అతను వెళ్ళి తీశాడు.

"హలో!" అవతలనుంచి ఆదుర్దాగా విన్పించింది.

"పూజా?!" అన్నాడు.

"అభీ! నేనే! సిద్ధూ బేగాన్ స్ప్రే తాగేశాడు."

"మైగాడ్!"

"నువ్వు త్వరగా రా! పెద్ద వాంతులు అవుతున్నాయి. అభీ! రా! నాకిక్కడేం తెలియటం లేదు. సిద్ధూకి ఏదయినా అయితే నేను చచ్చిపోతాను. నేను బ్రతకను."

"నువ్వు ఫోన్ పెట్టేయి! వెంటనే సిద్ధూ దగ్గరకి వెళ్ళు."

"నువ్వు వస్తున్నావా?"

"నువ్వు వెళ్ళు ముందు."

"నా మీద కోపం లేదుగా!"

"వెళ్ళమ్మా! ముందు. టైమ్ వేస్ట్ చేయకు. నేను అంబులన్స్‌కి ఫోన్ చేయాలి. ఫోన్ పెట్టేయి."

పూజ ఫోన్ పెట్టేసింది.

అతను గబగబా నర్సింగ్‌హోమ్‌కి ఫోన్ చేశాడు. నిమిషంలో అన్ని ఏర్పాట్లు జరిగాయి.

అతను తలుపువేసి కారు తీసుకుని బయలుదేరాడు.

అంబులెన్స్ వచ్చేసరికే అభిజిత్ నర్సింగ్‌హోమ్‌లో వున్నాడు. సిద్ధార్థని స్ట్రెచర్‌మీద తీసుకువెళుతుంటే పూజ దానికంటే వేగంగా పరుగెత్తింది. అక్కడే నిలబడిన అభిజిత్‌ని గమనించనే లేదు. అభిజిత్ డాక్టర్ రూమ్‌లోకి తప్పుకున్నాడు. ఏడుస్తున్న పూజని సిస్టర్ పక్కకి లాగి ఓదారుస్తోంది.

గంటన్నర తర్వాత డాక్టర్ అభిజిత్ దగ్గరకి వచ్చి చెప్పాడు.

"హీయీజ్ అవుటాఫ్ డేంజర్. హియీజ్ ఓ. కె! మైగాడ్! చాలా తాగాడు. సమయానికి తీసుకురాబట్టి సరిపోయింది. లేకపోతే చచ్చిపోయేవాడే! మైగాడ్! ఈ రోజుల్లో పిల్లలు" అన్నాడు.

అభిజిత్ యింటికి వచ్చేశాడు. అతనికి పూజ దగ్గరకి వెళ్ళాలని ఎంతగా అన్పించిందో, వద్దని రెట్టింపు అన్పించింది.

36

మర్నాడంతా అభిజిత్‌కి వూపిరాడని పని వుంది. జపాన్‌నుంచి ఒక డెలిగేట్ బృందం విజిట్‌కి వస్తోంది. వారిని తీసుకువెళ్ళి తన ఫ్యాక్టరీ చూపించటం, ఆఫీసులో టీ, మీటింగ్, తర్వాత లంచ్, సాయంత్రం సాంస్కృతిక ప్రదర్శనకి అతిథుల్ని తీసుకువెళ్ళడం యీ కార్యక్రమం సరిపోయింది. రాత్రంతా నిద్ర లేదు. ఉదయం అంతా వూపిరాడని పని! అతని తల దిమ్ముగా వుంది. మధ్య మధ్యలో వుదయం, మధ్యాహ్నం, నర్సింగ్‌హోమ్‌కి ఫోన్ చేసి సిద్ధార్థ గురించి అడిగాడు. అతను కులాసాగా వున్నాడని, కోలుకుంటున్నాడని, బాగా నీరసంగా వున్నాడని చెప్పారు. పూజ వుందని చెప్పారు.

అభిజిత్ యింటికి వచ్చేసరికి రాత్రి 9 గంటలు అయింది.

ఎవరో తలుపు తట్టిన శబ్దం అయింది. పడుకోవటానికి సిద్ధం అవుతున్న అతను అనుమానంగా చూశాడు. మళ్ళా సోనాలి వచ్చిందా!

అతనిలో అసహనం వచ్చింది. వెంటనే వెళ్ళి తలుపు తీయలేదు. కాలింగ్‌బెల్ మళ్ళీ మోగింది.

అభిజిత్ నింపాదిగా మెట్లు దిగి వచ్చాడు.

మళ్ళా మోగుతుంది కాలింగ్‌బెల్.

అభిజిత్ వచ్చి తలుపు తెరిచాడు.

ఎదురుగా సిద్ధార్థ!

మనిషి వడిలిన తోటకూర కాడలా వ్రేళ్ళాడిపోతున్నాడు. ఎలా వచ్చాడో! ఎలా రాగలిగాడో! మనిషి ఆయాసపడుతున్నాడు. వూపిరి అందటంలేదు. ముఖాన చెమటలు నీళ్ళలా కారుతున్నాయి.

"సిద్ధూ!" అప్రయత్నంగా అన్నాడు.

"అతని పెదవులు నల్లగా మాడినట్టున్నాయి. కళ్ళక్రింద నలుపు! చేతులు జోడిస్తూ అన్నాడు. "అమ్మ నాకే పూర్తిగా చెందాలని హఠం చేశాను. అమ్మ-నాదే-అనుకున్నాను. కానీ-కానీ-అమ్మ మీలో-సగం-అని-అర్థం అయింది. మీరు లేనిదే ఆమెలో-టోటాలిటీ-సంపూర్ణత్వం లేదు. నాకు సగం అమ్మ వద్దు... అలిగి యీ లోకంనుంచే వెళ్ళిపోదామని అనుకున్నా.... కుదరలేదు.... నేనెంత పిచ్చిపని చేశానో అమ్మ ఏడుస్తుంటే అర్థమైంది.... నేను లేకపోయినా ఆవిడ వుండదు.... అని తెలుసుకున్నా..... నాకు కంప్లీట్‌గా వున్న

అమ్మ కావాలి. ఆమె మీ దగ్గరుంటేనే సంపూర్ణంగా దక్కుతుంది.... అందుకే.... ఎక్కడికయినా.... పారిపోవాలని అనుకుని స్టేషన్‌కి వెళ్ళి కూడా.... నాకు మా అమ్మ దక్కేచోటు యిదే.... అని-వచ్చేశాను" సిద్ధూ అతి కష్టంమీద మాట్లాడుతూ నిలబడలేనట్టు ధభీమని పడిపోయాడు.

అభిజిత్ వెంటనే చేతుల మధ్య లేవనెత్తాడు. "సిద్ధూ! సిద్ధూ!" పిలుస్తున్నాడు. అభిజిత్ కళ్ళవెంట నీళ్ళు వచ్చేసినాయి. తను ఆత్మగర్వంతో... అహంభావంతో చేయాలనుకుని తపిస్తూ చేయలేని పనిని సిద్ధూ పసిమనసుతో చేసేశాడు.

స్పృహ తప్పిన సిద్ధార్థని చేతులతో ఎత్తి మెట్లెక్కి తీసుకొచ్చి గదిలో తన మంచం మీద పడుకోబెట్టాడు. చేయి పట్టుకుని పల్స్ చూశాడు. భయంలేదు. అభిజిత్ వంగి సిద్ధూ నుదుట మీద పెదవులు ఆనించాడు.

ఫోన్ మోగింది.

అభిజిత్ వెళ్ళి తీశాడు. హాస్పిటల్ డాక్టరు చేశారు.

"మీరు చేర్పించిన కుర్రాడు బెడ్ మీద నుంచి పారిపోయాడు. సాయంత్రం నుంచీ మీకు ఫోన్ చేస్తున్నాను. అతని తల్లి గొడవ చేస్తోంది. పోలీస్ రిపోర్ట్ యిచ్చాం."

"నేనిప్పుడే వస్తున్నాను" అన్నాడు అభిజిత్.

37

"పూజా!!" అభిజిత్ పిలిచాడు.

హాస్పిటల్ విజిటర్స్ రూమ్‌లో కూర్చుని ఏడుస్తున్న పూజ తల ఎత్తి చూసింది.

పూజ ముఖం చూడగానే అభిజిత్ హృదయం ద్రవించింది.

ఆమె కళ్ళు కుంచించుకుపోయినట్లున్నాయి. ప్రాణం వాటిల్లో కొనవూపిరిలా వుంది.

"పూజా!!" చేతులు చాచి దగ్గరకు తీసుకోబోయాడు.

పూజ అతనికి దూరంగా జరిగి ముడుచుకుపోయింది. ఆమె కళ్ళు భయవిహ్వలంగా వున్నాయి. "నువ్వే! నువ్వే! సిద్ధూని ఏదో చేశావు.... వాడు చావు బ్రతుకుల మధ్య కొట్టాడుతున్నాడని, వచ్చి రక్షించమని నేను ఏడుస్తూ ఫోన్ చేస్తే అంబులెన్స్ పంపించావు. కానీ.... నువ్వు రాలేదు. వాడంటే నీకిష్టంలేదు. వాడిని కడుపులో దాచుకోవాలని అనుకున్నాను. ఈ లోకం నుంచి రక్షించుకోవాలని అనుకున్నాను...."

"పూజా! ఇంటికి వెళదాంరా?"

"ఇల్లా? నాకా? ఎక్కడ? ఏ ఇంటికి? ఏ ముఖం పెట్టుకుని. వాడిని శాశ్వతంగా వదిలించేసి నన్ను ఇంటికి రమ్మంటున్నారు?" పూజ ఏడ్చేస్తోంది.

అభిజిత్ ఆమె భుజం చుట్టూ చేయి వేశాడు.

"లే! నిన్ను తీసుకు వెళ్ళటానికి వచ్చాను."

"నేను రాను! రాను!"

"పూజా! అందరూ చూస్తున్నారు."

"నేను రాను. నన్ను వదిలేయి."

అభిజిత్ బలవంతంగా తీసుకువచ్చి కారులో కూర్చోబెట్టాడు.

"నేను రాను" డోర్ తీసుకుని వెళ్ళబోయింది.

"పూజా! సిద్ధూ దగ్గరకి రావా నువ్వు?"

"సిద్ధూ! ఎక్కడ వున్నాడు? కన్పించాడా?" ఆమె కళ్ళలోకి ప్రాణం వస్తోంది.

"నువ్వు మాట్లాడకుండా వుంటే తీసుకెళతాను."

పూజ మౌనంగా కూర్చుంది.

అభిజిత్ భుజం చుట్టూ చేయి వేయబోతే వదిలించుకుంటూ కళ్ళు పెద్దవి చేసి చూస్తూ "నువ్వు! నువ్వు నన్ను మోసం చేయటంలేదు కదా?" అంది భయంగా. ఆమె కళ్ళలో అపనమ్మకం.

అతని మనసు చిదిమినట్టు అయింది.

"ఎప్పుడైనా మోసం చేశానా నిన్ను?"

"చేయలేదు. కానీ.... కానీ.... నాకు ఏం తెలియటం లేదు" ఏడ్చేసింది. "సిద్ధూ అసలు బ్రతికే వున్నాడా! లేకపోతే శవం చూపించటానికి తీసుకువెళుతున్నావా?"

అభిజిత్ చేయిజాచి ఆమె నోరు గట్టిగా మూసేశాడు.

కారు యింతలో యింటి దగ్గర పోర్టికోలో వచ్చి ఆగింది.

పూజ వెర్రిగా చూసింది.

"ఇదేమిటి? ఇంటికి తీసుకువచ్చావు? నువ్వు నన్ను మోసం చేశావు" అంటూ కారు దిగి వెళ్ళబోయింది. అభిజిత్ చెయ్యి గట్టిగా పట్టుకున్నాడు. మరో చేయి ఆమె భుజం చుట్టూ వేసి దగ్గరగా తీసుకున్నాడు.

బలవంతంగా, బలంగా ఆమెని పట్టుకుని మెట్లెక్కి తమ పడక గదిలోకి తీసుకువచ్చాడు.

"చూడు" అన్నాడు గదిలోకి తీసుకువచ్చి.

పూజ స్థాణువులా నిలబడిపోయింది.

గదిలో మంచంమీద సిద్ధార్థ దిళ్ళకి ఆనుకుని సగంగా లేచి కూర్చున్నాడు. నర్స్ అతనికి ఫ్రూట్ జ్యూస్ తాగిస్తోంది.

పూజ తన కళ్ళని నమ్మలేకపోయింది.

"సిద్ధూ!" దగ్గరకి పరుగెత్తి సిద్ధూని గట్టిగా పట్టుకుంది.

"ఇంటికి వచ్చేశాను మమ్మీ! ఇంకెప్పుడూ నిన్ను బాధపెట్టను. నాకేం కావాలో నువ్వు ధైర్యంగా చేశావు! నీకేం కావాలో నాకు తెలిసింది! అందుకే ధైర్యంగా యిక్కడికి వచ్చేశాను."

"ఊ! ఎక్కువ మాట్లాడద్దు! రెస్ట్ తీసుకోవాలి" అన్నాడు అభిజిత్. దగ్గరకు వచ్చి నుదుట మీద చేయి వేసి చూస్తూ "థ్యాంక్‌గాడ్! జ్వరం లేదు."

సిద్ధూ అతనివైపు చూస్తూ "నాకు థ్యాంక్‌గాడ్ మీరే" అన్నాడు. "నాకు ఒక గది యిప్పిస్తే నేను మీరు కోరినదానికంటే అద్భుతంగా డిజైన్స్ వేయగలను అన్పిస్తోంది" అన్నాడు.

"అలాగే! నేను యీ యిల్లు కట్టించినప్పుడే నీకీ గది ప్రత్యేకంగా కట్టించాను" అన్నాడు అభిజిత్.

"ఓహ్! నేను 19 సం॥ ఆలస్యంగానైనా ఆ గదిని కనుక్కోగలిగాను. మమ్మీ! నేను అదృష్టవంతుడివి కదూ!" తల్లిని అడిగాడు.

పూజ ఆనందంగా తల వూపింది. ఆమె కళ్ళలో ఆనందకెరటం వువ్వెత్తున వస్తోంది. వంగి సిద్ధూ నుదుటిమీద పెదవులు ఆనించింది. అభిజిత్ చేయి తీసేస్తుంటే పూజ ఆ చేయి అందుకుంది.

తలెత్తి భర్త ముఖంలోకి చూసింది!!

అభిజిత్ కూడా ఆమెనే చూస్తున్నాడు.

ఒకరి మనసులో ఆనందం ఎదుటవారి ముఖ దర్పణంలో తృప్తిగా చూస్తున్నట్లున్నారు.

సిద్ధూ చిరునవ్వుతో పెదవులు విచ్చుకోగా వారిద్దరినే చూస్తున్నాడు.

అతని కళ్ళలో లీలగా ఆనందభాష్పాల తెర!

"నర్స్! నువ్వు వెళ్ళు" అభిజిత్ గ్లాసు పట్టుకొని పూజవైపు చూశాడు.

పూజ గ్లాసులో నుంచి చెంచాతో సిద్ధూ నోటికి అందిస్తోంది.

సిద్ధూ చెరో చేతితో వారి చేతులు పట్టుకున్నాడు.

"థ్యాంక్ యూ మమ్మీ! థ్యాంక్ యూ....." ఆగాడు.

అభిజిత్ చిరునవ్వుతో చూస్తున్నాడు. "థ్యాంక్ యూ డాడీ" అన్నాడు సిద్ధార్థ.

"మమ్మీ! నేను అలాగే పిలవాలి కదూ" అన్నట్లుగా తల్లి వైపు చూశాడు.

పూజ మనసు తేలిక అయింది. ఆనందంగా కొడుకు తలమీద చేయి వేసి అతని నుదుటి మీద ముద్దు పెట్టుకుంది. అదే సమయంలో అభిజిత్ కూడా సిద్ధూ చెంపమీద పెదవులు ఆనించాడు. వారి ముగ్గురి జీవితాల్లో నూతనోత్సాహంలా తూర్పున వెలుగురేఖలు విచ్చుకుంటున్నాయి.

* * *